ನನ್ನ ಅಪ್ಪ ಕೆಎಸ್‌ನ

ಕೆ ಎನ್ ಮಹಾಬಲ

ಬಹುರೂಪಿ
ಆರ್ ಪಿ ರಿಜೆನ್ಸಿ, ಎಫ್–1, 2ನೇ ಮಹಡಿ,
2ನೇ ಅಡ್ಡರಸ್ತೆ, ಪಿ ಅಂಡ್ ಟಿ ಕಾಲೋನಿ,
ಆರ್ ಟಿ ನಗರ, ಬೆಂಗಳೂರು–560 032
ದೂರವಾಣಿ: 70191 82729

93

NANNA APPA K S NA

A memoir on noted Poet **K S Narasimha Swamy**
through the eyes of his son **K N Mahabala**

knmahabala@gmail.com
94498 11177

Published By **Bahuroopi**
R P Regency, F-1, 2nd Floor, No.50/7, P&T Colony,
R T Nagar, Bangalore - 560 032

editor@bahuroopi.in

Mobile | WhatsApp Bookstore: **70191 82729**

online book store: **bahuroopi.in**

ISBN: 978-81-964346-1-8
First Edition: December 2023
Pages: 144 | Price: Rs. 200

Cover and Inside Design: **Sagar M S**
Inside Illustrations: **Uday Gaonkar**
Cover Caricature: **Nanjunda Swamy**
Photo: **Sreeja V N**

Printed by:
Regal Prints, Bengaluru

ನಮ್ಮ

ಮೈಸೂರ ಮಲ್ಲಿಗೆಗೆ

ಅಪ್ಪನಿಗೆ ಕನ್ನಡಿ

ನಾಡಿನ ಖ್ಯಾತ ಕವಿ ಕೆ ಎಸ್ ನರಸಿಂಹಸ್ವಾಮಿಯವರ ಮಗನಾದ ಕಾರಣದಿಂದ ಅವರ ಬದುಕಿನ ಹಲವು ಮಹತ್ವದ ಹಾಗೂ ಜನರಿಗೆ ಅಷ್ಟಾಗಿ ಪರಿಚಿತವಲ್ಲದ ನೆನಪುಗಳನ್ನು ದಾಖಲಿಸುವ ಸಾಹಸಕ್ಕೆ ತೊಡಗಿದ್ದಕ್ಕೆ ಪ್ರಧಾನವಾಗಿ ಪ್ರೇರಣೆ ನೀಡಿದ್ದು ಸಮನ್ವಯ ಸಮಿತಿ– ಕನ್ನಡವೇ ಸತ್ಯ ಎಂಬ ಬಹಳ ವಿಶಿಷ್ಟ ವಾಟ್ಸಪ್ ವೇದಿಕೆ.

ಈ ಕೃತಿ ಹೊರಬರಲು ವೇದಿಕೆಯ ಸಂಚಾಲಕ ಬಿ.ಎಸ್. ರವೀಂದ್ರ ಅವರ ಪ್ರೇರಣೆ ಹಾಗೂ ಮುಂದಾಳತ್ವವೇ ಕಾರಣ. ಅವರಿಗೆ ನನ್ನ ವಂದನೆಗಳು.

ಕೃತಿಗೆ ಮುನ್ನುಡಿ ಬರೆದುಕೊಟ್ಟು ಹರಸಿದ ನಮ್ಮ ಕುಟುಂಬದ ಆಪ್ತರಾದ ಪ್ರೊ. ಅ.ರಾ. ಮಿತ್ರ ಅವರಿಗೆ, ಉತ್ಸಾಹದಿಂದ ಬೆಂಬಲಿಸಿದ ಎಚ್.ಎಲ್. ಗುರುಪ್ರಸಾದರಿಗೆ ಹೃತ್ಪೂರ್ವಕ ನಮನಗಳು.

ಕೃತಿ ನಿಮ್ಮ ಕೈಗಿರಿಸಿ, ಸ್ಪಂದನೆಗಳಿಗೆ ಕಾತರನಾಗಿದ್ದೇನೆ. ವಂದನೆಗಳು

–ಕೆ ಎನ್ ಮಹಾಬಲ

ಆತ್ಮೀಯ ಬರಹ

ಪ್ರೀತಿಯ ಮಹಾಬಲ,

ನಿನ್ನ 'ಕವಿನೆನಪು' ಓದಿದಾಗ ಕುವೆಂಪುರವರನ್ನು ಕುರಿತ 'ಹೀಗಿದ್ದರು ಕುವೆಂಪು' (ಡಾ.ಪ್ರಭುಶಂಕರ) ನೆನಪಾಗಿ ಆತ್ಮೀಯ ಭಾವ ಉದಯಿಸಿತು. ಜೇನುಹುಳ ತನ್ನ ಕುಟುಕುವ ಸ್ವಭಾವವನ್ನು ಬಿಟ್ಟು ಸಿಹಿನೆನಪುಗಳನ್ನು ದ್ರವೀಕರಿಸುವಂತೆ ನೀನು ಈ ಪುಸ್ತಿಕೆಯಲ್ಲಿ ಆ ಲೋಕಪ್ರಿಯ ವ್ಯಕ್ತಿ ನರಸಿಂಹಸ್ವಾಮಿಯವರ ನೆನಪಿನ ದ್ರವ್ಯವನ್ನು ಸ್ರವಿಸಿದ್ದೀ. ಪಂಪ, ರನ್ನ ಲಕ್ಷ್ಮೀಶ, ಕುಮಾರವ್ಯಾಸ, ಕುವೆಂಪು, ಬೇಂದ್ರೆ, ಅಡಿಗ, ಗಂಗಾಧರ ಚಿತ್ತಾಲರಂತೆ, ಎಸ್.ಆರ್.ಎಕ್ಕುಂಡಿ, ಗಂಗಾಧರ ಚಿತ್ತಾಲ, ಮೂಡ್ನಾಕೂಡು ಚಿನ್ನಸ್ವಾಮಿ, ಸಿದ್ಧಲಿಂಗಯ್ಯ ಅವರುಗಳಂತೆ ನರಸಿಂಹಸ್ವಾಮಿ ನನಗೆ ತುಂಬ ಆಪ್ತರಾದ 'ಜಗತ್ ಕವಿ'. ಅವರ ಜೀವನ ಚಿತ್ರಣವೂ ಅವರ ಕವನಗಳಷ್ಟೇ ಆಪ್ತವೂ, ಹಾರ್ದಿಕವೂ ಆಗಿದೆ.

ಕನ್ನಡ ಸಹೃದಯ ಪ್ರಪಂಚ ಅವರನ್ನು ಮರೆಯಲು ಸಾಧ್ಯವೇ ಇಲ್ಲ. ಈ ಭಾವವನ್ನು ಘನೀಭವಿಸುವ ನಿನ್ನ ಬರವಣಿಗೆ ಆಪ್ತವಾಗಿದ್ದು, ಸೂಕ್ಷ್ಮಸ್ಪರ್ಶಿಯಾಗಿದ್ದು, ಗದ್ಯದಲ್ಲಿದ್ದರೂ ಭಾವನಿಷ್ಠವಾಗಿದ್ದು ಮನಸ್ಸಿಗೆ ಮುದ ನೀಡುತ್ತದೆ.

ಇಂದೇ ಓದಿ ಇಂದೇ ಪ್ರತಿಕ್ರಿಯಿಸುವಷ್ಟು ಬಂಧುರವಾದ ರಚನೆ ನಿನ್ನದು.

ಅ.ರಾ.ಮಿತ್ರ

ಕಣ್ಣ ನೋಟದಲ್ಲಿ...

ಕವಿನೆನಪು

1

ಅರಳಿತು 'ಮೈಸೂರ ಮಲ್ಲಿಗೆ'

“ಅವತ್ತು ಕೃಷ್ಣಶಾಸ್ತ್ರಿಗಳ ಊಟದ ಏರ್ಪಾಡು ಬಹಳ ಜೋರಾಗಿತ್ತು. ಮಹಾರಾಜಾ ಕಾಲೇಜು ಅಂಗಳದಲ್ಲಿ ನೆಲದ ಮೇಲೆ ಬಾಳೆಎಲೆ, ಪ್ರತಿ ಎಲೆ ಮುಂದೂ ರಂಗೋಲೆ. ಚಿರೋಟಿ, ಗಸಗಸೆ ಪಾಯಸ ಮಾಡಿಸಿದ್ದರು. ಸ್ವತಃ ಕೃಷ್ಣಶಾಸ್ತ್ರಿಗಳೇ ಪ್ರತಿಯೊಬ್ಬರಿಗೂ ಚಿರೋಟಿ ಬಡಿಸ್ತಾ ಇದ್ರು...” ಇದು ಸಾಮಾನ್ಯವಾಗಿ ನಮ್ಮ ಅಪ್ಪ ಅಪರೂಪಕ್ಕೆ ಬಂದ ನೆಂಟರೊಂದಿಗೆ ಹಂಚಿಕೊಳ್ಳುತ್ತಿದ್ದ ಸವಿನೆನಪುಗಳು.

ಅಡುಗೆಮನೆಯಲ್ಲಿರುತ್ತಿದ್ದ ಅಮ್ಮ ತಮ್ಮ ಎಂದಿನ ಜೋರುದನಿಯಲ್ಲಿ, "ಆಹಾ! ಊಟ, ತಿಂಡಿ ವರ್ಣನೆ ಮಾಡೋದ್ರಲ್ಲಿ ನಿಸ್ಸೀಮರು. ಮೂವತ್ತು ವರ್ಷ ಆದ್ರೂ ಮರೆತಿಲ್ಲ..." ಎನ್ನುತ್ತಿದ್ದರು.

ಹೌದು. ಇದು 'ಮೈಸೂರ ಮಲ್ಲಿಗೆ' ಕವನಸಂಕಲನದ ಬಿಡುಗಡೆ, ಲೋಕಾರ್ಪಣೆ ಅಥವಾ ಒಪ್ಪಿಸುವಿಕೆ ಸಮಾರಂಭದ ಊಟದ ಬಣ್ಣನೆ. ಪುಸ್ತಕ ಬಿಡುಗಡೆಯ ಸನ್ನಿವೇಶದ ವರ್ಣನೆಗಿಂತ ಊಟೋಪಚಾರದ ವಿವರಗಳೇ ಅವರ ಸ್ವಭಾವಕ್ಕೆ ಸಹಜವೆನ್ನುವಂತೆ ಪ್ರಕಟವಾಗುತ್ತಿದ್ದವು.

ಕೆಎಸ್‌ನ ಅವರ ಮೊದಲ ಕವನ 'ಕಬ್ಬಿಗನ ಕೂಗು'. 1931ರಲ್ಲಿ 'ಪ್ರಬುದ್ಧ ಕರ್ಣಾಟಕ'ದಲ್ಲಿ ಪ್ರಕಟವಾಯಿತು (ಈ ಕವನ ಅವರ ಸಮಗ್ರ ಕವನಸಂಕಲನ 'ಮಲ್ಲಿಗೆಯ ಮಾಲೆ'ಯಲ್ಲಿ ಇದೆ.)

ಪಿಯುಸಿಯಲ್ಲಿ ವಿಜ್ಞಾನ ವಿಷಯ ತೆಗೆದುಕೊಂಡಿದ್ದರೂ, ಪದವಿಯನ್ನು ಬಿಎ ವಿಭಾಗದಲ್ಲಿ ಮುಂದುವರೆಸಿದರು. ಅವರ ತಂದೆ ಸುಬ್ಬರಾವ್ ಹಠಾತ್ತನೆ ಕಾಲವಾದುದರಿಂದ, ವಿದ್ಯಾಭ್ಯಾಸ ನಿಲ್ಲಿಸಿ ಜೀವನೋಪಾಯಕ್ಕಾಗಿ ಅವರ ತಂದೆಯವರು ಕೆಲಸಕ್ಕಿದ್ದ ಚಿನ್ನ, ಬೆಳ್ಳಿ ಸೆಟ್ಟರ ಅಂಗಡಿಯಲ್ಲಿ ಕೆಲಸಕ್ಕೆ ಸೇರಿದರು. ಸ್ವಲ್ಪಕಾಲದ ನಂತರ ಮೈಸೂರಿನ ಮುನ್ಸಿಪಲ್ ಕಚೇರಿಯಲ್ಲಿ ನೌಕರಿ ಪಡೆದರು. 'ಮೈಸೂರ ಮಲ್ಲಿಗೆ'ಯ ಎಲ್ಲ ಕವನಗಳೂ 1931ರಿಂದ 1941ರ ಅವಧಿಯಲ್ಲಿ ಬರೆದವಂಥವು.

ಕೃಷ್ಣಶಾಸ್ತ್ರಿಗಳಿಗೆ ವಿಷಯ ತಿಳಿದು ಬರೆದ ಎಲ್ಲ ಕವನಗಳನ್ನೂ ತಮಗೆ ತಂದು ತೋರಿಸಲು ನಮ್ಮ ತಂದೆಯವರಿಗೆ ಪತ್ರ ಬರೆದರು. ಹಾಗೆ ಅವರಿಗೆ ತೋರಿಸಿದಾಗ ಅವರು ಪರಿಶೀಲಿಸಿ ಅಲ್ಪ, ಸ್ವಲ್ಪ ಸಲಹೆಗಳನ್ನು ಸೂಚಿಸಿ, ಎಲ್ಲ ಕವನಗಳನ್ನು ಕುವೆಂಪುರವರಿಗೆ ತೋರಿಸಲು ಕವಿಗೆ ತಿಳಿಸಿದರು.

'ಮೈಸೂರ ಮಲ್ಲಿಗೆ'ಯ ಕವನಗಳು 1931ರಿಂದ 1941ರವರೆಗೆ 'ಪ್ರಬುದ್ಧ ಕರ್ಣಾಟಕ'ದಲ್ಲಿ ಪ್ರಕಟವಾದವು. ತೀನಂಶ್ರೀಯವರ ಅವರ ಆರೈಕೆಯಲ್ಲಿ, ವೆಂಕಣ್ಣಯ್ಯನವರ ವಾತ್ಸಲ್ಯದಲ್ಲಿ ಕವಿಯ ಕವನಗಳು ಬೆಳೆದವು.

ಎಆರ್‌ಕೃ ಹಾಗೂ ತೀನಂಶ್ರೀ ಈ ಕವನಗಳಿಗೆ ಪುಸ್ತಕದ ರೂಪು ನೀಡಿ, ಪ್ರಕಟಿಸಲು ನಿರ್ಧರಿಸಿದರು. ಆದರೆ ಇದನ್ನು ಮಾಸ್ತಿಯವರೂ ಪ್ರಕಟಿಸಲು ಮುಂದೆ ಬಂದಿದ್ದರಿಂದ ಕೆಎಸ್‌ನರವರು, ಮಾಸ್ತಿ ಅವರ ಆಶೀರ್ವಾದ ಪಡೆದು ಮುಂದುವರೆದರು. ಕೃತಿಗೆ ಡಿವಿಜಿಯವರಿಂದ ಮುನ್ನುಡಿ ಎಂಬ ಹೊನ್ನುಡಿ ದೊರತದ್ದೂ ಸುದೈವ. ಎಆರ್‌ಕೃ ಅವರ 'ವಚನ ಭಾರತ'ಕ್ಕೆ ರೇಖಾಚಿತ್ರಗಳನ್ನು ರಚಿಸಿದ್ದ ಪುರುಷೋತ್ತಮರಾಯರು, ಕವಿತೆಗಳಿಗೆ ಪೂರಕವಾದ ಆಕರ್ಷಕ ರೇಖಾಚಿತ್ರಗಳನ್ನು ಬರೆದುಕೊಟ್ಟರು. (ಇಂದಿನ ಆವೃತ್ತಿಗಳಲ್ಲೂ ಆ ಚಿತ್ರಗಳಿವೆ) 1942ರ ಜನವರಿಯಲ್ಲಿ, ಒಂದು ಸಂಜೆ, ಮಹಾರಾಜಾ ಕಾಲೇಜಿನ ವಿಶಾಲ ಅಂಗಳದಲ್ಲಿ 'ಮೈಸೂರ ಮಲ್ಲಿಗೆ' ಅರಳುತ್ತದೆ. ಸ್ವತಃ ಕೃಷ್ಣಶಾಸ್ತ್ರಿಗಳೇ 27 ವರ್ಷದ ತರುಣ ಕವಿಯನ್ನು ವೇದಿಕೆಗೆ ಕರೆದೊಯ್ದು ಸಭೆಗೆ ಪರಿಚಯಿಸಿದರಂತೆ. ಅಲ್ಲದೆ 'ಮೈಸೂರ ಮಲ್ಲಿಗೆ'ಯಿಂದ ಎರಡು ಪದ್ಯಗಳನ್ನೂ ವಾಚಿಸಿದರಂತೆ. ಕವಿಗೆ ಸಂಭಾವನೆಯಾಗಿ ನೂರು ರೂಪಾಯಿಯನ್ನೂ ಮತ್ತು ನೂರು ಪ್ರತಿಯನ್ನೂ ನೀಡಲಾಯಿತಂತೆ.

ಸಮಾರಂಭದಲ್ಲಿ ಬಿಎಂಶ್ರೀ, ಮಾಸ್ತಿ, ಡಿವಿಜಿ, ಕುವೆಂಪು, ತೀನಂಶ್ರೀ, ಡಿ.ಎಲ್. ನರಸಿಂಹಾಚಾರ್ ಮುಂತಾದ ಸಾರಸ್ವತ ಗಣ್ಯರು ಭಾಗವಹಿಸಿ ಹರಸಿದರೆಂದು ನಮ್ಮ ತಂದೆಯವರು ಹೇಳುತ್ತಿದ್ದರು.

ಕೃಷ್ಣಶಾಸ್ತ್ರಿಗಳು ಕನ್ನಡದ ಶ್ರೇಷ್ಠ ಸಾಹಿತ್ಯ ಪರಿಚಾರಕರು. ಉತ್ತಮ ಕೃತಿಗಳನ್ನು ಗಮನಿಸಿ, ಕವಿಗಳಿಗೆ ಮಾರ್ಗದರ್ಶನ ನೀಡಿದ್ದಷ್ಟೇ ಅಲ್ಲದೆ, ಕೃತಿ ಪ್ರಕಟಗೊಳ್ಳುವಂತೆ ಮಾಡಿ ಸಂತಸಪಡುತ್ತಿದ್ದ ಮಹಾನ್ ಚೇತನ. ಎಆರ್‌ಕೃ ಅವರ ಈ ಉಪಕಾರವನ್ನು ನಮ್ಮ ತಂದೆಯವರು ಅವರ ಜೀವಮಾನದ ಕೊನೆಯವರೆಗೂ ಕೃತಜ್ಞತೆಯಿಂದ ಸ್ಮರಿಸುತ್ತಿದ್ದರು.

ಕವಿನೆನಪು
2

‘ಬಾಗಿಲು’ ತೆರೆಯಿತು

ನಮ್ಮ ತಂದೆಯವರು 1960ರಲ್ಲಿ ಪ್ರಕಟವಾದ ‘ಮನೆಯಿಂದ ಮನೆಗೆ’ ನಂತರ 1977ರಲ್ಲಿ ಪ್ರಕಟವಾದ ‘ತೆರೆದ ಬಾಗಿಲು’ ನಡುವೆ ಯಾವುದೇ ಕೃತಿಯನ್ನು ಹೊರತಂದಿರಲಿಲ್ಲ. ಅವರು ಈ ವಿರಾಮವನ್ನು ಜನಜೀವನವನ್ನೂ, ವಿದ್ಯಮಾನಗಳನ್ನೂ ಗಮನಿಸುವ/ಗ್ರಹಿಸುವ ಅವಧಿ ಎಂದು ಭಾವಿಸಿದ್ದರು. ಅದು ನವ್ಯಕಾವ್ಯದ ಏರುಕಾಲವೆಂದು ಪರಿಗಣಿತವಾಗಿತ್ತು ಎಂಬುದು ವಾಸ್ತವ. ನಮ್ಮ ತಂದೆಯವರಂತೆ ಹಲವಾರು ಕವಿಗಳು ಆವರೆಗೆ ಅನುಸರಿಸುತ್ತಿದ್ದ ನವೋದಯ ಶೈಲಿಯು ನವ್ಯ ವಿಮರ್ಶಕರ ಅವಗಣನೆಗೆ ಹಾಗೂ ಕುಹಕಕ್ಕೆ ಪಾತ್ರವಾದ ಅವಧಿಯೂ ಹೌದು.

ಹಾಗೆಂದು ಕೆಎಸ್‌ನ ಅವರು ಕವನ ಬರೆಯುವುದನ್ನೇ ನಿಲ್ಲಿಸಿಬಿಟ್ಟಿದ್ದರೆ? ಇಲ್ಲ. ‘ಶಿಲಾಲತೆ’ ಸಂಗ್ರಹದ ‘ಗಡಿಯಾರದಂಗಡಿಯ ಮುಂದೆ’ ಕವನದಲ್ಲೇ ನವ್ಯಕಾವ್ಯದ ಲಕ್ಷಣವೆನ್ನಿಸಿದ್ದ ಕ್ಲಿಷ್ಟತೆಯನ್ನು ತಂದಿದ್ದರು. ಯಾವುದೇ ಕವನಸಂಕಲನ ಪ್ರಕಟಣೆಯಾಗದ ಈ ನಡುವಿನಲ್ಲಿ ‘ತೆರೆದ ಬಾಗಿಲು’, ‘ಮುಚ್ಚಿದ ಕಿಟಕಿ’, ‘ಕುಶಲ ಪ್ರಶ್ನೆ’ ಮುಂತಾದ ಭಿನ್ನಶೈಲಿಯ ಕವನಗಳು ‘ಸಾಕ್ಷಿ’ ಪತ್ರಿಕೆಯಲ್ಲಿ, ಪ್ರಜಾವಾಣಿ,

ಉದಯವಾಣಿ, ಸುಧಾ ಪತ್ರಿಕೆಗಳ ದೀಪಾವಳಿ/ಯುಗಾದಿ ವಿಶೇಷಾಂಕಗಳಲ್ಲಿ ಪ್ರಕಟವಾದವು ಮತ್ತು ಆಕಾಶವಾಣಿ ಮೂಲಕ ಬಿತ್ತರಗೊಂಡವು.

ಎಲ್ಲ ಕಾವ್ಯಾಸಕ್ತರಿಗೆ ಕವಿಯ ನಡೆ ಕುತೂಹಲಕರವಾಗಿ ಕಂಡಿತ್ತು. 'ಮುಂದಿನ ಕವನ ಸಂಕಲನ ಯಾವಾಗ?' ಎಂದು ಕೇಳಿದವರಿಗೆಲ್ಲ ಕವಿಯದು ಮೌನ ಅಥವಾ ನಗುವಿನ ಉತ್ತರ ಸರ್ವೇಸಾಧಾರಣವಾಗಿತ್ತು.

ನಮ್ಮ ತಂದೆಯವರಿಗಿಂತ ಒಂದು ವರುಷ ಹಿರಿಯರಾದ ಪೂಜ್ಯ ಜಿ.ವಿಯವರು ತಮಗೆ ಕವಿಯೊಡನೆ ಇದ್ದ ಸ್ನೇಹಸಲುಗೆ ಪ್ರಯೋಗಿಸಿ "ಹದಿನೇಳು ವರುಷಗಳಿಂದ ನಿಮ್ಮ ಒಂದೂ ಕವನ ಸಂಕಲನ ಬಂದಿಲ್ಲ. ಅದರಿಂದ ಹಲವಾರು ಮನ್ನಣೆ, ಪ್ರಶಸ್ತಿಗಳು ತಪ್ಪಿಹೋಗಿವೆ. ಅದರಲ್ಲೂ ಕೇಂದ್ರ ಸಾಹಿತ್ಯ ಸಾಹಿತ್ಯ ಅಕಾಡೆಮಿಯವರು ಪುಸ್ತಕ ಪ್ರಕಟಣೆಯಾಗದೆ ಪ್ರಶಸ್ತಿಗೆ ಪರಿಗಣಿಸುವುದೇ ಇಲ್ಲ. ಏನು ಸಮಸ್ಯೆ?" ಎಂದು ಕೇಳಿಯೇಬಿಟ್ಟರು. ನಮ್ಮ ತಂದೆಯವರ ಸಮಜಾಯಿಷಿ ಅವರಿಗೆ ಸಮ್ಮತವಾಗಲಿಲ್ಲ. ಮುಂದುವರೆದು ಜಿ.ವಿಯವರು, "ಹೀಗೆ ಮಾಡೋಣ. ನೀವೇ ಪ್ರಕಟಿಸಿ. ಕಾವ್ಯಾಸಕ್ತರಿಂದ ತಲಾ ನೂರು ರೂಪಾಯಿ ವಂತಿಗೆ ಸ್ವೀಕರಿಸೋಣ. ಅದರ ಬದಲಿಗೆ ಅವರಿಗೆ ಹತ್ತು ಪ್ರತಿ ಕೊಡೋಣ. ನನ್ನದೇ ಮೊದಲ ವಂತಿಗೆ ಆಗಲಿ" ಎಂದರಂತೆ.

ಇತರ ಕಾವ್ಯಾಸಕ್ತರಿಗೂ ವಿಷಯ ಮುಟ್ಟಿತು. ತಕ್ಕಷ್ಟು ಹಣ ಸಂಗ್ರಹವಾಯಿತು. ಲಿಪಿ ಪ್ರಿಂಟರ್ಸ್‌ನ ಬಾಲಕೃಷ್ಣ (ಬಾಕಿನ) ಮುದ್ರಿಸುವ ಜವಾಬ್ದಾರಿ ವಹಿಸಿಕೊಂಡರು. ಪ್ರೊ. ಎಲ್.ಎಸ್. ಶೇಷಗಿರಿರಾವ್ ಮೌಲ್ಯಯುತವಾದ ಮುನ್ನುಡಿ ಬರೆದು ಕೊಟ್ಟರು. 1976ರ ನವೆಂಬರ್‌ನಲ್ಲಿ ಡಾ. ಹಾ.ಮಾ. ನಾಯಕ ಅವರು ಕೃತಿ ಲೋಕಾರ್ಪಣೆ ಮಾಡಿದರು. ಸಮಾರಂಭದ ದಿನವೇ ಗಣನೀಯ ಸಂಖ್ಯೆಯ ಪ್ರತಿಗಳು ಮಾರಾಟವಾದವು.

ಅದೇ ವರುಷ ಡಿಸೆಂಬರ್‌ನಲ್ಲಿ ಶಿವಮೊಗ್ಗದ ಅಖಿಲ ಭಾರತ ಸಾಹಿತ್ಯ ಸಮ್ಮೇಳನದಲ್ಲಿ ಡಾ. ಸುಮತೀಂದ್ರ ನಾಡಿಗ ಅವರು ತಮ್ಮ ಕರ್ಣಾಟಕ ಬುಕ್‌ಸ್ಟಾಲ್ ಮಳಿಗೆಯಲ್ಲಿ ಮತ್ತಷ್ಟು ಪ್ರತಿಗಳನ್ನು ಮಾರಾಟ ಮಾಡಿಕೊಟ್ಟರು.

ಇವೆಲ್ಲಕ್ಕೂ ಕಿರೀಟಪ್ರಾಯವೆಂಬಂತೆ 'ತೆರೆದ ಬಾಗಿಲು' ಕೃತಿ 1977ನೇ ವರ್ಷದ ಕೇಂದ್ರ ಸಾಹಿತ್ಯ ಅಕಾಡೆಮಿಯ ಪ್ರಶಸ್ತಿಗೂ ಪಾತ್ರವಾಯಿತು. ಕಾವ್ಯಲೋಕ ಕೃತಿಯನ್ನು ಬೆರಗು, ಸಂಭ್ರಮಗಳಿಂದ ಬರಮಾಡಿಕೊಂಡಿತು. ಇಂಥದೊಂದು ಅಚ್ಚರಿಯ ಯಶಸ್ಸಿಗೆ ಬಾಗಿಲು ತೆರೆದ ಜೀ.ವಿ. ಅವರ ಕ್ರಿಯಾಯೋಜನೆಯನ್ನು ನಮ್ಮ ತಂದೆಯವರು ಕೃತಜ್ಞತೆಯಿಂದ ನೆನಪಿಸಿಕೊಳ್ಳುತ್ತಿದ್ದರು.

ಕವಿನೆನಪು
3

ತ್ರೀ ಮಸ್ಕಟೀಸ್

ಕಾವ್ಯಲೋಕದ ಸಂದರ್ಭದಲ್ಲಿ ಕೆಎಸ್‌ನ ಹಾಗೂ ವಿಸೀ ಅವರದ್ದು ಕೃಷ್ಣಾರ್ಜುನ ಬಾಂಧವ್ಯ. ಅದರಿಂದ ಆಚೆಗೂ ಪೂಜ್ಯ ವಿಸೀಯವರು ನಮ್ಮ ತಂದೆಯವರಿಗೆ ಆಪತ್ಬಾಂಧವರೇ. ಹಣಕಾಸು ಸಹಾಯ, ಸಾಂತ್ವನ, ಬೆಂಬಲ ಹೀಗೆ ಹಲವಾರು ರೂಪಗಳಲ್ಲಿ ವಿಸೀಯವರು ನೆರವಾಗುತ್ತಿದ್ದರು.

ವಿಸೀಯವರು ಮೈಸೂರಿನಲ್ಲಿದ್ದಾಗ ಹಾಗೂ ಬೆಂಗಳೂರಿದ್ದಾಗ ಕೆಎಸ್‌ನರ ಕಾವ್ಯಪೋಷಣೆಯಲ್ಲಿ ಮಹತ್ತರವಾದ ಪಾತ್ರವನ್ನು ವಹಿಸಿದ್ದರು. ನಮ್ಮ ತಂದೆಯವರು ಬೆಂಗಳೂರಿನ ಕರ್ನಾಟಕ ಗೃಹ ಮಂಡಳಿಯಲ್ಲಿ (ಆಗ ಮೈಸೂರು ಹೌಸಿಂಗ್ ಬೋರ್ಡ್) ಕೆಲಸದಲ್ಲಿದ್ದಾಗ ಅವರ ಕಚೇರಿ ಪಂಪ ಮಹಾಕವಿ ರಸ್ತೆಯ ಗ್ರೇನ್ ಮರ್ಚಂಟ್ಸ್ ಬ್ಯಾಂಕ್‌ನ ಕಟ್ಟಡದಲ್ಲಿತ್ತು. ವಿಸೀಯವರದ್ದು, ಅಲ್ಲೇ ಸ್ವಲ್ಪ ಕೆಳಗೆ ಚಾಮರಾಜಪೇಟೆ ಎರಡನೆಯ ಮುಖ್ಯರಸ್ತೆಯ ಮೊದಲನೆಯ ಮನೆ. ಕಚೇರಿಯಿಂದ ಕಾಲ್ನಡಗೆ ದೂರದಲ್ಲಿದ್ದ ಅವರ ಮನೆಗೆ ನಮ್ಮ ತಂದೆಯವರು

ಪ್ರತಿದಿನ ಸಾಯಂಕಾಲ ಹೋಗುತ್ತಿದ್ದರು. ಮೊದಲು ತಾವು ಹೊಸದಾಗಿ ಬರೆದಿದ್ದ ಪದ್ಯವನ್ನು ವಿಸೀಯವರಿಗೆ ಓದಿ ಹೇಳುತ್ತಿದ್ದರು. ವಿಸೀಯವರು ಅದೇ ಪದ್ಯವನ್ನು ಮತ್ತೊಮ್ಮೆ ಗಟ್ಟಿಯಾಗಿ ಓದಿಕೊಂಡು, ಧ್ವನಿ, ಲಯ, ಆಶಯ ಮುಂತಾದ ದೃಷ್ಟಿಯಿಂದ ತಮ್ಮ ಅಭಿಮತ ತಿಳಿಸುತ್ತಿದ್ದರು.

ಜತೆಗೆ ಅವರು ಕೆಎಸ್‌ನರವರಿಗೆ ಟಿ.ಎಸ್. ಎಲಿಯಟ್, ಎಜ್ರಾ ಪೌಂಡ್, ಆಡೆನ್, ಲೂಯಿ ಮೆಕನಿಸ್ ಮುಂತಾದವರ ಕವಿತೆಗಳನ್ನೂ ಓದಿ ಹೇಳುತ್ತ ಇದ್ದರು. "ಬರೀ ಗಂಡ–ಹೆಂಡತಿ ವಿಚಾರಾನೇ ಎಷ್ಟು ದಿನ ಬರೆದುಕೊಂಡು ಇರ್ತೀರಿ? ಅದರಿಂದ ಆಚೆಗೂ ಯೋಚನೆ ಮಾಡಿ" ಎಂದು ವಿಸೀ ಒಮ್ಮೆ ನೀಡಿದ ಕಿವಿಮಾತಿನಿಂದ ಪ್ರೇರಣೆ ಪಡೆದ ಕವಿ, ಮುಂದೆ 'ಕಾಮದಹನ', 'ರಾಮಬಂಟ', 'ಸ್ವಪ್ನಸುಂದರಿ', 'ಕಾಲದ ಹೊಳೆ', 'ಕಲಿಯಾಗಿ ಬಾ ಕೃಷ್ಣ', 'ಸಂಸಾರ ರಾಜ್ಯಾಂಗ', 'ಡೊಮಿನಿಯನ್' ಮುಂತಾದ ವಿಭಿನ್ನ ವಸ್ತುಗಳನ್ನು ನಿರ್ವಹಿಸುವ ಕವನಗಳನ್ನು ಬರೆದರು. ತನ್ಮೂಲಕ ದಾಂಪತ್ಯಗೀತೆಗಳ ಗುಂಗಿನಿಂದ ಹೊರಬರಲು ತಮಗೆ ಸಾಧ್ಯ ಎಂಬುದನ್ನು ಸಿದ್ಧಪಡಿಸಿದರು.

ಚರ್ಚೆಗಳ ನಂತರ ವಿಸೀಯವರು ಸಾಯಂಕಾಲದ ವಾಯುವಿಹಾರಕ್ಕೆ ಬಸವನಗುಡಿ ನ್ಯಾಷನಲ್ ಕಾಲೇಜಿನತ್ತ ಹೊರಟಾಗ ನಮ್ಮ ತಂದೆಯವರೂ ಅವರನ್ನು ಅನುಸರಿಸುತ್ತಿದ್ದರು. ಹಲವಾರು ಬಾರಿ ಇವರಿಬ್ಬರ ಜತೆ ಮೋಟಗಾನಹಳ್ಳಿ ಸುಬ್ರಹ್ಮಣ್ಯಶಾಸ್ತ್ರಿಗಳೂ ಇರುತ್ತಿದ್ದರು. (ಶಾಸ್ತ್ರಿಗಳು ಚಾಮರಾಜಪೇಟೆಯ ಸೇಂಟ್ ತೆರೆಸಾ ಪ್ರೌಢಶಾಲೆಯಲ್ಲಿ ಸಂಸ್ಕೃತ ಶಿಕ್ಷಕರಾಗಿದ್ದರು. ಆ ಕಾಲದ ಪ್ರಸಿದ್ಧ ಪಂಡಿತರು. ಸಂಸ್ಕೃತದ ಹಲವಾರು ಕೃತಿಗಳ ಭಾವಾನುವಾದ ಕನ್ನಡಕ್ಕೆ ತಂದು ಜಯಚಾಮರಾಜ ಒಡೆಯರ್‌ರವರಿಂದ ಸನ್ಮಾನಿತರಾದವರು) ವಿಸೀಯವರ ಜರಿಯಿಲ್ಲದ ಬಿಳಿ ರುಮಾಲು, ಶಾಸ್ತ್ರಿಗಳ ಕರಿಟೋಪಿ ಮತ್ತು ನಮ್ಮ ತಂದೆಯವರ ಬರಿತಲೆ. ಈ ಮೂವರನ್ನೂ ನೋಡಿ ಚಾಮರಾಜಪೇಟೆಯ ಜನ 'ತ್ರೀ ಮಸ್ಕಟೀರ್ಸ್' (Three Musketeers) ಎಂದು ತಮಾಷೆ ಮಾಡುತ್ತಿದ್ದರು ಎಂದು ನಮ್ಮ ತಂದೆಯವರು ನೆನಪಿಸಿಕೊಳ್ಳುತ್ತಿದ್ದರು. ನನಗೂ ಒಮ್ಮೆ ಅವರೊಂದಿಗೆ ಹೋಗುವ ಅವಕಾಶ ಒದಗಿತ್ತು.

ವಿಸೀಯವರ ಮನೆಗೆ ಮೊದಲ ಬಾರಿ ತಂದೆಯವರ ಜತೆ ಹೋಗಿದ್ದಾಗ ಮೊದಲು ನನ್ನನ್ನು ಮಾತನಾಡಿಸಿ, 'ಏನು ಕೆಲಸ ಮಾಡುತ್ತ ಇದ್ದೀಯಾ?' ಎಂದು ಕೇಳಿದರು. ನಾನು ಬ್ಯಾಂಕ್ ಕೆಲಸದ ಪ್ರವರ ಒಪ್ಪಿಸಿದಾಗ, 'ಸಂತೋಷ, ಮೊದಲು ಹೊಟ್ಟೆಪಾಡು. ಆಮೇಲೆ ಹವ್ಯಾಸಗಳು' ಎಂದರು. ಎಷ್ಟೆಂದರೂ ಅವರು ಅರ್ಥಶಾಸ್ತ್ರಿಗಳಲ್ಲವೆ!

1975ರಲ್ಲಿ ನಮ್ಮ ತಂದೆಯವರ ಷಷ್ಠ್ಯಬ್ದಪೂರ್ತಿಶಾಂತಿ ಸಮಾರಂಭಕ್ಕೆ ವಿಸೀಯವರು ಸಾಯಂಕಾಲ ಆಗಮಿಸಿ ಆತಿಥ್ಯ ಸ್ವೀಕರಿಸಿ, ಹಾರೈಸಿ, ಕುಟುಂಬದವರೊಡನೆ ಭಾವಚಿತ್ರ ತೆಗೆಸಿಕೊಂಡ ಕ್ಷಣಗಳು ಇನ್ನೂ ನೆನಪಿನಲ್ಲಿ ಹಸಿರಾಗಿದೆ.

ನಮ್ಮ ತಂದೆಯವರ ಬದುಕುಬರಹ ಕುರಿತ ಅಭಿನಂದನಾ ಗ್ರಂಥ "ಚಂದನ" ಬಿಡುಗಡೆಯ ಸಮಾರಂಭದ ಅಧ್ಯಕ್ಷತೆ ವಹಿಸಿ ಸಂಭ್ರಮಿಸಿದ್ದರು ವಿಸೀ.

ಒಮ್ಮೆ ನಮ್ಮ ತಂದೆಯವರು ಅನಾರೋಗ್ಯಕ್ಕೆ ತುತ್ತಾಗಿ ಆಸ್ಪತ್ರೆ ಸೇರಬೇಕಾದಾಗ, ವಿಸೀಯವರು ಆಸ್ಪತ್ರೆಗೆ ಬಂದು ದುಃಖಿಸಿದರು. ಕಣ್ಣೀರು ಮತ್ತು ಮೌನ ಬಿಟ್ಟು ಬೇರಾವ ಪ್ರತಿಕ್ರಿಯೆಯೂ ಅವರಿಗೆ ಅಂದು ಸಾಧ್ಯವಾಗಲಿಲ್ಲ.

ವಿಸೀ ನಿಧನರಾದಾಗ ಅವರ ಪಾರ್ಥಿವ ಶರೀರವನ್ನು ನೋಡಿ ಬಂದ ನಮ್ಮ ತಂದೆಯವರನ್ನು ಆವರಿಸಿದ್ದು, ತಮ್ಮ ಜೀವನುದುದ್ದಕ್ಕೂ ವಿಸೀಯವರು ನೀಡುತ್ತ ಬಂದಿದ್ದ ಪ್ರೋತ್ಸಾಹ, ಬೆಂಬಲ ಮತ್ತು ವಾತ್ಸಲ್ಯಗಳ ಕನವರಿಕೆಯೇ.

ಕವಿನೆನಪು
4

ನಡಿಯಯ್ಯಾ ಬೈಕ್‌ನಲ್ಲೇ

ಭಿನ್ನ ಕಾವ್ಯಮಾರ್ಗವನ್ನು ಅನುಸರಿಸುತ್ತಿದ್ದರೂ ನಮ್ಮ ತಂದೆ ಹಾಗೂ ಪುತಿನ ಆತ್ಮೀಯ ಸ್ನೇಹವನ್ನು ಹೊಂದಿದ್ದರು. ಇಬ್ಬರಲ್ಲೂ ಒಂದು ವಿಷಯದಲ್ಲಿ ಸಾಮ್ಯತೆ ಇತ್ತು. ಅದೆಂದರೆ ಇಬ್ಬರೂ ಅಕಾಡೆಮಿಕ್ ವಲಯದಿಂದಾಚೆ ರೂಪುಗೊಂಡ ಕವಿಗಳು. ಪುತಿನರವರು ಸೈನ್ಯದಲ್ಲಿ ಉದ್ಯೋಗದಲ್ಲಿದ್ದರೆ, ನಮ್ಮ ತಂದೆ ಹೌಸಿಂಗ್ ಬೋರ್ಡ್‌ನಲ್ಲಿ ಇದ್ದವರು.

ಇಬ್ಬರೂ ಸಮಾರಂಭಗಳಲ್ಲಿ ಅಲ್ಲದೆ, ಖಾಸಗಿಯಾಗಿ ಅಪರೂಪಕ್ಕಾದರೂ ಭೇಟಿಯಾಗುತ್ತಿದ್ದರು. ನಾವು ಜಯನಗರದ ನಾಲ್ಕನೆಯ 'ಟಿ' ಬ್ಲಾಕ್‌ನಲ್ಲಿ ವಾಸವಾಗಿದ್ದಾಗ, ಅವರ ಮನೆ ಜಯನಗರ ನಾಲ್ಕನೆಯ ಬ್ಲಾಕ್‌ನ ಹನ್ನೊಂದನೆಯ ಮುಖ್ಯರಸ್ತೆಯಲ್ಲಿ ನಮ್ಮ ಮನೆಯ ಸಮೀಪವೇ ಇತ್ತು.

ಒಮ್ಮೆ ಪುತಿನ, ಗೊರೂರು ಹಾಗೂ ನಮ್ಮ ತಂದೆ ಮೂವರು ಮೇಲುಕೋಟೆಗೆ ಪ್ರವಾಸ ಹೋಗಿದ್ದನ್ನೂ, ಅಲ್ಲಿ ಬೆಟ್ಟದ ಮೇಲೆ ಗೊರೂರರು ಅಡುಗೆ ಮಾಡಿ ಬಡಿಸಿದ್ದ ಆತ್ಮೀಯ ಪ್ರಸಂಗವನ್ನೂ ನಮ್ಮ ತಂದೆ ಆಗಾಗ್ಗೆ ನೆನಪಿಸಿಕೊಳ್ಳುತ್ತಿದ್ದರು.

ಒಮ್ಮೆ ಪುತಿನ ಅವರು ಯಾರ ಬಳಿಯೋ, "ಎಷ್ಟು ದಿವಸ ಈ ಕವಿ ಹೆಂಡತಿಯ ವಿಚಾರವನ್ನೇ ಕಾವ್ಯದ ವಸ್ತು ಮಾಡಿಕೊಳ್ಳುತ್ತಾರಂತೆ? ಸ್ವಲ್ಪ ಬೇರೆ ವಿಷಯ ಗಮನಿಸಬಾರದೆ?" ಎಂದರಂತೆ. 'ಮೈಸೂರ ಮಲ್ಲಿಗೆ'ಯ ಪ್ರಭಾವದಿಂದ ನಮ್ಮ ತಂದೆ ಹೊರಬರಲೆಂಬುದು ಪುತಿನ ಅವರ ಮಾತಿನ ಇಂಗಿತವಾಗಿತ್ತು ಎಂದು ತೋರುತ್ತದೆ. ಅದೇ ವ್ಯಕ್ತಿ ನಮ್ಮ ತಂದೆಯವರ ಹತ್ತಿರ ಬಂದು ಈ ವಿಷಯ ತಿಳಿಸಿದಾಗ, "ಸರಿ, ಸರಿ ಈ ನರಸಿಂಹಚಾರರಿಗೆ ಕಿವಿಮಂದ ಎಂದುಕೊಂಡಿದ್ದೆ. ಮೂಗೂ ಸರಿ ಇಲ್ಲ ಎಂದು ಈಗ ಗೊತ್ತಾಯಿತು" ಎಂದು ಪ್ರತಿಕ್ರಿಯಿಸಿದರಂತೆ ಕೆಎಸ್‌ನ. 'ಮೈಸೂರ ಮಲ್ಲಿಗೆ' ಘಮ ಇಡೀ ನಾಡನ್ನೇ ಆವರಿಸಿರುವಾಗ ಇವರೇಕೆ ಹೀಗೆ ಎಂಬ ಭಾವನೆ ಇತ್ತೇನೊ ಕವಿಗೆ!

ಆದರೆ ಪುತಿನ 'ದೀಪಲಕ್ಷ್ಮಿ', 'ಹಂಸದಮಯಂತಿ' ಮುಂತಾದ ಗೀತರೂಪಕಗಳು ರೇಡಿಯೋದಲ್ಲಿ ಪ್ರಸಾರವಾದಾಗ, ಅವರ ರಚನೆಯಲ್ಲಿನ ಗೇಯಗುಣವನ್ನು ಮನಸಾರೆ ಮೆಚ್ಚಿಕೊಂಡಿದ್ದರು ಕೆಎಸ್‌ನ.

ಒಮ್ಮೆ ಇದ್ದಕ್ಕಿದ್ದಂತೆ ಪುತಿನ ಅವರು ಬಾಕಿನ (ಪುತಿನ ಅವರ ಸಮಗ್ರ ಕಾವ್ಯವನ್ನು ಪ್ರಕಟಿಸಿದ ಸಾಹಸಿ) ಅವರನ್ನು ಕುರಿತು, "ಅಯ್ಯಾ ಬಾಲಕೃಷ್ಣ, ನರಸಿಂಹಸ್ವಾಮಿ ಮನೆಗೆ ಒಂದು ದಿನ ಊಟಕ್ಕೆ ಹೋಗಬೇಕಲ್ಲಯ್ಯ. ಅವರ ಅನುಕೂಲ ಕೇಳಯ್ಯ" ಎಂದರಂತೆ.

ಬಾಕಿನ ಅವರು ಪುತಿನ ಅವರ ಇಂಗಿತವನ್ನು ನಮ್ಮ ತಂದೆಯವರಿಗೆ ತಿಳಿಸಿದಾಗ "ಅಗತ್ಯವಾಗಿ. ಅದಕ್ಕಿಂತ ಸಂತೋಷವಾದ ಸಂಗತಿ ಬೇರೆ ಯಾವುದಿದೆ? ಈ ಭಾನುವಾರವೇ ಬರಲಿ, ಅವತ್ತು ಪಂಚಾಂಗದ ಪ್ರಕಾರ ನನ್ನ ಹುಟ್ಟುಹಬ್ಬ. ಅವರನ್ನು ಕರೆದುಕೊಂಡು ಬರುವ ಜವಾಬ್ದಾರಿ ನಿನ್ನದು" ಎಂದು ಬಾಕಿನ ಅವರಿಗೆ ತಿಳಿಸಿದರು.

ಯಾರ ಆದೇಶಕ್ಕೂ ಕಾಯದೆ ಮನೆಯವರೆಲ್ಲ ಅಂದು ಮನೆಯಲ್ಲೇ ಇರಲು ತೀರ್ಮಾನಿಸಿದೆವು. ಬಾಕಿನ ಅವರು ಆ ದಿನ ತಮ್ಮ ಮೋಟಾರ್‌ಬೈಕ್ ಅನ್ನು ಪುತಿನ ಅವರ ಮನೆಯ ಮುಂದೆ ನಿಲ್ಲಿಸಿ, ಒಂದು ಆಟೋ ತರಲು ಹೊರಟಾಗ ಪುತಿನ, "ಆಟೋ ಗೀಟೊ ಏನೂ ಬೇಡ, ನಡಿ ಬೈಕ್‌ನಲ್ಲೇ" ಎಂದರಂತೆ. ಬಾಕಿನ ಅವರಿಗೆ ಈ ವಯಸ್ಸಿನಲ್ಲಿ ಹಿರಿಯರನ್ನು ಬೈಕ್‌ನಲ್ಲಿ ಕರೆದುಕೊಂಡು ಹೋಗುವುದು ಹೇಗೆ ಎಂಬ ಅಳುಕು. ಅದನ್ನು ಗ್ರಹಿಸಿದ ಪುತಿನ ಅವರು, 'ನಡಿಯಯ್ಯಾ ಏನೂ ಆಗಲ್ಲ. ನಾನೂ ಮಿಲಿಟರಿನಲ್ಲಿ ಇದ್ದೋನು" ಎನ್ನುತ್ತ ತಮ್ಮ ವಾಕಿಂಗ್ ಸ್ಟಿಕ್ ಸಮೇತ ಬೈಕ್ ಹತ್ತಿಯೇ ಬಿಟ್ಟರಂತೆ.

ಆಗ 86 ವರುಷ ಆಗಿದ್ದ ಪುತಿನ ಬೈಕ್‌ನಲ್ಲಿ ಬಂದದ್ದನ್ನು ಕಂಡು ನಮಗೆಲ್ಲರಿಗೂ ಆಶ್ಚರ್ಯ. ಮನೆಯೊಳಗೆ ಬಂದು ಎಲ್ಲರನ್ನೂ ಪರಿಚಯ ಮಾಡಿಕೊಂಡರು. ನಮ್ಮ ತಾಯಿಯವರ ಹತ್ತಿರ ಮಾಡಿದ್ದ ಅಡುಗೆಯ ವಿವರ ತಿಳಿದುಕೊಂಡರು.

ಎಲ್ಲರೂ ಪುತಿನ ಅವರ ಪಂಕ್ತಿಯಲ್ಲೇ ಕೂತು ಊಟ ಮಾಡಿದೆವು. ಲೋಕಾಭಿರಾಮವಾಗಿ ಸರಸ ಸಂಭಾಷಣೆ ನಡೆಸುತ್ತ ತಮಗೆ ಬೇಕಾದುದನ್ನು ಹಿತಮಿತವಾಗಿ ಹಾಕಿಸಿಕೊಂಡು ಸಂತಸದಿಂದ ಸವಿದರು. ಆ ಅವಧಿಯಲ್ಲಿ ಅವರು ತಮ್ಮ ಕಾವ್ಯಕ್ಕೆ ಮತ್ತು ವಿಶೇಷವಾಗಿ ಹಳಗನ್ನಡ, ಸಂಸ್ಕೃತಭೂಯಿಷ್ಠ ಕನ್ನಡಕ್ಕೆ ವಿರಾಮ ನೀಡಿದ್ದರು. ಅಂದು ಮನೆಯ ಹಿರಿಯಣ್ಣನಂತೆ ಎಲ್ಲರನ್ನೂ ಅವರು ಹರಸಿ ಹರಟಿದ್ದು ಇನ್ನೂ ಮನದಲ್ಲಿ ಹಸಿರಾಗಿದೆ.

ನನ್ನ ಮದುವೆಗೂ ಅವರು ಆಗಮಿಸಿ ನಮ್ಮಿಬ್ಬರನ್ನೂ ಆಶೀರ್ವದಿಸಿ ತಮ್ಮ 'ರಸಸರಸ್ವತಿ' ಕೃತಿಯನ್ನು ಕೊಡುಗೆಯಾಗಿ ನೀಡಿದ್ದರು.

ನಮ್ಮ ತಂದೆಯವರೊಡನೆ ಆತ್ಮೀಯ ಬಾಂಧವ್ಯ ಹೊಂದಿದ್ದ ಸಹೃದಯರು ಪುತಿನ.

ಕವಿನೆನಪು
5

ಆಹಾ! ಹೀರೇಕಾಯಿ ಬೋಂಡ

ನಮ್ಮ ತಂದೆಯವರು ವರಕವಿ ಬೇಂದ್ರೆಯವರ ಜತೆಗೂ ಗೌರವಮಿಶ್ರಿತ ಸ್ನೇಹಭಾವ ಹೊಂದಿದ್ದರು. ಬೇಂದ್ರೆಯವರು ಕೆಎಸ್‌ನರ ಅಭಿನಂದನಾ ಗ್ರಂಥ 'ಚಂದನ'ಕ್ಕೆ ಒಂದು ಆಶೀರ್ವಾದಪೂರ್ವಕ ಪತ್ರವನ್ನು ಬರೆದು ಹಾರೈಸಿದ್ದರು.

ನಮ್ಮಣ್ಣ ಹರಿಹರ 1971ರಿಂದ 1978ರವರೆಗೆ ಧಾರವಾಡದಲ್ಲಿ, ಕರ್ನಾಟಕ ವಿಶ್ವವಿದ್ಯಾಲಯದ ಪ್ರಕಟಣಾ ವಿಭಾಗದಲ್ಲಿ ಉದ್ಯೋಗದಲ್ಲಿದ್ದಾಗ, ನಮ್ಮ ತಂದೆ ಆಗಾಗ್ಗೆ ಅಲ್ಲಿಗೆ ಭೇಟಿ ನೀಡುವ ಪ್ರಸಂಗ ಬರುತ್ತಿತ್ತು. ಆಗೆಲ್ಲ ಚನ್ನವೀರ ಕಣವಿಯವರ ಜತೆಯೋ, ಎನ್ಕೆ ಅವರ ಜತೆಯೋ ಸಾಧನಕೇರಿಯ ಶ್ರೀಮಾತಾಕ್ಕೆ ಬೇಂದ್ರೆಯವರನ್ನು ಕಾಣಲು ಹೋಗುವ ಅವಕಾಶವನ್ನು ತಪ್ಪಿಸಿಕೊಳ್ಳುತ್ತಿರಲಿಲ್ಲ. ಅಲ್ಲಿ ಬೇಂದ್ರೆಯವರ ಮಾತಿನ ಝರಿಯಲ್ಲಿ ಮಿಂದು, ಅವರ ಮನೆಯ ಕಲ್ಲುಸಕ್ಕರೆಯನ್ನು ಸವಿದು ಬರುತ್ತಿದ್ದರು. (ಬಂದವರಿಗೆಲ್ಲ ಕಲ್ಲುಸಕ್ಕರೆಯ ಆತಿಥ್ಯ ನೀಡುವುದು ಬೇಂದ್ರೆಯವರ ಮನೆಯ ಸಂಪ್ರದಾಯವಾಗಿತ್ತು. ಬೇಂದ್ರೆಯವರು ಗತಿಸಿದ ನಂತರವೂ ಈ ಪದ್ಧತಿ ಮುಂದುವರೆದಿತ್ತು)

1972ರಲ್ಲಿ ಒಂದು ಸ್ಮರಣೀಯ ಪ್ರಸಂಗ. ಒಂದು ಭಾನುವಾರ ಬೆಳಿಗ್ಗೆ ಬೆಂಗಳೂರಿನ ವಿಜಯಾ ಕಾಲೇಜಿನ ಕನ್ನಡ ಪ್ರೊಫೆಸರ್ ಆರ್.ಜಿ. ಕುಲಕರ್ಣಿಯವರ ಮಗ ಬಂದು "ನಮ್ಮ ತಂದೆಯವರು ಮಧ್ಯಾಹ್ನ 3 ಗಂಟೆ ನಂತರ ನಿಮ್ಮ ಮನೆಗೆ ಬೇಂದ್ರೆ ಅವರನ್ನು ಕರೆದುಕೊಂಡು ಬರಲು ಅನುಕೂಲವಿದೆಯೇ?" ಎಂದು ಕೇಳಿದ. ನಮ್ಮ ತಂದೆಯವರು "ಅಗತ್ಯವಾಗಿ ಬರಲಿ. ಅವರಿಗೆ ಸ್ವಾಗತ" ಎಂದರು.

ಮನೆಯಲ್ಲಿ ಸಂಚಲನ, ಸಂಭ್ರಮದ ವಾತಾವರಣ. ನುಡಿಗಾರುಡಿಗನ ಬರವಿಗಾಗಿ ಎಲ್ಲರಿಗೂ ಕಾತರ. 3 ಗಂಟೆಗೆ ಸರಿಯಾಗಿ ಬೇಂದ್ರೆಯವರು ಕುಲಕರ್ಣಿಯವರೊಂದಿಗೆ ಮನೆಗೆ ಆಗಮಿಸಿದರು. ಕೋಟು, ಪಂಚೆ, ಕರಿ ಟೋಪಿ, ಹಣೆಯಲ್ಲಿ ಢಾಳಾದ ಕುಂಕುಮ ಕೈಯಲ್ಲಿ ಛತ್ರಿ. ಬಂದವರೆ "ನರಸಿಂಹಸ್ವಾಮಿ, ನನಗೆ ನಿನ್ನ ಬಗ್ಗೆ, ನಿನ್ನ ಕಾವ್ಯದ ಬಗ್ಗೆ ಗೊತ್ತು. ನಿನ್ನ ಕುಟುಂಬದ ಬಗ್ಗೆ ಈಗಿಂದೀಗಲೇ ತಿಳೀಬೇಕಾಗಿದೆ. ಕರೆ ಎಲ್ಲರನೂ" ಎಂದರು.

ಮನೆಯಲ್ಲಿದ್ದ ಪ್ರತಿಯೊಬ್ಬರನ್ನೂ ಪರಿಚಯ ಮಾಡಿಕೊಂಡರು. "ಏನ ಹೆಸರು?... ಯಾವ ಸಾಲಿ?... ಛಲೋ ಓದಬೇಕು ಅಪ್ಪಗ ಕೀರ್ತಿ ತರಬೇಕು" ಎಂದು ಪ್ರತಿಯೊಬ್ಬರನೂ ವಿಚಾರಿಸಿ, ತಲೆ ಮೇಲೆ ಕೈ ಇರಿಸಿ ಆಶೀರ್ವಾದ ಮಾಡಿದರು.

ಅವರ ದೃಷ್ಟಿ ಅಡುಗೆಮನೆಯತ್ತಲೂ ಹೊಯಿತು. ಬಾಗಿಲಲಿ ನಿಂತು, "ಏನು ನಡೆಸಿದ್ದೀ ತಂಗೆವ್ವ?" ಎಂದು ನಮ್ಮ ತಾಯಿಯವರನ್ನು ಕೇಳಿದರು.

"ಹೀರೇಕಾಯಿ ಬೋಂಡ ಮಾಡ್ತಿದ್ದೀನಿ" ಎಂದರು ನಮ್ಮ ತಾಯಿ.

"ಹೋ ಹೀರೇಕಾಯಿ ಬೋಂಡ, ಬಹಳ ರುಚಿ, ಮುದುಕ, ಜೀರ್ಣ ಆಗೋಲ್ಲ ಇವಗೆ ಅಂತ ಕೊಡದೇ ಹೋಗಬೇಡವ್ವ" ಎಂದು ತಮಾಷೆ ಮಾಡಿದರು.

ಇದ್ದಕ್ಕಿದ್ದಂತೆ ಅವರ ದೃಷ್ಟಿ ಅಡುಗೆಮನೆಯ ಒಂದು ಮೂಲೆಯಲ್ಲಿ ದೇವರಗೂಡಲ್ಲಿದ್ದ ದೊಡ್ಡ ಫೋಟೋದತ್ತ ಹರಿಯಿತು.

"ಇದೇನು ಇಲ್ಲಿ?" ಎಂದು ಕೇಳಿದರು.

"ಅದು ಗೊಂದಾವಳೇಕರ ಮಹಾರಾಜ ಬ್ರಹ್ಮಚೈತನ್ಯರು" ಎಂದು ನಮ್ಮ ತಾಯಿ ಹೇಳಿದಾಗ.

"ಅದು ನನಗೂ ಗೊತ್ತು. ನಾನೂ ಆ ಕಡೆಯವನೇ, ಇಲ್ಲಿ ಹೇಗೆ ಬಂತು ಎಂದು ಕೇಳಿದೆ".

ಬಹಳ ಹಿಂದೆ ಗೊಂದಾವಳೇಕರರ ಪರಮಭಕ್ತರೊಬ್ಬರು ಫೋಟೋವನ್ನು ನೀಡಿದ್ದೆಂದು, ನಮ್ಮ ತಾಯಿ ತಿಳಿಸಿ, ಇಲ್ಲೇ ಬೆಂಗಳೂರಿನ ಹನುಮಂತನಗರದಲ್ಲಿ

ಬ್ರಹ್ಮಚೈತನ್ಯ ಮಂದಿರ ಇದೆಯೆಂದು ಹೇಳಿದರು. ಇದಕ್ಕೆ ಬೇಂದ್ರೆಯವರು, "ಕುಲಕರ್ಣಿ ಅದರ ಅಡ್ರೆಸ್ ಹಚ್ಚಿಕೋ, ಒಮ್ಮೆ ಅಲ್ಲಿಗೆ ಹೋಗಿಬರೋಣ" ಎಂದರು. (ಮುಂದಿನ ಬಾರಿ ಬೆಂಗಳೂರಿಗೆ ಬಂದಾಗ ಬ್ರಹ್ಮಚೈತನ್ಯ ಮಂದಿರಕ್ಕೆ ಭೇಟಿ ನೀಡಿ ಸಂತಸಪಟ್ಟರೆಂದೂ ತಿಳಿದುಬಂದಿತು.)

ಇಷ್ಟೆಲ್ಲ ಚಟುವಟಿಕೆಗಳನ್ನು ಮುಗಿಸಿ "ನರಸಿಂಹಸ್ವಾಮಿ ತಿಳಿದಿದ್ದಾಯ್ತು ನಿನ್ನ ಸಂಸಾರ, ನಡೆಯಲಿನ್ನ ಸಾಹಿತ್ಯ ವಿಚಾರ" ಎಂದು ಮಾತಿಗೆ ಕುಳಿತರು.

ಈ ಅವಿಸ್ಮರಣಿಯ ಘಟನೆ ನೆನಪಾಗಿ ಕಾಡುತ್ತಿತ್ತು. ಮುಂದೊಂದು ದಿನ ನನ್ನಿಂದ ಇಂಥ ಪದ್ಯವನ್ನೂ ಬರೆಸಿತು.

ವರಕವಿ

ಬಂದರು ವರಕವಿ ಮಲ್ಲಿಗೆ ಕವಿಯ ಮನೆಗೆ
ಕೆದರಿದ ಕೂದಲ ನಿಯಂತ್ರಿಸಲು ಟೊಪ್ಪಿಗೆ
ಹಣೆಗೆ ಕುಂಕುಮದ ಬಟ್ಟು: ಕಚ್ಚೆಪಂಚೆ, ಕೋಟು
ಕೈಯಲಿ ಛತ್ರಿ ನಿರಭಿಮಾನಿಯ ಚುಚ್ಚಿ ಎಬ್ಬಿಸಲು
ಎಲೆ ಕವಿ ನನಗೆ ನೀ ಗೊತ್ತು. ನಿನ್ನ ಕಾವ್ಯ ಕೂಡ
ಅಗಬೇಕಿದೆ ನಿನ್ನ ಸಮಸ್ತ ಕುಟುಂಬದ ಪರಿಚಯ
ಕರೆ ಎಲ್ಲ ಮಂದಿಯನು ಇಲ್ಲಿ ಈಗಿಂದೀಗಲೆ
ಉಳಿದ ಕೆಲಸ ಅವರ ಮಾತನಾಡಿಸಿದ ಮೇಲೆ
ಏ ತಮಾ, ಬಾ ಇಲ್ಲೇ, ಏನ ಹೆಸರು, ಯಾವ ಸಾಲಿ?
ಛಲೋ ಓದಿ ನೀ ತರಬೇಕು ಮತ್ತ ಅಪ್ಪಗ ಕೀರ್ತಿ
ಅಡುಗೆಯ ರಾಜ್ಯದಲಿ ಏನ ನಡೆಸಿದಿ ತಂಗೆವ್ವ?
ಓ, ಹೀರೇಕಾಯಿ ಬೋಂಡ ನನಗದು ಭಾಳ ಇಷ್ಟ
ಎಲೆ ಕವಿ ತಿಳಿದುಕೊಂಡಾಯ್ತು ನಿನ್ನ ಸಂಸಾರ
ನಡೆಯಲಿನ್ನ ನಮ್ಮೊಳಗೆ ಸಾಹಿತ್ಯದ ವಿಚಾರ

ಕವಿನೆನಪು
6

ಇಲ್ಲಿ ಜೀವನದಂತೆ ಕವಿತೆ

1982ರಲ್ಲಿ 'ಮೈಸೂರ ಮಲ್ಲಿಗೆ'ಯ ಕವನಗಳು 'ಪ್ರಬುದ್ಧ ಕರ್ಣಾಟಕ'ದಲ್ಲಿ ಪ್ರಕಟವಾಗಲು ಆರಂಭವಾಗಿ ನಲವತ್ತು ವರ್ಷವಾಯಿತೆಂದು ನಮ್ಮ ತಂದೆಯವರು ನಾಡಿನ ಎಲ್ಲ ಪತ್ರಿಕೆಗಳಿಗೆ ಪತ್ರವನ್ನು ಬರೆಯುವ ಮೂಲಕ ಈ ಸವಿಸಂಭ್ರಮವನ್ನು ಹಂಚಿಕೊಂಡು, ಎಲ್ಲ ಕಾವ್ಯಾಸಕ್ತರನ್ನು, ಪ್ರಕಟಣೆ ಮಾಡಿದ ಮಹಾರಾಜ ಕಾಲೇಜು ಕರ್ನಾಟಕ ಸಂಘವನ್ನು ಹಾಗೂ ಕೃತಿಗೆ ಕಾರಣಕರ್ತರಾದ ಕೃಷ್ಣಶಾಸ್ತ್ರಿಗಳನ್ನು ಸ್ಮರಿಸಿದ್ದರು.

ಪತ್ರಿಕೆಗಳಲ್ಲಿ ಪತ್ರ ಪ್ರಕಟವಾದ ಮೂರು ದಿನಕ್ಕೆ ಮಾಸ್ತಿಯವರಿಂದ ನಮ್ಮ ತಂದೆಗೆ ಒಂದು ಪತ್ರ ಬಂದಿತು. ಅದರಲ್ಲಿ "ನರಸಿಂಹಸ್ವಾಮಿ, 'ಮೈಸೂರ ಮಲ್ಲಿಗೆ'ಯನ್ನು ಮೊದಲು ಪ್ರಕಟಿಸಲು ಮುಂದೆ ಬಂದವನು ನಾನು, ನಿನಗೆ ನೆನಪಿದೆಯೇ" ಎಂದಷ್ಟೇ ಇತ್ತು. ತಕ್ಷಣ ನಮ್ಮ ತಂದೆಯವರಿಗೆ ತಾವು ಪತ್ರಿಕೆಗಳಿಗೆ ಬರೆದ ಪತ್ರದಲ್ಲಿ ಮಾಸ್ತಿಯವರ ಹೆಸರು ಇಲ್ಲದ್ದು ಆಗ ಅರಿವಾಯಿತು.

ಪತ್ರಿಕೆಗಳಿಗೆ ಮತ್ತೊಂದು ಪತ್ರ ಬರೆದು "ಮೈಸೂರ ಮಲ್ಲಿಗೆಯನ್ನು ಮೊದಲು ಪ್ರಕಟಿಸಲು ಮುಂದೆ ಬಂದದ್ದು ಹಿರಿಯಣ್ಣ ಮಾಸ್ತಿಯವರು. ಈ ವಿಷಯ ನನ್ನ ಹಿಂದಿನ ಪತ್ರದಲ್ಲಿ ಬಿಟ್ಟುಹೋಗಿದ್ದಕ್ಕೆ ಅಣ್ಣ ಮಾಸ್ತಿಯವರ ಕ್ಷಮೆ ಕೋರುತ್ತೇನೆ" ಎಂದು ಸ್ಪಷ್ಟಪಡಿಸಿದರು.

ಈ ವಿಷಯ ತಿಳಿದ ಮಾಸ್ತಿಯವರು ತಮ್ಮ ಎಂದಿನ ಮಗುವಿನ ನಗೆ ಚೆಲ್ಲಿ "ಈಗ ಸರಿಯಾಯಿತು" ಎಂದರು.

ನಮ್ಮ ತಂದೆಯವರ ಅಭಿನಂದನಾ ಗ್ರಂಥ 'ಚಂದನ' ಬಿಡುಗಡೆಯಾದಾಗ, ಮಾಸ್ತಿಯವರು ಆಗಮಿಸಿ ಮೊದಲ ಸಾಲಿನಲ್ಲಿ ಕುಳಿತು ಸಮಾರಂಭವನ್ನು ಹರಸಿದ್ದರು.

1980ರ ಜೂನ್‌ನಲ್ಲಿ ನಮ್ಮ ತಂದೆ ಅನಾರೋಗ್ಯಕ್ಕೀಡಾಗಿ ಆಸ್ಪತ್ರೆ ಸೇರಬೇಕಾಗಿ ಬಂತು. ಈ ವಿಷಯ ತಿಳಿದ ಮಾಸ್ತಿಯವರು ಐನೂರು ರೂಪಾಯಿಯ ಚೆಕ್ ಒಂದನ್ನು ಕಳುಹಿಸಿ, "ಚೆಕ್ ಸ್ವೀಕರಿಸಬೇಕು. ಇದು ನನ್ನ ಆಗ್ರಹ" ಎಂದು ಪತ್ರ ಬರೆದಿದ್ದರು.

1982ರಲ್ಲಿ ಬೆಂಗಳೂರು ಆಕಾಶವಾಣಿಯವರು ಕನ್ನಡ ಸಾಹಿತ್ಯ ಪರಿಷತ್ ಸಭಾಂಗಣದಲ್ಲಿ ಯುಗಾದಿ ಕವಿ ಸಮ್ಮೇಳನವೊಂದನ್ನು ಆಯೋಜಿಸಿದ್ದರು. ಅದರ ಅಧ್ಯಕ್ಷತೆ ವಹಿಸಿದ್ದವರು ಮಾಸ್ತಿಯವರು. ನಮ್ಮ ತಂದೆಯವರೂ ಅದರಲ್ಲಿ ಭಾಗವಹಿಸಿದ್ದರು. ನಮ್ಮ ತಂದೆಯವರನ್ನು ಹತ್ತಿಸಿಕೊಂಡ ಆಕಾಶವಾಣಿಯ ವಾಹನ ಮಾಸ್ತಿಯವರ ಮನೆಯತ್ತ ಹೋಯಿತು. ತಂದೆಯವರ ಜತೆ ನಾನೂ ಹೋಗಿದ್ದೆ. ನಿತ್ಯಪೂಜೆಯಲ್ಲಿ ನಿರತರಾಗಿದ್ದ ಮಾಸ್ತಿಯವರು, ಬೇಗ ಸಿದ್ಧರಾಗಿ ಬಂದು ತಡವಾದದ್ದಕ್ಕೆ ಎಲ್ಲರ ಕ್ಷಮೆ ಕೋರಿ, ತಮ್ಮ ಸೌಜನ್ಯ ಮೆರೆದರು.

ಹೊಸ ಮುಖವಾಗಿದ್ದ ನನ್ನತ್ತ ನೋಡಿದ ಅವರು, "ಯಾರಿದು?" ಎಂದು ಕೇಳಿದರು. ನಮ್ಮ ತಂದೆಯವರು "ನನ್ನ ಮಗ" ಎಂದಾಗ ಮಾಸ್ತಿಯವರು, "ಹಾಗಾದರೆ ಮೊದಲು ಅವನನ್ನು ಮಾತನಾಡಿಸುತ್ತೇನೆ. ನೀನಾದರೆ ಆಗಾಗ್ಗೆ ಸಿಗುವವನು" ಎಂದು ನಮ್ಮ ತಂದೆಗೆ ಹೇಳಿ, "ಏನು ಹೆಸರು?" ಎಂದು ನನ್ನನ್ನು ಕೇಳಿದರು. ಹೆಸರು ಹೇಳಿದೆ. ಕೆಲಸದ ಬಗ್ಗೆ ವಿಚಾರಿಸಿದರು.

"ಅಪ್ಪನ ಜತೆಯೇ ಇದ್ದೀಯೋ?" ಎಂದು ಕೇಳಿದಾಗ ಒಟ್ಟಿಗೆ ಇದ್ದೇವೆ ಎಂದೆ.

"ಸಂತೋಷ" ಎನ್ನುತ್ತ ನಮ್ಮ ತಂದೆಯವರತ್ತ ತಿರುಗಿ, "ನರಸಿಂಹಸ್ವಾಮಿ ನಿನಗೆ ಹುಷಾರಿಲ್ಲ ಎಂದು ಕೇಳಿದೆ. ಏನದರ ಅರ್ಥ? ನೀನು ನನಗಿಂತ ಇಪ್ಪತ್ತು ವರ್ಷ ಚಿಕ್ಕವನು. ದೇಹದ ಕಾಯಿಲೆ, ಮನಸ್ಸಿನ ಕಾಯಿಲೆ ಎಲ್ಲದಕ್ಕೂ ಪರಿಹಾರ ಇದ್ದೇ

ಇದೆ. ಕಷ್ಟಗಳು ಬರುತ್ತವೆ, ಹೋಗುತ್ತವೆ. ಅರೋಗ್ಯದ ಸಮಸ್ಯೆ ಇದ್ದರೂ, ಈಗ ನಾನು ಧೈರ್ಯದಿಂದ ಇಲ್ಲವೇ?" ಎಂದು ಗದರಿಕೆಯ ದನಿಯಲ್ಲೇ ಹೇಳಿದಾಗ ಮಾಸ್ತಿಯವರು ಮನೆಯ ಹಿರಿಯಣ್ಣನೇ ಆಗಿಬಿಟ್ಟಿದ್ದರು.

ನಮ್ಮ ತಂದೆಯವರಿಗೆ ಮಾಸ್ತಿ ಪ್ರಶಸ್ತಿ ಬಂದಾಗ, ಅದನ್ನು ಸಂತಸದಿಂದ ಹಾಗೂ ಧನ್ಯತೆಯಿಂದ ಸ್ವೀಕರಿಸಿದರು.

ಮಾಸ್ತಿಯವರ ಬರಹದ ಶೈಲಿಯನ್ನು ಮೆಚ್ಚಿ ಕೆಎಸ್‌ನ "ಮಾಸ್ತಿಯವರ ಕವಿತೆ" ಎಂಬ ಸುನೀತವನ್ನು ಬರೆದಿದ್ದು ('ಇರುವಂತಿಗೆ' ಕವನ ಸಂಕಲನದಲ್ಲಿದೆ) ಮಾಸ್ತಿಯವರ ಕೃತಿಗಳನ್ನು:

"ಅಪ್ರಕೃತ ಸಂಸ್ಕೃತದವಾಂತರದ ಧಗೆಯಿಲ್ಲ

ಇಲ್ಲಿ ಜೀವನದಂತೆ ಕವಿತೆ: ಜೀವದ ಉಸಿರು"

ಎಂದು ವ್ಯಾಖ್ಯಿಸಿ ನುಡಿನಮನ ಸಲ್ಲಿಸಿದ್ದಾರೆ.

ಕವಿನೆನಪು
7

ನಿಮ್ಮಪ್ಪ ಕಿಲಾಡಿ ಕಣಯ್ಯ

ನವ್ಯಕಾವ್ಯ ಪ್ರವರ್ತಕ ಕವಿ ಎನಿಸಿದ್ದ ಗೋಪಾಲಕೃಷ್ಣ ಅಡಿಗ ಹಾಗೂ ನಮ್ಮ ತಂದೆ ಏಕವಚನದ ಸಲುಗೆಯ ಸ್ನೇಹಿತರು. ಭೇಟಿಯಾದಾಗಲೆಲ್ಲ ಅಡಿಗರು, "ಏನಯ್ಯ ನರಸಿಂಹ, ಹೇಗಿದ್ದೀಯ?" ಎಂದು ಕುಶಲ ವಿಚಾರಿಸಿದರೆ, ನಮ್ಮ ತಂದೆಯವರು "ಬಾರಯ್ಯ ಅಡಿಗ, ತುಂಬಾ ದಿನ ಆಯ್ತು ನೋಡಿ" ಎಂದು ಉತ್ತರಿಸುತ್ತಿದ್ದರು. ಇಬ್ಬರೂ ಭೇಟಿಯಾದಾಗ ಸಾಹಿತ್ಯದ ಬಗ್ಗೆ ಮತ್ತು ವಿಶೇಷವಾಗಿ ಕಾವ್ಯದ ಬಗ್ಗೆ ಮಾತನಾಡಿದವರೇ ಅಲ್ಲ. ಇತ್ತೀಚೆಗೆ ಏನು ಬರೆದಿದ್ದು ಎನ್ನುವ ಪ್ರಶ್ನೆ ಬಿಟ್ಟು,

ಅಡಿಗರು ನವ್ಯಕಾವ್ಯ ಪ್ರವರ್ತಕರಷ್ಟೇ ಅಲ್ಲದೆ ಅದರ ಪ್ರಬಲ ಪ್ರತಿಪಾದಕರೂ ಆಗಿದ್ದರು ಎಂಬ ಮಾತು ಕಾವ್ಯವಲಯದಲ್ಲಿ ಜನಜನಿತ ವಿಷಯ. ನವೋದಯದ ಪರಿಕಲ್ಪನೆಗಳಿಗೆ ಸಡ್ಡು ಹೊಡೆದು, ಭಿನ್ನ ಲಯದ, ಪ್ರತಿಮಾನಿಷ್ಠ ನವ್ಯಕಾವ್ಯವನ್ನು ಮುನ್ನೆಲೆಗೆ ತಂದವರು.

ಈ ನಿಟ್ಟಿನಲ್ಲಿ 'ಮೈಸೂರ ಮಲ್ಲಿಗೆ' ಅವರಿಗೆ ನವೋದಯ ಕಾವ್ಯದ ಪ್ರತಿಮೆಯಾಗಿ ಕಂಡು, ನವ್ಯಕಾವ್ಯದ ಸಂದರ್ಭದಲ್ಲಿ ಕೆಎಸ್‌ನ 'ಮಹತ್ವ ನೀಡಬೇಕಾದ

ಕವಿಯಲ್ಲ' ಎಂಬ ಅಭಿಮತ ತಳೆದಿದ್ದರು. ಅತ್ಯಲ್ಪ ಕಾಲದಲ್ಲಿ ಆ ಕೃತಿಗೆ ದೊರೆತ ಜನಪ್ರಿಯತೆಯೂ ಅಡಿಗರಿಗೆ ಸಹನೆಯಾಗಿರರಲಿಲ್ಲ. ಈ ಹಿನ್ನೆಲೆಯಲ್ಲಿ ಮತ್ತು ನವೋದಯದ ಕವಿಗಳನ್ನು ಗೇಲಿ ಮಾಡಲು ಅವರು 'ಪುಷ್ಪಕವಿಯ ಪರಾಕು' ಪದ್ಯವನ್ನು ಬರೆದರು.

ಅವರಿವರೇನು ಬರೆದಾರು ಬಿಡು: ಕೊರೆದಾರು
ಕರುಣೆಯಿಲ್ಲದೆ ರಸಿಕರೆದೆಯ
ಎಲ್ಲವನು ಹೂವಾಗಿ ಕರುವಿಡುವ ರೂವಾರಿ!
ಸುಗ್ಗಿ ಬೆಳುದಿಂಗಳ ಸರೋವರದ ತೀರದಲಿ
ಶೃಂಗಾರ ರಸವುಲಿವ ಕಾಮ ನಾನು;
ಬೆಪ್ಪುಗಳು ಬಲ್ಲರೇ ಈ ರಸವಿಲಾಸವನು?...

ಈ ಕವನದ ಸಾಲುಗಳು ಕೆಎಸ್‌ನ ಅವರನ್ನೇ ಗುರಿಯಾಗಿಸಿದೆ ಎಂದು ಕಾವ್ಯಾಸಕ್ತರಿಗೆಲ್ಲ ಅನಿಸಿತು. ನಮ್ಮ ತಂದೆಯವರಿಗೆ ಅಕಾಡೆಮಿಕ್ ವಲಯದ ಕವಿಗಳಂತೆ ಲಾಬಿ ಮಾಡುವ ವಿದ್ಯಾರ್ಥಿಗಳಾಗಲಿ, ವಿಮರ್ಶಕ ಗಣವಾಗಲೀ ಇಲ್ಲದ್ದರಿಂದ, ಈ ಪದ್ಯದ ಕುರಿತು ಪತ್ರಿಕೆಗಳಲ್ಲಿ ಪ್ರತಿಕ್ರಿಯೆಗಳು ಬರಲು ಸಾಧ್ಯವಿರಲಿಲ್ಲ.

ಕೆಲವರು ಆಸಕ್ತರು ಈ ಕವನದ ಬಗ್ಗೆ ನಿಮ್ಮ ಅನಿಸಿಕೆ ಏನು ಎಂದು ನಮ್ಮ ತಂದೆಯವರನ್ನು ಕೇಳಿದಾಗ, "ಅಡಿಗರು ಶ್ರೇಷ್ಠ ಕವಿ. 'ಪುಷ್ಪಕವಿಯ ಪರಾಕು' ತನ್ನದೇ ಸರಿ ಎನ್ನುವಂತೆ ಬಂದಿದೆ. ನಾನು ಇದಕ್ಕೆ ಉತ್ತರಿಸುವುದಿಲ್ಲ" ಎಂದಿದ್ದರು.

ಆದರೆ ಬಹಳ ವರ್ಷಗಳ ನಂತರ "ನೊಂದ ನೋವನ್ನಷ್ಟೇ ಹಾಡಬೇಕೇನು, ಬೇಡವೆ ಯಾರಿಗೂ ಸಿರಿಮಲ್ಲಿಗೆ?" ಕವನದಲ್ಲೇ ಉತ್ತರಿಸಿದರು.

ಅಡಿಗ ಹಾಗೂ ಕೆಎಸ್‌ನ ನಡುವಣ ಕಾವ್ಯಸಮರದ ಮತ್ತೊಂದು ಉದಾಹರಣೆ, ಅಡಿಗರ 'ಭೂತ' ಕವನಕ್ಕೆ ಕೆಎಸ್‌ನರ 'ಕುಂಕುಮ ಭೂಮಿ' ಉತ್ತರವಾಗಿದ್ದು. ಭೂತ ಕವನದಲ್ಲಿ

"ಅಗೆವಾಗ್ಗೆ ಮೊದಲು ಕೋಶಾವಸ್ಥೆ ಮಣ್ಣು
ಕೆಳಕ್ಕೆ, ತಳಕ್ಕೆ ಗುದ್ದಲಿಯೆತ್ತಿ ಕುಕ್ಕಿದರೆ
ಕಂಡೀತು ಗೆರೆಮರಿವ ಚಿನ್ನದದಿರು" ಎಂದಿದ್ದರೆ
ಇದಕ್ಕೆ ಪ್ರತಿಯಾಗಿ 'ಕುಂಕುಮ ಭೂಮಿ'ಯಲ್ಲಿ ಕೆಎಸ್‌ನ
"ಅಗೆದಾಗ ನಕ್ಕದ್ದು ನುಣುಪು ಕುಂಕುಮ ಭೂಮಿ
ಗುದ್ದಲಿಯ ಕೆಲಸ ಅಲ್ಲಿಗೆ ನಿಂತಿದೆ" ಎಂದು ಪ್ರತಿಪಾದಿಸಿದ್ದರು.

'ಭೂತ' ಕವನದಲ್ಲಿ ಅಡಿಗರು ಚಿನ್ನದ ಅದುರಿಗಾಗಿ ಭೂಮಿಯ ಆಳಕ್ಕೆ ಹೋಗಬೇಕಾದ ಶ್ರಮವನ್ನು ತಿಳಿಸಿದರೆ, 'ಕುಂಕುಮ ಭೂಮಿ'ಯಲ್ಲಿ ಕೆಎಸ್‌ನ ಅವರಿಗೆ ಈ ಭೂಮಿಯೇ ಚಿನ್ನವಾಗಿ ಕಂಡಿತ್ತು.

ಎಲ್ಲ ಕಾವ್ಯಾಸಕ್ತರು ಈ ಎರಡೂ ಕವನಗಳನ್ನು ಇನ್ನೂ ಹೆಚ್ಚು ಅಭ್ಯಸಿಸುವ ಅಗತ್ಯವಿದೆ.

ಅಡಿಗರು ಒಮ್ಮೆ ಅವರನ್ನು ಭೇಟಿಯಾಗಿದ್ದಾಗ, "ನಿಮ್ಮಪ್ಪ ಬಲು ಕಿಲಾಡಿ ಕಣಯ್ಯ, ನಾನು ಅವನನ್ನು ಟೀಕಿಸಿ ಪದ್ಯ ಬರೆದಾಗ ಸುಮ್ಮನಿರುತ್ತಾನೆ. ಮುಂದೆ ಯಾವತ್ತೋ ಒಂದು ದಿನ ಪದ್ಯದ ಬಾಣ ಬಿಡ್ತಾನೆ" ಎಂದಿದ್ದರು.

'ಶಿಲಾಲತೆ' ಕವನ ಸಂಕಲನ ಬಂದ ಮೇಲೆ ನಮ್ಮ ತಂದೆಯವರ ಕಾವ್ಯದ ಬಗ್ಗೆ ಅಡಿಗರ ಧೋರಣೆ ಇತ್ಯಾತ್ಮಕವಾಗಿ ಬದಲಾಯಿತು. ನವ್ಯಶೈಲಿಯಲ್ಲೂ ಬರೆಯಲು ಸಮರ್ಥರು ಎಂಬುದು ಅವರಿಗೆ ಮನವರಿಕೆಯಾಯಿತು. 'ಶಿಲಾಲತೆ' ಕೃತಿಗೆ ದೇವರಾಜ ಬಹದ್ದೂರ್ ಬಹುಮಾನ ಬಂದಿತು. ಆದರೆ ಮೂರನೆಯ ಬಹುಮಾನವನ್ನು ಇಬ್ಬರಿಗೆ ಹಂಚಿದ್ದರು. (ಪಡೆದ ಮತ್ತೊಬ್ಬರು ಚನ್ನವೀರ ಕಣವಿ) ಇದರ ಬಗ್ಗೆ ಅಡಿಗರು ವಿಷಾದಿಸಿ, ಕೃತಿಗೆ ಮೊದಲನೆಯ ಬಹುಮಾನ ಬರಬೇಕಿತ್ತೆಂದು ನಮ್ಮ ತಂದೆಯವರಿಗೆ ಪತ್ರ ಬರೆದಿದ್ದರು.

ಅಡಿಗರು ನಿಧನರಾದ ಸುದ್ದಿ ಸುಮತೀಂದ್ರ ನಾಡಿಗರ ಮೂಲಕ ತಿಳಿದಾಗ ನಮ್ಮ ತಂದೆ ನನಗೆ "ನೋಡಿಕೊಂಡು ಬರೋಣ ನಡಿ" ಎಂದರು. ಸರಿ ಎಂದು ಆಟೋ ತರಲು ಹೋದಾಗ, "ಏನೂ ಬೇಡ, ನಿನ್ನ ಸ್ಕೂಟರ್‌ನಲ್ಲಿ ಹೋಗೋಣ" ಎಂದರು. ನನಗೋ ಅಳುಕು, ಎಂದೂ ಅವರು ನನ್ನ ಸ್ಕೂಟರ್ ಹಿಂದೆ ಕುಳಿತರವರಲ್ಲ. ಬೇಡ ಎಂದರೂ ಕೇಳಲಿಲ್ಲ. ಸ್ಕೂಟರ್‌ನಲ್ಲೇ ಹಿಂದೆ ಕುಳಿತು ಬಂದರು. ನಾನು ಆಗಾಗ್ಗೆ ಹಿಂದೆ ತಿರುಗಿ ನೋಡುತ್ತಿದ್ದಾಗ, "ರಸ್ತೆ ನೋಡಿಕೊಂಡು ಓಡಿಸು. ನನ್ನ ಚಿಂತೆ ಬೇಡ" ಎಂದರು. ಅಡಿಗರ ಪಾರ್ಥಿವ ಶರೀರದ ಹತ್ತಿರ ಮೌನವಾಗಿ ನಿಂತು ಹೊರಬಂದರು.

ಕಾವ್ಯಮಾರ್ಗದಲ್ಲಿ ಭಿನ್ನಮತವಿದ್ದರೂ, ಇಬ್ಬರ ಆತ್ಮೀಯ ಸ್ನೇಹಕ್ಕೆ ಎಂದೂ ಕುಂದಿರಲಿಲ್ಲ.

ಕವಿನೆನಪು

8

ಸಮಗ್ರ ಅಲ್ಲ, ಇದುವರೆಗಿನ ಕಾವ್ಯ

ನಮ್ಮ ತಂದೆಯವರು ಆಗಾಗ್ಗೆ ನೆನೆಯುತ್ತಿದ್ದ ಕಾವ್ಯಮಿತ್ರರೆಂದರೆ ರಾಷ್ಟ್ರಕವಿ ಜಿಎಸ್‌ಎಸ್ ಅವರು. ಜಿಎಸ್‌ಎಸ್ ನಮ್ಮ ತಂದೆಗಿಂತ ಹನ್ನೊಂದು ವರುಷ ಕಿರಿಯರು ಮತ್ತು ತಮ್ಮದೇ ಸಮನ್ವಯ ಕಾವ್ಯಮಾರ್ಗವನ್ನು ರೂಪಿಸಿಕೊಂಡಿದ್ದವರು.

1972ರಲ್ಲಿ ಕೆಎಸ್‌ನ ಅಭಿನಂದನಾ ಸಮಿತಿ ರಚಿಸಿ, 'ಚಂದನ' ಎಂಬ ಅಭಿನಂದನಾ ಗ್ರಂಥವನ್ನು ತಮ್ಮ ಸಂಪಾದಕತ್ವದಲ್ಲಿ ಹೊರತಂದು, ಅದರ ಲೋಕಾರ್ಪಣೆಯ ಸಮಾರಂಭವನ್ನು ಸ್ಮರಣೀಯವಾಗಿ ಹಮ್ಮಿಕೊಂಡಿದ್ದ ಉತ್ತಮ ಸಂಘಟಕರು ಜಿಎಸ್‌ಎಸ್. ಆ ಸಮಾರಂಭದಲ್ಲಿ ಮಾಸ್ತಿ, ಡಿವಿಜಿ ಅವರಂಥ ಹಿರಿ ತಲೆಮಾರಿನವರಷ್ಟೇ ಅಲ್ಲದೆ, ಯುವಕವಿಗಳು ಹಾಗೂ ವಿಮರ್ಶಕರು ಸಕ್ರಿಯವಾಗಿ ಭಾಗವಹಿಸಿದ್ದರು. ಕೆಎಸ್‌ನ ಕವನಗಳ ಮತ್ತು ಇತರ ಸಾಹಿತ್ಯದ ಬಗ್ಗೆ ವಿಮರ್ಶಾತ್ಮಕ ಒಳನೋಟ ಒದಗಿಸಿದ 'ಚಂದನ' ಒಂದು ಉತ್ತಮ ಪರಾಮರ್ಶನ ಗ್ರಂಥವೆನಿಸಿತ್ತು. ಆ ಕಾರಣಕ್ಕಾಗಿಯೇ ನಮ್ಮ ತಂದೆಯವರಿಗೆ ಜಿಎಸ್‌ಎಸ್ ಆಪ್ತರಾಗಿದ್ದರು.

1985ರಿಂದ 1988ರವರೆಗೆ ನಾನು ನಮ್ಮ ಬ್ಯಾಂಕಿನ ಬನಶಂಕರಿ ಎರಡನೆಯ ಹಂತದ ಶಾಖೆಯಲ್ಲಿ ಕೆಲಸ ಮಾಡುತ್ತಿದ್ದಾಗ ಜಿಎಸ್‌ಎಸ್ ಅವರು ಆ ಶಾಖೆಯ ಗ್ರಾಹಕರಾಗಿದ್ದರು. ನಮ್ಮ ತಂದೆಯವರಿಗೆ ಪುಸ್ತಕ ಅಥವಾ ಇನ್ನಾವುದೋ ಪತ್ರ ಕೊಡಬೇಕಾದಾಗ ಮನೆಯ ಹತ್ತಿರ ಬರಲು ಹೇಳುತ್ತಿದ್ದರು.

ನಮ್ಮ ತಂದೆಯವರ ಹುಟ್ಟುಹಬ್ಬವಾದ ಜನವರಿ 26ರಂದು ಪ್ರತಿವರ್ಷ ನಮ್ಮ ಮನೆಗೆ ಬಂದು ಶುಭ ಹಾರೈಸುವುದನ್ನು ತಪ್ಪದೆ ಪಾಲಿಸಿಕೊಂಡು ಬಂದಿದ್ದರು ಜಿಎಸ್‌ಎಸ್.

ಜಿಎಸ್‌ಎಸ್ ಅವರ ಸಮಗ್ರ ಕಾವ್ಯವನ್ನು ಬಿಡುಗಡೆ ಮಾಡಿದವರು ಕೆಎಸ್‌ನ. ಆ ಸಂದರ್ಭದಲ್ಲಿ ಅವರು ಮಾತನಾಡುತ್ತ, "ಸಮಗ್ರ ಕಾವ್ಯ ಎನ್ನುವ ಶೀರ್ಷಿಕೆಯನ್ನು ನಾನು ಒಪ್ಪುವುದಿಲ್ಲ. ಕವಿ ಕಾಲವಾದ ಮೇಲೆ ಪ್ರಕಟವಾದರೆ ಅದು ಸಮಗ್ರ ಕಾವ್ಯ. ಶಿವರುದ್ರಪ್ಪ ಇನ್ನೂ ಬರೀತಾರೆ. ಬೇಕಾದರೆ ಕೃತಿಯನ್ನು ಅವರ ಇದುವರೆಗಿನ ಕಾವ್ಯ ಎನ್ನಿ" ಎಂದು ಕವಿಗೆ ಶುಭ ಹಾರೈಸಿದ್ದರು.

ಕವಿನೆನಪು
9

ಮೊದಲು ಗುರುಗಳು, ಆಮೇಲೆ ನೆಂಟರು

ನಮ್ಮ ತಂದೆಯವರು ನಿಸಾರ್ ಅಹಮದ್ ಅವರೊಡನೆ ಒಂದು ವಿಶಿಷ್ಟವಾದ ಸ್ನೇಹ ಸಂಬಂಧವನ್ನು ಹೊಂದಿದ್ದರು. ಇಬ್ಬರೂ ಯಾವುದೇ ಪಂಥವಾದ, ಗುಂಪುಗಾರಿಕೆಗಳಿಂದ ದೂರವಾದ ಆದರೆ ಭಿನ್ನವಾದ ಕಾವ್ಯಮಾರ್ಗ ಅನುಸರಿಸಿದರು. ಅಭಿಮಾನಿಗಳು ಅಥವಾ ಕಾವ್ಯಾಸ್ವಾದಕರು ಇದ್ದರೇ ಹೊರತು ಆರಾಧಕರಿರಲಿಲ್ಲ, ವಿಶೇಷ ವಿಮರ್ಶಾ ಗಣವಿರಲಿಲ್ಲ. ಮತ್ತೊಂದು ವಿಷಯವೆಂದರೆ ನಿಸಾರರ ಸ್ನೇಹಜಾಲ ನಮ್ಮ ಕುಟುಂಬದ ಪ್ರತಿಯೊಬ್ಬ ಸದಸ್ಯರೊಂದಿಗೂ ಬೆಸೆದುಕೊಂಡಿದ್ದುದು.

ನಾನು ಮೊದಲ ಬಾರಿ ನಿಸಾರ್ ಅವರನ್ನು ನಮ್ಮ ಮನೆಯಲ್ಲಿ ಕಂಡಿದ್ದು ನಾನು ಹತ್ತು ವರುಷದ ಬಾಲಕನಾಗಿದ್ದಾಗ. ಅವರ 'ಮನಸು ಗಾಂಧಿ ಬಜಾರು' ಕವನ ಸಂಕಲನ (1960) ಆಗಲೇ ಪ್ರಕಟವಾಗಿತ್ತು. ಆ ಕೃತಿಗೆ ನಮ್ಮ ತಂದೆಯವರು ಮುನ್ನುಡಿ ಬರೆದುಕೊಟ್ಟಿದ್ದರು.

ನಿಸಾರ್ ಅಹಮದ್ ನಮ್ಮ ಕುಟುಂಬಕ್ಕೆ ನಿಕಟವಾಗಲು ಮತ್ತೊಂದು ಕಾರಣವೂ ಇದೆ. ನಾವು ಬೆಂಗಳೂರಿನ ಜಯನಗರ ಮೊದಲನೆಯ ಬ್ಲಾಕ್‌ನಲ್ಲಿ ವಾಸವಾಗಿದ್ದಾಗ ನಮ್ಮ ಮನೆಯ ಎದುರಿಗೆ ಆರೋಗ್ಯ ಇಲಾಖೆಯಲ್ಲಿ ಉದ್ಯೋಗದಲ್ಲಿದ್ದ ಅಬ್ದುಲ್ ರಷೀದ್ ಎನ್ನುವವರ ಮನೆ ಇತ್ತು. ಅವರು ನಿಸಾರರ ಚಿಕ್ಕಪ್ಪ. ಅವರ ಮನೆಗೆ ಆಗಾಗ್ಗೆ ಬರುತ್ತಿದ್ದರು. ಆದರೆ ಅವರ ಮನೆಗೆ ಹೋಗುವ ಮೊದಲು ನಮ್ಮ ಮನೆಗೆ ಭೇಟಿ ನೀಡುತ್ತಿದ್ದರು.

ಒಮ್ಮೆ ನಿಸಾರರು ಬಂದಾಗ ಗೇಟಿನ ಬಳಿ ನಿಂತಿದ್ದ ರಷೀದ್ ಅವರು "ಬಾರಯ್ಯ ನಿಸಾರ್" ಎಂದು ಆಹ್ವಾನಿಸಿದಾಗ, ನಿಸಾರ್ ಅವರು "ಮೊದಲು ನಮ್ಮ ಗುರುಗಳ ಮನೆ, ಆಮೇಲೆ ನೆಂಟರ ಮನೆ" ಎಂದಿದ್ದರು.

ಮನೆಯೊಳಗೆ ಬಂದು ಆಸೀನರಾಗಿ ಅವರು ಕೈಯಲ್ಲಿ ಸಿಗರೇಟ್ ಪ್ಯಾಕ್ ಹಿಡಿದು ನಮ್ಮ ತಂದೆಯವರ ಅನುಮತಿ ಕೇಳಿ ಧೂಮಪಾನ ಮಾಡುತ್ತಿದ್ದರು. ನಾನೋ, ನಮ್ಮಣ್ಣನೋ ಕಾಫಿ ನೀಡಿದಾಗ "ಹೇಗಿದ್ದೀಯಾ ದೊರೆ, ಅಮ್ಮ ಇದ್ದಾರಾ?" ಎಂದು ಕೇಳುತ್ತಿದ್ದರು.

"ಏನಾದರೂ ಬರೆದಿದ್ದೀಯೋ" ಎಂದು ನಮ್ಮ ತಂದೆ ಕೇಳಿದಾಗ ಹೌದೆನ್ನುತ್ತ ತಮ್ಮ ಕೋಟಿನ ಜೇಬಿನಿಂದ ಮಡಿಸಿದ ಹಾಳೆಯೊಂದನ್ನು ತೆರೆದು ಬಿಡಿಸಿ ಕವನವನ್ನು ತಮ್ಮ ವಿಶಿಷ್ಟ ಕೈಚಲನೆ, ಹಾವಭಾವಗಳೊಂದಿಗೆ, ಧ್ವನಿಪೂರ್ಣವಾಗಿ ವಾಚಿಸುತ್ತ ಏಕಪ್ರೇಕ್ಷಕ ಕವಿಗೋಷ್ಠಿ ನಡೆಸುತ್ತಿದ್ದರು.

ಏನೂ ಪ್ರತಿಕ್ರಿಯೆ ಇಲ್ಲದೆ ಆಲಿಸುತ್ತಿದ್ದ ನಮ್ಮ ತಂದೆ ವಾಚನ ಮುಗಿದಾಗ ಉದ್ಗಾರಗಳಿಂದಲೋ, ಚುಟುಕು ಪದಗಳಿಂದಲೋ ತಮ್ಮ ಅಭಿಮತ ತಿಳಿಸುತ್ತಿದ್ದರು.

ಮುಂದೆ ಅವರಿಬ್ಬರ ನಡುವೆ ಮತ್ತಷ್ಟು ಲೋಕಾಭಿರಾಮದ ಮಾತುಗಳು ವಿಶೇಷವಾಗಿ ಸಾಹಿತ್ಯ ವಲಯದ ಗುಂಪುಗಾರಿಕೆ, ವಿಮರ್ಶಕ ಗಣ ಇತ್ಯಾದಿಗಳ ಬಗ್ಗೆ ಇರುತ್ತಿತ್ತು.

ಈ ನಡುವೆ ಭೇಟಿಯಾದ ನಮ್ಮ ತಾಯಿ ಹಾಗೂ ಕುಟುಂಬದ ಇತರರ ಯೋಗಕ್ಷೇಮ ವಿಚಾರಿಸಿ ತಮ್ಮ ಚಿಕ್ಕಪ್ಪನವರ ಮನೆಗೆ ಹೋಗುತ್ತಿದ್ದರು.

ನಿಸಾರರ ಭೇಟಿ ತುಂಬಾ ದಿನ ಆಗದಿದ್ದಾಗ ನಮ್ಮ ತಂದೆ "ಏನಾಯ್ತು ಇವನಿಗೆ? ನಮ್ಮ ಮನೆಯ ದಾರಿ ಮರತೇ ಬಿಟ್ಟನಲ್ಲ" ಎಂದು ಹತ್ತಿರದ ನೆಂಟರು ಬರದಿದ್ದಾಗ ಕೊರಗುವಂತೆ ಕೊರಗುತ್ತಿದ್ದರು.

ಸಂತಸದ ವಿಷಯವೆಂದರೆ ನಮ್ಮ ತಂದೆ ತಾಯಿ ಇಬ್ಬರೂ ಗತಿಸಿದ ಅನಂತರವೂ ನಿಸಾರರು ನಮ್ಮ ಕುಟುಂಬದ ಬಗ್ಗೆ ಅದೇ ತೆರನಾದ ವಿಶ್ವಾಸವನ್ನು

ಇರಿಸಿಕೊಂಡಿದ್ದರು. ದಾರಿಯಲ್ಲಿ ಸಿಕ್ಕಾಗ ಮಾತನಾಡಿಸಿ, ಮನೆಯ ಪ್ರತಿಯೊಬ್ಬರ ಬಗೆಗೂ ವಿಚಾರಿಸುತ್ತಿದ್ದರು. ನಮ್ಮ ತಾಯಿಯವರು ನಿಧನರಾದಾಗ ಪಾರ್ಥಿವ ಶರೀರಕ್ಕೆ ನಮಸ್ಕರಿಸಿ, ನಮ್ಮ ಹೆಗಲ ಮೇಲೆ ಕೈ ಇರಿಸಿ "ಅಮ್ಮ ಅವರ ಕರ್ತವ್ಯ ಮುಗಿಸಿಹೋಗಿದ್ದಾರೆ. ನಿಮ್ಮ ದುಃಖದಲ್ಲಿ ನಾನೂ ಭಾಗಿ ಕಣ್ರಯ್ಯ" ಎಂದದ್ದು ಇನ್ನೂ ಮನಸ್ಸಿನಲ್ಲಿ ಅನುರಣಿಸುತ್ತಿದೆ.

ನಿಸಾರ್ ಅಹಮದ್ ಕರ್ನಾಟಕ ಸಾಹಿತ್ಯ ಅಕಾಡೆಮಿಯ ಅಧ್ಯಕ್ಷರಾಗಿದ್ದಾಗ ಒಂದು ರಾತ್ರಿ ಹತ್ತು ಗಂಟೆಗೆ ಬಂದು ಮಲಗಿದ್ದ ನಮ್ಮ ತಂದೆಯವರನ್ನು ಎಚ್ಚರಗೊಳಿಸಿ, "ಸಾರ್ ನಿಮ್ಮ ಅನುಮತಿ ಇಲ್ಲದೆ ಒಂದು ಕೆಲಸ ಮಾಡಿದ್ದೇನೆ_ ವಿಚಾರ ಸಂಕಿರಣದ ಅಧ್ಯಕ್ಷ ಸ್ಥಾನಕ್ಕೆ ನಿಮ್ಮ ಹೆಸರನ್ನು ಆಹ್ವಾನ ಪತ್ರಿಕೆಯಲ್ಲಿ ಮುದ್ರಿಸಿಬಿಟ್ಟಿದ್ದೇನೆ. ಇಲ್ಲಾ ಅನ್ನಬಾರದು" ಎಂದರು.

"ಇದೇನಯ್ಯಾ ಈ ಅವಾಂತರ, ಹೋಗಲಿ ಅದರ ವಿವರನಾದ್ರೂ ತಿಳಿಸು" ಎನ್ನುತ್ತ ನಮ್ಮ ತಂದೆ ಅನುಮತಿ ಕೊಟ್ಟರು.

ಬಹುಶಃ ನಿಸಾರ್ ಅಹಮದ್ ಅವರೊಬ್ಬರಿಗೆ ಮಾತ್ರ, ನಮ್ಮ ತಂದೆಯವರ ಜತೆ ಈ ರೀತಿ ಒಪ್ಪಿಗೆ ಪಡೆಯಲು ಸಾಮರ್ಥ್ಯವಿದ್ದುದು. ಆ ಸಾಮರ್ಥ್ಯಕ್ಕೆ ನಲವತ್ತು ವರ್ಷದ ಹೊಂದಾಣಿಕೆಯ ಬಾಂಧವ್ಯ ಇತ್ತೆಂಬುದೂ ಅಷ್ಟೇ ಸತ್ಯ.

ನಮ್ಮ ತಂದೆಯವರು ನಿಧನರಾದಾಗ ಬಂದಿದ್ದ ನಿಸಾರರ ಮುಂದೆ ವಾರ್ತಾವಾಹಿನಿಯವನೊಬ್ಬ ಮೈಕ್ ಹಿಡಿದು, "ಸಾರ್ ನಿಮ್ಮ ಅನಿಸಿಕೆ" ಎಂದು ಕೇಳಿದ.

ಅದಕ್ಕೆ, "ಏನು ಅನಿಸಿಕೇನಯ್ಯ. ಕನ್ನಡ ಕಾವ್ಯಲೋಕದ ಒಂದು ದೊಡ್ಡ ಆಲದಮರ ಬಿದ್ದುಹೋಗಿದೆ. ಮತ್ತೊಂದು ಹುಟ್ಟಿಬರಲು ಇನ್ನೆಷ್ಟು ಕಾಲ ಬೇಕೋ?" ಎಂದಿದ್ದರು ನಿಸಾರ್.

ಕವಿನೆನಪು
10

ಕಾಫಿ ಬೇಡ ಅನ್ನುವವರು ಉಂಟೆ?

ಕನ್ನಡದ ಬಹುಮುಖ ಪ್ರತಿಭಾವಂತ ಕವಿ, ಸಾಹಿತಿ, ವಿಮರ್ಶಕ, ಚಲನಚಿತ್ರಕರ್ಮಿ ಡಾ.ಎಚ್.ಎಸ್. ವೆಂಕಟೇಶಮೂರ್ತಿಯವರೊಡನೆ ನಮ್ಮ ತಂದೆಯವರು ಒಂದು ಮಧುರವಾದ ಬಾಂಧವ್ಯವನ್ನು ಹೊಂದಿದ್ದರು. ತಮ್ಮ ವೃತ್ತಿಜೀವನ ಹಾಗೂ ಚಟುವಟಿಕೆಗಳ ನಡುವೆ ಬಿಡುವು ಮಾಡಿಕೊಂಡು ಮನೆಗೆ ಬಂದು ಹೋಗುತ್ತಿದ್ದರು. ಹಲವೊಮ್ಮೆ ತಮ್ಮೊಡನೆ ಉದಯೋನ್ಮುಖ ಪ್ರತಿಭಾವಂತರನ್ನು ಜತೆಗೆ ಕರೆತಂದು ನಮ್ಮ ತಂದೆಯವರಿಗೆ ಪರಿಚಯ ಮಾಡಿಸುತ್ತಿದ್ದರು.

ಈ ನಡುವೆ ನಮ್ಮ ತಾಯಿಯವರು ಬಂದು ಅವರ ಯೋಗಕ್ಷೇಮ ವಿಚಾರಿಸಿ, "ಕಾಫಿ ತರ್ತೀನಿ" ಅಂದಾಗ, ಎಚ್‌ಎಸ್‌ವಿ ಯವರು "ಕೊಡಿ ವೆಂಕಮ್ಮನವರೇ, ನಿಮ್ಮ ಕೈರುಚಿಯ ಕಾಫಿ ಬೇಡ ಅನ್ನುವವರುಂಟೆ" ಎನ್ನುತ್ತಿದ್ದರು. ಗೌರಿ ಹಬ್ಬದ ಸಮಯದಲ್ಲಿ ನಮ್ಮ ತಾಯಿಯವರಿಗೆ ಮೊರದ ಬಾಗಿನ ನೀಡಲು ಅವರ ಪತ್ನಿ ರಾಜಲಕ್ಷ್ಮಿಯವರೂ ಬರುತ್ತಿದ್ದರು. ಎಚ್‌ಎಸ್‌ವಿ ದಂಪತಿ ತಮ್ಮ ಮೊಮ್ಮಕ್ಕಳನ್ನು ಕರೆದುಕೊಂಡು ಬಂದು ನಮ್ಮ ತಂದೆ ತಾಯಿಗೆ ತೋರಿಸಿ ಆಶೀರ್ವಾದ ಪಡೆಯುತ್ತಿದ್ದರು.

ಎಚ್‌ಎಸ್‌ವಿಯವರು ಉತ್ತಮ ವಾಗ್ಮಿ. ಹಳಗನ್ನಡ ಸಾಹಿತ್ಯವೇ ಆಗಲಿ, ಹೊಸಗನ್ನಡ ಸಾಹಿತ್ಯವೇ ಆಗಲಿ. ಅದರ ಬಗ್ಗೆ ಅಧಿಕಾರಯುತವಾಗಿ ಹಾಗೂ ಪಾಂಡಿತ್ಯಪೂರ್ಣವಾಗಿ ಉಪನ್ಯಾಸ ಮಾಡಬಲ್ಲ ಶಕ್ತರು. ನಮ್ಮ ತಂದೆಯವರ ಕಾವ್ಯದ ಬಗ್ಗೆ ಅವರ ಜೀವಿತ ಕಾಲದಲ್ಲಿ ಮತ್ತು ಇಂದೂ ಹಲವಾರು ವೇದಿಕೆಗಳಲ್ಲಿ ಪರಿಚಯ ಮಾಡಿಕೊಡುತ್ತಿರುವ ಸಹೃದಯರು. 1986ರಲ್ಲಿ ನಮ್ಮ ಸಮನ್ವಯ ಸಮಿತಿ ಹಾಗೂ ಮೈಸೂರು ಬ್ಯಾಂಕ್ ಕನ್ನಡ ಬಳಗ ಜಂಟಿಯಾಗಿ ಆಯೋಜಿಸಿದ್ದ ಕಥಾಶಿಬಿರದ ನಿರ್ದೇಶಕತ್ವವನ್ನು ವಹಿಸಿಕೊಂಡು ಅದನ್ನು ಯಶಸ್ವಿಯಾಗಿಸಿದವರು.

1990ರಲ್ಲಿ ಮೈಸೂರಿನಲ್ಲಿ ನಡೆದ ಅಖಿಲ ಭಾರತ ಕನ್ನಡ ಸಾಹಿತ್ಯ ಸಮ್ಮೇಳನ ನಮ್ಮ ತಂದೆಯವರ ಅಧ್ಯಕ್ಷತೆಯಲ್ಲಿ ನಡೆದಾಗ ಅದರ ಸವಿನೆನಪಿಗಾಗಿ, ಎಚ್‌ಎಸ್‌ವಿಯವರು ಸ್ವಯಂ ಆಸಕ್ತಿಯಿಂದ ನರಹಳ್ಳಿ ಬಾಲಸುಬ್ರಹ್ಮಣ್ಯ ಹಾಗೂ ದೇಶ ಕುಲಕರ್ಣಿಯವರ ಸಹಯೋಗದಲ್ಲಿ 'ಸಿರಿಮಲ್ಲಿಗೆ' ಎಂಬ ಕೆಎಸ್‌ನ ಸಂದರ್ಶನ ಆಧಾರಿತ ಕೃತಿಯೊಂದನ್ನು ಹೊರತಂದರು. ಇದರಲ್ಲಿ ಕವಿಜೀವನದ ಹಲವಾರು ಅಪರೂಪದ ವಿವರಗಳು ಮತ್ತು ಕೆಲವು ಪ್ರಮುಖ ಕವನಗಳು ಉಗಮಗೊಂಡ ರೀತಿಯ ಬಗ್ಗೆ ಕವಿಯೇ ತಿಳಿಸಿಕೊಟ್ಟ ವಿಶಿಷ್ಟ ಮಾಹಿತಿಗಳಿವೆ.

ಎಚ್‌ಎಸ್‌ವಿಯವರು ತಮ್ಮ ಆರಂಭದ ಕವನ ಸಂಕಲನಕ್ಕೆ ನಮ್ಮ ತಂದೆಯವರ ಮುನ್ನುಡಿ ಬಯಸಿ ಹಸ್ತಪ್ರತಿಯನ್ನು ಮನೆಗೆ ತಲುಪಿಸಿದ್ದರು. ಅದೇಕೋ ಸಿಗಲಿಲ್ಲ...

ಆಶ್ಚರ್ಯದ ಸಂಗತಿಯೆಂದರೆ ಎಚ್‌ಎಸ್‌ವಿಯವರು ಈ ನೇತ್ಯಾತ್ಮಕ ಬೆಳವಣಿಗೆಗೆ ಅನಗತ್ಯ ಪ್ರಚಾರ ನೀಡಲಿಲ್ಲ. (ಬಹುಶಃ ಅವರ ಸ್ನೇಹವಲಯದಲ್ಲಿ ಈ ವಿಷಯ ಚರ್ಚೆಯಾಗಿರಬಹುದು) ನಮ್ಮ ತಂದೆಯರೊಡನೆ ಇದರ ಬಗ್ಗೆ ಎಂದೂ ಮಾತನಾಡಲಿಲ್ಲ. ಕೆಎಸ್‌ನ ಅವರ ಬಗ್ಗೆ ಮತ್ತು ಅವರ ಕಾವ್ಯದ ಬಗ್ಗೆ ಅಭಿಮಾನವನ್ನು ಮುಂದುವರೆಸುವುದನ್ನು ಬಿಡಲಿಲ್ಲ. ನನಗಂತೂ ಈ ವಿಷಯ ಎಚ್‌ಎಸ್‌ವಿಯವರ ದೊಡ್ಡಗುಣ ಎಂದೇ ಅನ್ನಿಸಿದೆ.

ಇಂದೂ ನಮ್ಮ ಕುಟುಂಬದ ಆತ್ಮೀಯರಲ್ಲಿ ಎಚ್‌ಎಸ್‌ವಿ ಒಬ್ಬರು.

ಕವಿನೆನಪು
11

'ವಾಚಕರವಾಣಿ' ಪತ್ರವನ್ನೂ ಹಾಡು ಮಾಡ್ತಾರೆ

ಕೆಎಸ್‌ನ ಅವರಿಗೆ ಬೆಂಗಳೂರಿನ ಬ್ಯೂಗಲ್ ರಾಕ್ ರಸ್ತೆಯಲ್ಲಿರುವ ಲಿಪಿ ಪ್ರಕಾಶನದ ಮಾಲೀಕ ಬಾಲಕೃಷ್ಣ (ಬಾಕಿನ) ಅವರೊಂದಿಗೆ ಒಂದು ವಿಶೇಷ ಅಕ್ಕರೆ. ಒಮ್ಮೆ ಅವರು ಮನೆಗೆ ಭೇಟಿ ನೀಡಿದರೆಂದರೆ ಸಾಹಿತ್ಯಲೋಕದ ಹಲವಾರು ಸ್ವಾರಸ್ಯಕರ ಸಂಗತಿಗಳ ಅಲೆಗಳೇ ತೇಲಿಬರುತ್ತಿದ್ದವು.

ಬಾಕಿನ ಅವರು ಒಮ್ಮೆ, "ಕೇಳಿದ್ರಾ ಸಾರ್, ಮೊನ್ನೆ ನಡೆದ ಕವಿಗೋಷ್ಠಿಯಲ್ಲಿ ನೂರು ಜನ ಕವಿಗಳಿದ್ದರಂತೆ" ಎಂದು ಹೇಳಿದಾಗ,

ಅದಕ್ಕೆ ನಮ್ಮ ತಂದೆ "ಸರಿ, ಸರಿ ಕೌರವನ ಒಡ್ಡೋಲಗ" ಎಂದು ಉತ್ತರಿಸಿದರು.

ಬಾಲಕೃಷ್ಣ ಅವರಿಗೆ ನಗು ತಡೆಯಲಾಗಲಿಲ್ಲ. "ಮಾಯಾಬಜಾರ್" ಚಿತ್ರದಲ್ಲಿ ದುರ್ಯೋಧನ ತೊಂಬತ್ತಒಂಬತ್ತು ಜನ ತಮ್ಮಂದಿರೊಂದಿಗೆ ಆಸ್ಥಾನದಲ್ಲಿ ಕುಳಿತದ್ದು ನೆನಪಿಗೆ ಬಂತು" ಎಂದು ಉದ್ಗರಿಸಿದರು.

ಮತ್ತೊಂದು ಬಾರಿ "ಸರ್, ನಿಸಾರರ ಕುರಿಗಳು ಸಾರ್ ಕವನವನ್ನು ಅನಂತಸ್ವಾಮಿ ಅವರು ಭಾವಗೀತೆಯಾಗಿ ಹಾಡ್ತಾರಂತೆ" ಎಂದು ಅವರು ತಿಳಿಸಿದಾಗ, "ಸರಿ ಬಿಡಪ್ಪ ಅವನಿಗೆ ಸಂಗೀತ ಚೆನ್ನಾಗಿ ಗೊತ್ತು. ವಾಚಕರವಾಣಿಗೆ ಬಂದ ಪತ್ರವನ್ನೂ ಬೇಕಾದರೆ ಹಾಡು ಮಾಡಿಬಿಡ್ತಾನೆ" ಎಂದು ಉತ್ತರಿಸಿದ್ದರು ನಮ್ಮ ತಂದೆ.

ತಮ್ಮ ಲವಲವಿಕೆಯ ಮಾತು, ನಗೆ, ಅಭಿಮಾನಗಳಿಂದ ನಮ್ಮ ತಂದೆಯವರ ಮನಸ್ಸನ್ನು ಗೆದ್ದಿದ್ದವರು ಬಾಕಿನ.

ಬಾಕಿನ ಅವರ ಪರಿಚಯ ನಮ್ಮ ತಂದೆಯವರಿಗೆ ಬಹುಶಃ 1972ರಲ್ಲಿ ಅಡಿಗರ ಮೂಲಕ ಆಯಿತೆಂದು ತೋರುತ್ತದೆ. ಬಾಕಿನ ಅವರು ಅಡಿಗರ ಸಮಗ್ರ ಕಾವ್ಯವನ್ನು ಪ್ರಕಟಿಸಿದ್ದರು. ಅಡಿಗರ ಎಲ್ಲ ಕವನಗಳೂ ಕಾವ್ಯಾಭ್ಯಾಸಿಗಳಿಗೆ ಒಂದೆಡೆ ಲಭಿಸುವಂತೆ ಮಾಡಿದ ಕೀರ್ತಿ ಬಾಕಿನ ಅವರದ್ದು. ಮುಂದುವರೆದು ಪುತಿನ ಅವರ ಸಮಗ್ರ ಕಾವ್ಯವನ್ನೂ ಹೊರತಂದರು.

1977ರಲ್ಲಿ 'ತೆರೆದ ಬಾಗಿಲು' ಕವನ ಸಂಕಲನದ ಮುದ್ರಣದ ಜವಾಬ್ದಾರಿಯನ್ನು ಅವರು ವಹಿಸಿಕೊಂಡಾಗ, ಒಂದೇ ಒಂದು ಮುದ್ರಣ ದೋಷವೂ ಇರಬಾರದೆನ್ನುವ ನಮ್ಮ ತಂದೆಯವರ ಷರತ್ತನ್ನು ಅಕ್ಷರಶಃ ಪಾಲಿಸಿದವರು ಬಾಕಿನ.

1983ರಲ್ಲಿ ಅವರು ತಮ್ಮ ಲಿಪಿ ಪ್ರಕಾಶನದ ಮೂಲಕ ಕೆಎಸ್‌ನರ "ನವಪಲ್ಲವ" ಎಂಬ ಕವನ ಸಂಕಲನವನ್ನೂ ಹೊರತಂದರು. ಆದರೂ ಅವರಿಗೆ ಅವರಿಗಿದ್ದದ್ದು ಒಂದೇ ಕೊರಗು. ಕೆಎಸ್‌ನ ಅವರ ಸಮಗ್ರ ಕಾವ್ಯ ಬರಬೇಕೆನ್ನುವುದು.

"ಸಾರ್, ನಿಮ್ಮ ಸಮಗ್ರ ಕಾವ್ಯ ತರಬೇಕಲ್ಲ" ಎಂದು ಒಂದು ಸಲ ಕೇಳಿಯೂ ಬಿಟ್ಟರು.

"ಆಗಲ್ಲಯ್ಯ. ಕಾಪಿರೈಟ್ ತಕರಾರು. ಸ್ಟಾಂಡರ್ಡ್ ಬುಕ್ ಡಿಪೊ ಕಮಲಾನಾಥ್, ಕಾವ್ಯಾಲಯದ ಕೃಷ್ಣಮೂರ್ತಿ ಮತ್ತೆ ಡಿವಿಕೆ ಮೂರ್ತಿಯವರ ಹತ್ತಿರ ಸಿಕ್ಕಿಕೊಂಡಿದೆ" ಎಂದು ನಮ್ಮ ತಂದೆ ಸಮಸ್ಯೆ ತಿಳಿಸಿದರು.

"ಸಾರ್ ನೀವು ಪ್ರಕಾಶನಕ್ಕೆ ನನಗೆ ಅನುಮತಿ ಕೊಡಿ. ಅವರನ್ನು ಒಪ್ಪಿಸುವ ಕೆಲಸ ನನ್ನದು" ಎಂದು ನಮ್ಮ ತಂದೆಯವರ ಹತ್ತಿರ ಅನುಮತಿಪತ್ರ ಪಡೆದು ಸಂಬಂಧಪಟ್ಟ ಪ್ರಕಾಶಕರನ್ನು ಭೇಟಿ ಮಾಡಿ, ಒಂದು ಬಾರಿ ಸಮಗ್ರ ಕಾವ್ಯ ಪ್ರಕಟಣೆಗೆ ಅವರೆಲ್ಲರ ಅನುಮತಿ ಪಡೆದು "ಮೈಸೂರ ಮಲ್ಲಿಗೆ"ಯಿಂದ "ನವಪಲ್ಲವ"ದವರೆಗಿನ ಕವನಗಳೆಲ್ಲವನ್ನೂ ಒಟ್ಟುಗೂಡಿಸಿ "ಮಲ್ಲಿಗೆಯ ಮಾಲೆ" ಹೆಸರಿನ ಸಮಗ್ರ ಕಾವ್ಯವನ್ನು 1986ರಲ್ಲಿ ಬಿಡುಗಡೆ ಮಾಡಿಯೇ ಬಿಟ್ಟರು.

ಮುಂದೆ 2004ರ ಜನವರಿಯಲ್ಲಿ "ಮೈಸೂರ ಮಲ್ಲಿಗೆ"ಯಿಂದ ಆರಂಭಿಸಿ ಕೊನೆಯ ಸಂಕಲನವಾದ "ದೀಪ ಸಾಲಿನ ನಡುವೆ"ವರೆಗಿನ ಕವನಗಳ ಸಮಗ್ರ ಕಾವ್ಯವನ್ನೂ ಪ್ರಕಟಿಸಿದವರು ಇದೇ ಸಾಹಸಿ, ಛಲಗಾರನೇ.

ಪುಸ್ತಕ ಬಿಡುಗಡೆಯಾದ ತಕ್ಷಣ ರಾಯಧನದ ಚೆಕ್ ಅನ್ನು ಮನೆಗೇ ತಂದು ನೀಡುತ್ತಿದ್ದ ಪ್ರಾಮಾಣಿಕ ವ್ಯವಹಾರಸ್ಥ ಬಾಕಿನ ಅವರು.

ಎಪ್ಪತ್ತರ ದಶಕದಲ್ಲಿ ಬಾಲಕೃಷ್ಣ ಅವರ ಲಿಪಿ ಮುದ್ರಣದ ಸಣ್ಣ ಆವರಣ ವೈಎನ್ಕೆ, ಲಂಕೇಶ್, ನಿಸಾರ್ ಅಹಮದ್, ಕೆಎಸ್‌ನ, ಅಡಿಗ, ಎಂ.ಎನ್. ವ್ಯಾಸರಾವ್, ಸುಮತಿಂದ್ರ ನಾಡಿಗ, ದೊಡ್ಡರಂಗೇಗೌಡ ಮುಂತಾದ ಕವಿ, ವಿಮರ್ಶಕರ ನಿತ್ಯದ ಭೇಟಿಯ ತಾಣವಾಗಿತ್ತು. ತಂತಮ್ಮ ಹೊಸ ಕಾವ್ಯ, ವಿಮರ್ಶೆಗಳ ವಿನಿಮಯದ ನಂತರ ಎಲ್ಲರೂ ಹಿಂದಿನ ರಸ್ತೆಯಲ್ಲಿದ್ದ ಸನ್ಮಾನ್ ಹೋಟೆಲಿನತ್ತ ಬೈಟೂ ಕಾಫಿಗೆ ಹೊರಡುತ್ತಿದ್ದರು.

ಇತ್ತೀಚೆಗೆ ಅನಾರೋಗ್ಯ ಹಾಗೂ ವಯಸ್ಸಾದ ಕಾರಣ ಬಾಕಿನ ಅವರ ಮುದ್ರಣ ಚಟುವಟಿಕೆ ಕ್ಷೀಣಿಸಿದೆ. ಅವರು ಹೊರತರುತ್ತಿದ್ದ 'ಗಾಂಧಿ ಬಜಾರ್' ಎಂಬ ಬಡಾವಣೆ ಪತ್ರಿಕೆಯೂ ಈಗ ಕಾಣದೇನೋ.

ಕಾಸರಗೋಡಿನಲ್ಲಿ ಹುಟ್ಟಿ, ಮಂಗಳೂರಿನಲ್ಲಿ ಪ್ರಾಥಮಿಕ ಶಾಲೆ ಓದಿ, ಬೆಂಗಳೂರಿನಲ್ಲಿ ಮುದ್ರಣ, ತಂತ್ರಜ್ಞಾನದಲ್ಲಿ ಡಿಪ್ಲೊಮೋ ಪದವಿ ಗಳಿಸಿ, ಮುದ್ರಣ ಹಾಗೂ ಪ್ರಕಾಶನವನ್ನು ಉದ್ಯೋಗವಾಗಿಸಿ, ಸಾರಸ್ವತ ಲೋಕದಲ್ಲಿ ತಮ್ಮದೇ ಕೊಡುಗೆಯನ್ನು ಸಲ್ಲಿಸಿದ ಬಾಕಿನ ಅವರ ಬಗ್ಗೆ ನಮ್ಮ ತಂದೆಯವರಿಗೆ ಅಪಾರ ಮೆಚ್ಚುಗೆ ಇದ್ದಿತೆಂಬುದು ವಾಸ್ತವ ಸಂಗತಿ.

ಕವಿನೆನಪು
12

ನಾಳೆಯಿಂದ ನಾನು ನಿರುದ್ಯೋಗಿ

ವಿಸೀ ಅವರ ನೆನಪಿನಲ್ಲಿ ಸ್ಥಾಪಿಸಲಾಗಿರುವ "ವಿಸೀ ಸಂಪದ" ಎಂಬ ಸಂಘಟನೆಯ ರೂವಾರಿ ಶ್ರೀ ಎಂ.ವಿ. ವೆಂಕಟೇಶಮೂರ್ತಿ ಅವರು, ನಮ್ಮ ತಂದೆಯವರ ನಿಕಟವರ್ತಿಗಳಲ್ಲಿ ಮುಂಚೂಣಿಯ ಸ್ಥಾನ ಪಡೆದಿದ್ದವರು.

ವೆಂಕಟೇಶಮೂರ್ತಿ ಎಂಬ ನಿಜನಾಮಧೇಯ ಹೊಂದಿದ್ದರೂ ಪ್ರೇಮಕುಮಾರ್ ಅಥವಾ ಕುಮಾರ್ ಎಂದೇ ಚಿರಪರಿಚಿತರು. 'ಸುಮನಾ' ಎಂಬ ಗುಪ್ತನಾಮದಲ್ಲಿ ಲೇಖನಗಳನ್ನು ಬರೆಯುತ್ತಿದ್ದರು. 'ವಿಸೀ 75' ಎಂಬ ಸಂಭಾವನಾ ಗ್ರಂಥದ ಪ್ರಕಟಣೆಯಲ್ಲೂ ಅವರ ಪಾತ್ರ ಹಿರಿದಾದದ್ದು.

ಸೆಂಟ್ರಲ್ ಬ್ಯಾಂಕ್ ಆಫ್ ಇಂಡಿಯಾದ ಉದ್ಯೋಗಿಯಾಗಿದ್ದ ಮೂರ್ತಿಯವರು ಕಾರ್ಮಿಕ ಸಂಘಟನೆಯಲ್ಲಿ ಸಕ್ರಿಯವಾಗಿದ್ದರು. ಎಐಬಿಇಎ ಕಾರ್ಮಿಕ ಸಂಘದ ಅಖಿಲ ಭಾರತಮಟ್ಟದ ನಾಯಕರಾಗಿ ಸೇವೆ ಸಲ್ಲಿಸಿದ್ದವರು. ಇಷ್ಟೆಲ್ಲ ಬಿಡುವಿರದ ಕಾರ್ಯಭಾರದ ನಡುವೆಯೂ ದಿನಕ್ಕೆ ಎರಡು ಬಾರಿ ವಿಸೀ ಅವರ ಮನೆಗೆ

ಭೇಟಿ ಇತ್ತು, ಅವರು ಉಕ್ತಲೇಖನ ನೀಡಿದ್ದನ್ನು ಬರೆದುಕೊಂಡು, ಲೇಖನದ ಅಂತಿಮರೂಪ ಸಿದ್ಧವಾಗಲು ನೆರವಾಗುತ್ತಿದ್ದವರು ಎಂವಿವಿ.

ನಮ್ಮ ತಂದೆಯವರಿಗೆ ಮೂರ್ತಿಯವರು ಪರಿಚಯವಾದದ್ದು ವಿಸೀ ಅವರ ಮನೆಯಲ್ಲಿ. ಸದಾ ಶ್ವೇತವಸ್ತ್ರಧಾರಿ, ನಗುಮುಖಿ, ಆಕರ್ಷಕ ಮಾತುಗಾರಿಕೆಗಳಿಂದ ಸೆಳೆದುಕೊಳ್ಳುವ ವ್ಯಕ್ತಿತ್ವ ಅವರದ್ದು. ನಮ್ಮ ತಂದೆಯವರು ಅವರನ್ನು ಕರೆಯುತ್ತಿದ್ದುದು ಕುಮಾರ್ ಎಂದೇ.

1993ರ ಹೊತ್ತಿಗೆ ನಮ್ಮ ತಂದೆಯವರ ದೃಷ್ಟಿ ಕ್ಷೀಣಿಸುತ್ತಾ ಬಂದು, ಸ್ವತಂತ್ರವಾಗಿ ಬರವಣಿಗೆ ಮಾಡುವುದು ಕಷ್ಟವಾಯಿತು. ಈ ಕಾರಣದಿಂದ ಅವರು ಕಾವ್ಯರಚನೆಗೆ ಇತಿಶ್ರೀ ಹಾಡಲು ತೀರ್ಮಾನಿಸಿದರು.

ಅಷ್ಟು ಹೊತ್ತಿಗೆ ಮೂರ್ತಿಯವರು ಬ್ಯಾಂಕ್ ಸೇವೆಯಿಂದ ಸ್ವಯಂನಿವೃತ್ತಿ ಪಡೆದು, ನಮ್ಮ ಮನೆಯ ಹತ್ತಿರವೇ ರಾಜೀವನಗರದಲ್ಲಿ ಮನೆ ಮಾಡಿದ್ದರು.

ನಮ್ಮ ತಂದೆಯವರ ತೀರ್ಮಾನ ತಿಳಿದು ವಿಷಾದಪಟ್ಟ ಅವರು ಮನೆಗೆ ಬಂದು, "ಬರವಣಿಗೆ ನಿಲ್ಲಿಸಬೇಡಿ. ನೀವು ಹೇಳಿದ್ದನ್ನು ನಾನು ಬರೆದುಕೊಂಡು ಅಂತಿಮರೂಪ ಸಿದ್ಧಪಡಿಸಿಕೊಡುತ್ತೇನೆ" ಎಂದು ಭರವಸೆ ನೀಡಿದರು. "ಕವನಗಳು ಹೇಳಿ ಬರೆಸುವ ವಿಧಾನಕ್ಕೆ ಸರಿಹೊಂದುವುದಿಲ್ಲ" ಎಂದು ನಮ್ಮ ತಂದೆ ಅವರಿಗೆ ಹೇಳಿದರೂ, ಅಂತಿಮವಾಗಿ ಈ ಪ್ರಸ್ತಾವಕ್ಕೆ ಒಪ್ಪಿಗೆ ಪಡೆಯುವಲ್ಲಿ ಮೂರ್ತಿಯವರು ಯಶಸ್ವಿಯಾದರು.

ಆ ಕ್ರಮದಲ್ಲಿ 1993ರಿಂದ 2003ರವರೆಗೆ ಕನ್ನಡ ಕಾವ್ಯಲೋಕದಲ್ಲೇ ಕಂಡರಿಯದ, ಸದ್ದಿಲ್ಲದ ಪವಾಡವೊಂದು ನಡೆದುಹೋಯಿತು. ಕೆಎಸ್‌ನ ಅವರು ಇನ್ನೂರ ಐವತ್ತಕ್ಕೂ ಹೆಚ್ಚು ಕವನಗಳನ್ನು ಮೂರ್ತಿಯವರಿಗೆ ಹೇಳಿ ಬರೆಸಿದರು. ಈ ಕವನಗಳು 'ನವಿಲದನಿ', 'ಸಂಜೆಹಾಡು', 'ಕೈಮರದ ನೆರಳಲ್ಲಿ', 'ಎದೆ ತುಂಬ ನಕ್ಷತ್ರ', 'ಮೌನದಲಿ ಮಾತ ಹುಡುಕುತ್ತ', 'ದೀಪ ಸಾಲಿನ ನಡುವೆ' ಎಂಬ ಆರು ಸಂಕಲನಗಳಲ್ಲಿ ಪ್ರಕಟಗೊಂಡವು. (2004ರಲ್ಲಿ ಪ್ರಕಟವಾದ 'ಮಲ್ಲಿಗೆಯ ಮಾಲೆ' ಸಮಗ್ರ ಕವನಸಂಕಲನದಲ್ಲಿ ಈ ಎಲ್ಲ ಕವನಗಳು ಲಭ್ಯ)

ಕೆಲವು ಸಾರಿ, ಕವಿಯ ಮನಸ್ಸಿನಲ್ಲಿ ಕವನಗಳು ರೂಪುಗೊಂಡ ಲಹರಿಗಳಿಗೆ ಅನುಸಾರವಾಗಿ ಮೂರ್ತಿಯವರು ಪ್ರತಿದಿನ ಮನೆಗೆ ಭೇಟಿ ನೀಡುವುದು ಅನಿವಾರ್ಯವಾಗಿತ್ತು. ಅವರು ಇದಕ್ಕಾಗಿ ಎಂದೂ ಬೇಸರಿಸಲಿಲ್ಲ. ತಮ್ಮ ಸಂತೋಷದ ಕರ್ತವ್ಯವೆಂದೇ ಭಾವಿಸಿದ್ದರು.

ಒಂದು ಸಲ ಬ್ಯಾಂಕಿಗೆ ಹೋಗುವ ಮುಂಚೆ ತಂದೆಯವರನ್ನು ನೋಡಲು ನಾನು ಹೋದಾಗ, "ಕುಮಾರ್ಗೆ ಫೋನ್ ಮಾಡು" ಎಂದರು.

"ನಾನು ಇನ್ನೂ ಎಂಟೂವರೆ, ಒಂಬತ್ತಕ್ಕೆ ಬರ್ತಾರೆ ಸ್ವಲ್ಪ ತಾಳಿ" ಎಂದೆ.

"ಇಲ್ಲಯ್ಯ, ಈಗಲೇ ಮಾಡು" ಎಂದರು.

ಆಗ ನಮ್ಮ ತಾಯಿ, "ಯಾಕೆ ಅವರಿಗೆ ತೊಂದರೆ ಕೊಡ್ತೀರಾ. ಪಾಪ ಮನೇಲಿ ಏನು ಅನನುಕೂಲ ಇರತ್ತೋ ಏನೋ? ಗಿರಿಜಾ (ಮೂರ್ತಿಯವರ ಪತ್ನಿ) ಏನಂದು ಕೊಳ್ತಾರೆ ಹೀಗೆ ಫೋನ್ ಮಾಡಿದ್ರೆ" ಎಂದು ಆಕ್ಷೇಪಿಸಿದಾಗ, "ನೀ ಸುಮ್ನಿರೇ. ನಿನಗೇನು ಗೊತ್ತು ಈ ವಿಷಯ" ಎಂದು ತಂದೆ, ನಮ್ಮ ತಾಯಿಯವರಿಗೆ ಉತ್ತರಿಸಿದ್ದು ಮತ್ತಷ್ಟು ವಾಗ್ವಾದಕ್ಕೆ ದಾರಿಮಾಡಿಕೊಟ್ಟಿತು.

ಮೂರ್ತಿಯವರು ನಮ್ಮ ತಂದೆಯವರಿಗೆ ಅಷ್ಟು ನಿಕಟವಾಗಿದ್ದರೂ, ನಮ್ಮ ಮನೆಯ ಆಂತರಿಕ ವ್ಯವಹಾರದಲ್ಲಿ ಎಂದೂ ಪ್ರವೇಶಿಸಲಿಲ್ಲ. ನಮ್ಮ ಮನೆಯ ಪ್ರತಿಯೊಬ್ಬರೂ ಅವರನ್ನು ಇಂದೂ ನಮ್ಮ ಕುಟುಂಬದ ಸದಸ್ಯರೆಂದೇ ಭಾವಿಸಿದ್ದೇವೆ.

ಇಂಥ ಅಪರೂಪದ ಕಾವ್ಯ ಪರಿಚಾರಕ ಮೂರ್ತಿಯವರನ್ನು ನಮ್ಮ ತಂದೆಯವರ ಜನ್ಮಶತಮಾನೋತ್ಸವದ ಸಂದರ್ಭದಲ್ಲಿ ಕೆಎಸ್‌ನ ಕುಟುಂಬ ಟ್ರಸ್ಟಿನಿಂದ ಗೌರವಿಸಲು ತೀರ್ಮಾನಿಸಿದಾಗ ಅವರನ್ನು ಒಪ್ಪಿಸುವುದೇ ಪ್ರಯಾಸವಾಯಿತು.

ನಮ್ಮ ತಂದೆಯವರು ನಿಧನರಾದಾಗ ಅವರು ಹೇಳಿದ್ದು "ನಾಳೆಯಿಂದ ನಾನು ನಿರುದ್ಯೋಗಿ". ಸದ್ದು ಮಾಡದ ಸಾಧಕ ಎಂವಿವಿಯವರು ನಮ್ಮ ತಂದೆಯವರ ಆಪ್ತರಲ್ಲಿ ಆಪ್ತರು.

ಕವಿನೆನಪು
13

ದನಿ ಸಿಕ್ಕಿತು

ಸಂತ ಶಿಶುನಾಳ ಶರೀಫರ ರಚನೆಗಳನ್ನು ಹಾಗೂ ಕನ್ನಡದ ಭಾವಗೀತೆಗಳನ್ನು ಕ್ಯಾಸೆಟ್‌ಗಳ ರೂಪದಲ್ಲಿ ಹೊರತರಲು ಕಾರಣರಾದ ಸಹೃದಯ ಕವಿ, ವಿಮರ್ಶಕ, ಚಿಂತಕ ಎನ್.ಎಸ್. ಲಕ್ಷ್ಮೀನಾರಾಯಣ ಭಟ್ಟ ಅವರು ನಮ್ಮ ತಂದೆಯವರ ಆಪ್ತ ಸ್ನೇಹವಲಯದಲ್ಲಿ ಇದ್ದವರೇ. ಎಪ್ಪತ್ತರ ದಶಕದಲ್ಲಿ ಕೆಎಸ್‌ನರ ಶೈಲಿ ನವೋದಯದಿಂದ ನವ್ಯಕ್ಕೂ ಪಲ್ಲಟಗೊಂಡಿದ್ದನ್ನು ತಾರ್ಕಿಕವಾಗಿ ವಿಶ್ಲೇಷಿಸಿ "ಹೊರಳು ದಾರಿಯಲ್ಲಿ ಕೆಎಸ್‌ನ ಕಾವ್ಯ" ಎಂಬ ಸುದೀರ್ಘ ಲೇಖನವೊಂದನ್ನು ಬರೆದು ಕಾವ್ಯಾಸಕ್ತರ ಗಮನ ಸೆಳೆದಿದ್ದರು.

1982ರಲ್ಲಿ 'ಮೈಸೂರ ಮಲ್ಲಿಗೆ'ಯ ರಚನೆಗಳು ಧ್ವನಿಸುರಳಿಯ ರೂಪದಲ್ಲಿ ಬಂದಾಗ ಎನ್‌ಎಸ್‌ಎಲ್‌ನವರು ತಮ್ಮ ಆಕರ್ಷಕ ದನಿಯಲ್ಲಿ ಪ್ರಾಸ್ತಾವಿಕ ನುಡಿಗಳನ್ನು ಆಡಿದ್ದರು. 1992ರಲ್ಲಿ ನಮ್ಮ ತಂದೆಯವರಿಗೆ ಬೆಂಗಳೂರು ವಿಶ್ವವಿದ್ಯಾಲಯದ ಗೌರವ ಡಿ.ಲಿಟ್ ಪದವಿ ಬಂದಾಗ ಎನ್.ಎಸ್.ಎಲ್. ಭಟ್ಟ ಕಲಾ ನಿಕಾಯದ ಡೀನ್ ಆಗಿದ್ದರು.

ನಮ್ಮ ತಂದೆಯವರನ್ನು ಭೇಟಿಯಾಗಲು ಲಕ್ಷ್ಮೀನಾರಾಯಣ ಭಟ್ಟರು ಆಗಾಗ್ಗೆ ಮನೆಗೆ ಬರುತ್ತಿದ್ದರು. 1985–1988ರ ಅವಧಿಯಲ್ಲಿ ನಾನು ನಮ್ಮ ಬ್ಯಾಂಕ್‌ನ ಬನಶಂಕರಿ ಎರಡನೇ ಹಂತದ ಶಾಖೆಯಲ್ಲಿ ಕೆಲಸ ಮಾಡುತ್ತಿದ್ದಾಗ, ಅವರು ಬ್ಯಾಂಕ್‌ನ ಗ್ರಾಹಕರಾಗಿದ್ದರು. ಆ ಕಾರಣದಿಂದ ಅವರು ನಮ್ಮ ಮನೆಗೆ ಬಂದಾಗ ನನ್ನ ಹತ್ತಿರ ವಿಶ್ವಾಸದಿಂದ ಮಾತನಾಡುತ್ತಿದ್ದರು.

ನಮ್ಮ ಬ್ಯಾಂಕ್ ಕನ್ನಡ ಸಂಘವು 1989ರಲ್ಲಿ ಆಯೋಜಿಸಿದ್ದ ಕಾವ್ಯ ರಸಗ್ರಹಣ ಶಿಬಿರಕ್ಕೆ ನಿರ್ದೇಶಕರಾಗಿ ಬಂದಿದ್ದರು. 1985ರಲ್ಲಿ ನಮ್ಮ ಬ್ಯಾಂಕ್ ಅಧಿಕೃತವಾಗಿ ರಾಜ್ಯೋತ್ಸವ ಆಚರಿಸಲು ಆರಂಭಿಸಿದಾಗ ಅವರು ಪ್ರತಿಭಾ ಪುರಸ್ಕಾರ ಸ್ವೀಕರಿಸಿದ್ದರು. 1989ರಲ್ಲಿ ಗೆಳೆಯ ಕಬ್ಬಿನಾಲೆ ವಸಂತ ಭಾರದ್ವಾಜ್ ಹಾಸನದಲ್ಲಿ 'ಕವಿ ಕಾವ್ಯ ಕಮ್ಮಟ' ಆಯೋಜಿಸಿದ್ದಾಗ ಅದರ ನಿರ್ದೇಶನವನ್ನೂ ವಹಿಸಿಕೊಂಡು ಯಶಸ್ವಿಯಾಗಿ ನಡೆಸಿಕೊಟ್ಟು, ಎಲ್ಲ ಬ್ಯಾಂಕ್ ಕವಿಗಳ ಹೃದಯವನ್ನು ಗೆದ್ದಿದ್ದರು.

ಶಿಶುನಾಳ ಶರೀಫರ ತತ್ವಪದಗಳನ್ನು ದಕ್ಷಿಣ ಕರ್ನಾಟಕದಲ್ಲೂ ವ್ಯಾಪಿಸಿದ ಕೀರ್ತಿ ಎನ್.ಎಸ್.ಎಲ್. ಭಟ್ಟ ಅವರದು. ನಂತರ ಭಾವಗೀತೆಗಳ ಧ್ವನಿಸುರುಳಿಯನ್ನೂ ತರುವ ಅಭಿಯಾನದ ಮುಂದಾಳತ್ವ ವಹಿಸಿ ಮೈಸೂರು ಅನಂತಸ್ವಾಮಿ ರಾಗ ಸಂಯೋಜನೆಯಲ್ಲಿ 'ಭಾವ ಸಂಗಮ' ಎಂಬ ಹಲವು ಕನ್ನಡ ಪ್ರಸಿದ್ಧ ಕವಿಗಳ ರಚನೆಗಳ ಕ್ಯಾಸೆಟ್ ಹೊರಬರಲು ಕಾರಣರಾದರು.

1982ರಲ್ಲಿ ಹೊರಬಂದ ನಮ್ಮ ತಂದೆಯವರ 'ಮೈಸೂರ ಮಲ್ಲಿಗೆ'ಯ ಕ್ಯಾಸೆಟ್‌ನ ಆರಂಭದಲ್ಲಿ ಕವಿಯ ಬಗ್ಗೆ ಹಾಗೂ ಅಲ್ಲಿನ ಕವನಗಳ ಬಗ್ಗೆ ತಮ್ಮ ಆಕರ್ಷಕ ದನಿಯಲ್ಲಿ ಪ್ರಾಸ್ತಾವಿಕ ಪರಿಚಯ ನೀಡಿದ್ದರು. ಇದರಿಂದ 'ಮೈಸೂರ ಮಲ್ಲಿಗೆ'ಯ ಕವನಗಳಿಗೆ ಒಂದು ಉತ್ತಮ ಪ್ರಚಾರ ಲಭಿಸಿತು.

ನಮ್ಮ ತಂದೆಯವರ ಬಗ್ಗೆ ಒಂದು ಗೌರವಪೂರ್ವಕ ಸ್ನೇಹಭಾವದಿಂದ ಹೊಂದಿದ್ದವರು ಕವಿ, ವಿಮರ್ಶಕ ಹಾಗೂ ಅನುವಾದಕ ಹಾಗೂ ವಾಗ್ಮಿ ಎನ್. ಎಸ್.ಎಲ್. ಭಟ್ಟರು.

ಕವಿನೆನಪು

14

ಪೊಲೀಸ್ ಸ್ಟೇಷನ್‌ನಲ್ಲಿ ಕವಿಗೋಷ್ಠಿ

ಬಹುಶಃ 1974ರ ವರ್ಷ ಎಂದು ತೋರುತ್ತದೆ. ಸುಮತೀಂದ್ರ ನಾಡಿಗ ಅವರು ಒಮ್ಮೆ ಒಬ್ಬ ತರುಣ ಕವಿಯನ್ನು ನಮ್ಮ ಮನೆಗೆ ಕರೆದುಕೊಂಡು ಬಂದು ನಮ್ಮ ತಂದೆಯವರಿಗೆ, "ಇವರು ವ್ಯಾಸರಾವ್ ಅಂತ. ಯುಕೊ ಬ್ಯಾಂಕಿನಲ್ಲಿದ್ದಾರೆ. ಕವನಗಳ ರಚನೆಯಲ್ಲಿ ಆಸಕ್ತಿ" ಎಂದು ಪರಿಚಯಿಸಿದರು.

ನಮ್ಮ ತಂದೆಯವರು, "ಸಂತೋಷ, ಯಾವುದಾದರೂ ಕವನ ತಂದಿದ್ದೀರೋ" ಎಂದು ಕೇಳಿದರು. ವ್ಯಾಸರಾವ್ "ಹೌದು" ಎಂದಾಗ, "ಸರಿ ಓದಿ" ಎಂದರು ನಮ್ಮ ತಂದೆ.

ವ್ಯಾಸರಾವ್ ಮೆಲುದನಿಯಲ್ಲಿ ಆ ಕವನವನ್ನು ಓದಿದರು. ನಮ್ಮ ತಂದೆ, "ಚೆನ್ನಾಗಿದೆ ಬರವಣಿಗೆ, ಮುಂದುವರಿಸಿ. ಬರೀತಾ ಬರೀತಾ ಕಾವ್ಯದ ಗುಟ್ಟು ತಿಳಿಯುತ್ತೆ" ಎಂದು ಪ್ರೋತ್ಸಾಹದ ಮಾತನ್ನಾಡಿದರು.

ಹಾಗೆ ನಮ್ಮ ತಂದೆಯವರ ಸ್ನೇಹವಲಯದಲ್ಲಿ ಸೇರಿಕೊಂಡ ಎಂಎನ್ವಿ ನಮ್ಮ ಮನೆಯ ಹತ್ತಿರವೇ ತಮ್ಮ ಸ್ವಂತಮನೆ ಕಟ್ಟಿದಾಗ ಮತ್ತಷ್ಟು ನಿಕಟರಾದರು.

ಮುಕ್ತಶೈಲಿಯಲ್ಲೇ ಕವನಗಳನ್ನು ಬರೆಯಲು ಆರಂಭಿಸಿದರೂ ನವೋದಯದ ರೀತಿಯ ಭಾವಗೀತೆಗಳನ್ನೂ ಬರೆದು ಯಶಸ್ವಿಯಾದರು. 'ನೀನಿಲ್ಲದೆ ನನಗೇನಿದೆ?', 'ನಿನ್ನ ಕಂಗಳ ಕೊಳದಿ' ಮುಂತಾದ ಭಾವಗೀತೆಯ ವಲಯದಲ್ಲೂ ಜನಪ್ರಿಯವಾದ ಗೀತೆಗಳನ್ನು ರಚಿಸಿದರು. ಸಿನಿಮಾ ರಂಗದತ್ತಲೂ ಆಕರ್ಷಿತರಾದರು. ದೂರದರ್ಶನ ಧಾರಾವಾಹಿಗಳ ಶೀರ್ಷಿಕೆ ಗೀತೆಗಳನ್ನೂ ಬರೆದರು. ಕತೆ, ಕಾದಂಬರಿ ರಚನೆಯಲ್ಲೂ ತೊಡಗಿದರು.

ಇಷ್ಟೆಲ್ಲ ಯಶಸ್ಸಿನ ಗರಿಗಳೇ ಅವರ ಟೊಪ್ಪಿಗೆಯಲ್ಲಿ ಸೇರಿಕೊಂಡರೂ, ಅವರು ಅತ್ಯಂತ ಸ್ನೇಹಜೀವಿ. ನಮ್ಮ ಬ್ಯಾಂಕ್‌ನ ಹಲವಾರು ಸಾಹಿತ್ಯ ಸಮಾರಂಭದಲ್ಲಿ ಅತಿಥಿಗಳಾಗಿ ಭಾಗವಹಿಸಿದ್ದರು.

ಅವರು ನಮ್ಮ ಮನೆಗೆ ಆಗಾಗ್ಗೆ ಬಂದು ನಮ್ಮ ತಂದೆಯವರ ಹತ್ತಿರ ಮಾತನಾಡಿಕೊಂಡು ಹೋಗುತ್ತಿದ್ದರು. ಅವರು ಬರುವುದು ಅಪರೂಪವಾದಾಗ, "ಏನಯ್ಯ, ಮನೆ ಹತ್ತಿರವೇ ಇದ್ದೂ ಬರುವುದಿಲ್ಲ" ಎಂದು ನಮ್ಮ ತಂದೆ ಆಕ್ಷೇಪಿಸುವ ಸಲುಗೆಯನ್ನೂ ಹೊಂದಿದ್ದರು.

ಕೆಎಸ್‌ನ ಜನ್ಮಶತಮಾನೋತ್ಸವದ ಸಂದರ್ಭದಲ್ಲಿ ತುರುವೇಕೆರೆಯ ಸಾಹಿತ್ಯ ಸಂಘಟಕ ರಾಮಚಂದ್ರ ಅವರು ಒಂದು ಉತ್ತಮ ಕವಿಸ್ಮರಣೆ ಕಾರ್ಯಕ್ರಮವನ್ನು ಹಮ್ಮಿಕೊಂಡಿದ್ದರು. ಕೆಎಸ್‌ನ ಭಾವಗೀತೆಗಳ ಗಾಯನ, ಭಾಷಣಗಳ ಸಮ್ಮಿಳನವಾದ ಆ ಕಾರ್ಯಕ್ರಮದಲ್ಲಿ ವ್ಯಾಸರಾವ್ ಅವರು ಅತಿಥಿಗಳಾಗಿ ಭಾಗವಹಿಸಿ ಸುಮಾರು ಒಂದು ಗಂಟೆ ಕಾಲ ಕೆಎಸ್‌ನ ಅವರ ಬದುಕು ಹಾಗು ಬರಹಗಳ ಬಗ್ಗೆ ಅಪರೂಪದ ಮಾಹಿತಿ ಒದಗಿಸುವ ಸೊಗಸಾದ ಉಪನ್ಯಾಸ ನೀಡಿದರು. ಆ ದಿನ ಜಿ.ಎನ್. ನರಸಿಂಹಮೂರ್ತಿ ಹಾಗೂ ನಾನು ಆ ಸಮಾರಂಭಕ್ಕೆ ಅವರ ಜತೆ ಹೋಗಿದ್ದೆವು.

ಸಮಾರಂಭದ ನಂತರ ಊಟ ಮುಗಿಸಿ ರಾಮಚಂದ್ರ ಅವರ ಮನೆಯಲ್ಲಿ ಅನೌಪಚಾರಿಕ ಮಾತುಕತೆ ನಡೆಸುತ್ತಿದ್ದಾಗ ಕೆಎಸ್‌ನ ಕುರಿತ ನನಗೇ ಅಷ್ಟಾಗಿ ತಿಳಿಯದಿದ್ದ ಸಂಗತಿಗಳನ್ನು ತಿಳಿಸಿದ್ದರು. ಅದರಲ್ಲೂ ಗೋಕಾಕ್ ಚಳವಳಿ ಸಂದರ್ಭದಲ್ಲಿ ಕಬ್ಬನ್ ಪಾರ್ಕ್‌ನಲ್ಲಿ ಧರಣಿ ಕುಳಿತಿದ್ದ ಸಾಹಿತಿಗಳನ್ನು (ನಮ್ಮ ತಂದೆಯವರೂ ಆ ಗುಂಪಿನಲ್ಲಿದ್ದರು) ಪೋಲೀಸಿನವರು ವ್ಯಾನ್‌ನಲ್ಲಿ ತುಂಬಿಕೊಂಡು ಕಬ್ಬನ್ ಪಾರ್ಕ್ ಪೊಲೀಸ್ ಸ್ಟೇಷನ್‌ಗೆ ಹೋದಾಗ, ಅಲ್ಲಿಗೆ ಬಂದ

ಕಮಿಷನರ್ ನಿಜಾಮುದ್ದೀನ್, "ನೀವೆಲ್ಲ ಅಪರೂಪಕ್ಕೆ ಇಲ್ಲಿಗೆ ಬಂದಿದ್ದೀರಿ. ಇದು ನಮ್ಮ ಭಾಗ್ಯ. ನಿಮ್ಮ ಊಟೋಪಚಾರದ ವ್ಯವಸ್ಥೆ ಮಾಡುತ್ತೇನೆ. ದಯವಿಟ್ಟು ಇಲ್ಲೇ ಒಂದು ಕವಿಗೋಷ್ಠಿ ನಡೆಸಿಕೊಡಿ" ಎಂದು ವಿನಂತಿಸಿದರಂತೆ.

ಆ ದಿನಮೂರ್ತಿ ಅವರ ಮಾತುಗಳೆಲ್ಲ ಕೆಎಸ್‌ನ ಸುತ್ತಲೇ ಪರಿಭ್ರಮಿಸಿತ್ತು. "ನಿಮ್ಮ ತಂದೆಯ ಬಗ್ಗೆ ಮಾತನಾಡಲು ಇನ್ನೂ ಬೇಕಾದಷ್ಟಿದೆ, ಯಾವುದಾದರೂ ಕಾರ್ಯಕ್ರಮ ಸಂಘಟಿಸು. ಸಂತೋಷದಿಂದ ಬರುತ್ತೇನೆ" ಎಂದಿದ್ದರು. ಆದರೆ ಅದು ಸಾಧ್ಯವಾಗಲೇ ಇಲ್ಲ.

ನಮ್ಮ ತಂದೆಯವರನ್ನು ಗುರುಗಳ ಸ್ಥಾನದಲ್ಲಿರಿಸಿ ಗೌರವ ನೀಡಿದವರು ವ್ಯಾಸರಾವ್. ಹಾಗೆಯೇ ನಮ್ಮ ಮನೆಯ ಎಲ್ಲರಿಗೂ ಆಪ್ತರೂ ಆಗಿದ್ದರು.

ಕವಿನೆನಪು
15

ಈ 'ಚಪ್ಪಲಿ' ಮಲ್ಲಿಗೆ ಕವಿಯದ್ದು

ಒಂದು ಕವಿಗೋಷ್ಠಿಯಲ್ಲಿ ನಮ್ಮ ತಂದೆಯವರು ಕವಿತಾ ವಾಚನ ಮಾಡಿದಾಗ ಜನರ ಮೇಲೆ ಅದು ಅಷ್ಟೊಂದು ಪರಿಣಾಮ ಬೀರಿರಲಿಲ್ಲ. ಇಷ್ಟೊಂದು ಒಳ್ಳೆಯ ಪದ್ಯದ ಭಾವ ಸಂವಹನವಾಗದೆ ಹೋದುದನ್ನು ಗಮನಿಸಿದ ರಾಜರತ್ನಂ ತಕ್ಷಣ ಎದ್ದು ನಿಂತು "ಇದೊಂದು ಉತ್ತಮ ಪದ್ಯ. ಇದನ್ನು ಈಗ ನಾನು ಓದುತ್ತೇನೆ. ಇಲ್ಲಿ ಬರುವ 'ಪದುಮ' ನನ್ನ ಕವನಗಳಲ್ಲಿ ಬರುವ 'ಮಲ್ಲಿ'ಯ ತಂಗಿ" ಎನ್ನುತ್ತ ತಮ್ಮ ಕಂಚಿನ ಕಂಠದಲ್ಲಿ, ಕವನವನ್ನು ಧ್ವನಿಪೂರ್ಣವಾಗಿ ಹಾಗೂ ನಾಟಕೀಯವಾಗಿ ವಾಚಿಸಿದಾಗ, ಜನರ ಹರ್ಷ ಮುಗಿಲುಮುಟ್ಟಿತು. ಈ ಪ್ರಸಂಗವನ್ನು ನಮ್ಮ ತಂದೆಯವರು ಬಹಳ ಸಲ ನೆನಪಿಸಿಕೊಳ್ಳುತ್ತಿದ್ದರು.

ಇಂಥ ಕಾರಣದಿಂದಲೇ ಕೆಎಸ್‌ನ ಅವರಿಗೆ ರಾಜರತ್ನಂ ಅವರ ಬಗ್ಗೆ ಒಂದು ಗೌರವಭರಿತ ಸ್ನೇಹಭಾವವಿದ್ದುದು. ಉತ್ತಮ ಕಾವ್ಯ ಯಾರೇ ಬರೆದಿರಲಿ. ಅದು ಕಾವ್ಯಲೋಕದ ಸ್ವತ್ತು ಎಂದು ಪರಿಭಾವಿಸಿ, ಅದನ್ನು ತಮ್ಮದಾಗಿಸಿಕೊಂಡು ಜನರಿಗೆ ತಲುಪಿಸುವ ಈ ಸಾಹಿತ್ಯ ಪರಿಚಾರಿಕೆಯ ಗುಣ, ರಾಜರತ್ನಂ ಅವರಿಗೆ ಯಾರೂ ಆಕ್ರಮಿಸಲಾಗದ ಸ್ಥಾನವೊಂದನ್ನು ತಂದುಕೊಟ್ಟಿದೆ.

ಕನ್ನಡ ಸಾಹಿತ್ಯ ಪರಿಷತ್ತಿನ ಸುವರ್ಣಾಧಿವೇಶನ ಎಂದೇ ಹೆಸರಾದ, 1978ರಲ್ಲಿ ದೆಹಲಿಯಲ್ಲಿ ನಡೆದ ಕನ್ನಡ ಸಾಹಿತ್ಯ ಸಮ್ಮೇಳನದ ಸರ್ವಾಧ್ಯಕ್ಷರಾಗಿದ್ದವರು ರಾಜರತ್ನಂ ಅವರು. ಆ ಸಮ್ಮೇಳನದಲ್ಲಿ ನಮ್ಮ ತಂದೆಯವರೂ ಭಾಗವಹಿಸಿದ್ದರು. ಬೆಂಗಳೂರು ರೈಲು ನಿಲ್ದಾಣದಲ್ಲಿ ನಮ್ಮ ತಂದೆಯವರನ್ನು ನೋಡಿದೊಡನೆ ರಾಜರತ್ನಂ, "ನರಸಿಂಹಸ್ವಾಮಿ ಬನ್ನಿ ಇಲ್ಲಿ" ಎಂದು ಕರೆದು, ಹಲವು ಕಾವ್ಯ ವಿಚಾರಗಳ ಬಗ್ಗೆ ಚರ್ಚಿಸಿದರು. ಭಾಷಣ ನೀಡಬೇಕಾದರೆ ಮಾಹಿತಿಗಳ ಖಚಿತತೆ, ಸಿದ್ಧತೆ ಹಾಗೂ ಬದ್ಧತೆ. ಕೊಟ್ಟ ಸಮಯದ ಒಳಗೆ ಮಾತು ಮುಗಿಸುವುದು ರಾಜರತ್ನಂ ಅವರ ಕ್ರಮ, ಎಲ್ಲ ಭಾಷಣಕಾರರಿಗೆ ಎಲ್ಲ ಕಾಲಕ್ಕೂ ಮಾದರಿಯಾದುದು.

ನಮ್ಮ ತಂದೆಯವರ ಸಂಭಾವನಾ ಗ್ರಂಥ ಬಿಡುಗಡೆಯಾದಾಗ ರಾಜರತ್ನಂ ಅವರು ಕೆಎಸ್‌ನ ಕಾವ್ಯದ ವಿಶಿಷ್ಟಗಳನ್ನು ಗುರುತಿಸುವ ಒಂದು ಸೊಗಸಾದ ಅಭಿನಂದನಾ ಭಾಷಣ ಮಾಡಿದರು. ಜನ ಚಪ್ಪಾಳೆ ತಟ್ಟಿದಾಗ, "ಚಪ್ಪಾಳೆ ಸಾಲದು, ಜೇಬಿನಿಂದ ಕಾಸು ತೆಗೆದು ಕನ್ನಡ ಪುಸ್ತಕ ಕೊಳ್ಳಬೇಕು" ಎಂದು ನವಿರಾಗಿ ಎಚ್ಚರಿಸಿದರು.

ಒಮ್ಮೆ ರಾಜರತ್ನಂ ಹಾಗೂ ಕೆಎಸ್‌ನ ಉಡುಪಿಯಲ್ಲಿ ಒಂದು ಕಾರ್ಯಕ್ರಮದಲ್ಲಿ ಭಾಗವಹಿಸಿ ರಾತ್ರಿ ಬಸ್ಸಿನಲ್ಲಿ ಬೆಂಗಳೂರಿಗೆ ವಾಪಸು ಪ್ರಯಾಣ ಬೆಳಸಿದರು. ಬಸ್ಸು ಮಲ್ಲೇಶ್ವರಂನಲ್ಲಿ ನಿಂತಾಗ, ರಾಜರತ್ನಂ ತರಾತುರಿಯಲ್ಲಿ ಇಳಿದುಹೋದರು. ಹಾಗೆ ಹೋಗುವಾಗ ಒಂದು ಕಾಲಿಗೆ ತಮ್ಮ ಹವಾಯಿ ಚಪ್ಪಲಿಯನ್ನೂ, ಮತ್ತೊಂದು ಕಾಲಿಗೆ ನಮ್ಮ ತಂದೆಯವರ ಚಪ್ಪಲಿಯನ್ನೂ ಧರಿಸಿಕೊಂಡು ಹೋದರು. ನಮ್ಮ ತಂದೆ ಮನೆಗೆ ಬಂದಾಗ ಬಾಗಿಲು ತೆರೆದ ನಾನು, "ಇದೇನು ಒಂದೊಂದು ಕಾಲಿಗೆ ಒಂದೊಂದು ತರಹ ಚಪ್ಪಲಿ" ಎಂದು ಕೇಳಿದೆ.

"ಪಾಪ, ಹವಾಯಿ ಚಪ್ಪಲಿ ರಾಜರತ್ನಂ ಅವರದ್ದು. ಇಳಿಯುವ ಗಡಿಬಿಡಿಯಲ್ಲಿ ನೋಡಿಲ್ಲ" ಎಂದರು ನಮ್ಮ ತಂದೆ.

ಆ ಒಂಟಿ ಚಪ್ಪಲಿಯನ್ನು ಪ್ರತ್ಯೇಕವಾಗಿ ಒಂದು ಕವರ್‌ನಲ್ಲಿ ಇರಿಸಿದ ನಮ್ಮ ತಂದೆ ಮಲ್ಲೇಶ್ವರದ ಕಡೆ ಹೋದಾಗ ಅವರಿಗೆ ತಲುಪಿಸಿದರು. ರಾಜರತ್ನಂ ಅವರಂತೂ ಚಪ್ಪಲಿಯನ್ನು ಕೊರಿಯರ್‌ನಲ್ಲಿ ಕಳುಹಿಸುವ ರೀತಿ ಪ್ಯಾಕ್ ಮಾಡಿ ಅದರ ಮೇಲೆ "ಇದು ಮಲ್ಲಿಗೆ ಕವಿಯದ್ದು" ಎಂದು ಷರಾ ಬರೆದಿದ್ದರು.

ಚಪ್ಪಲಿಗಳ ವಿನಿಮಯವಾದ ಮೇಲೆ ರಾಜರತ್ನಂ, "ನರಸಿಂಹಸ್ವಾಮಿಗಳೇ ಇದಕ್ಕೆ ಇಷ್ಟೊಂದು ಅವಸರ ಅಗತ್ಯವಿತ್ತೇ" ಎಂದು ನಕ್ಕರಂತೆ.

കവിനെനപು

ಕವಿನೆನಪು
16

ಬರವಣಿಗೆಗೆ ತುಕ್ಕು ಹಿಡಿಸಬೇಡಿ

ಕೆಎಸ್‌ನ ಮತ್ತು ಆ ಕಾಲದಲ್ಲಿ ತಮ್ಮದೇ ಶೈಲಿಯನ್ನೂ ಅರಗಿಸಿಕೊಂಡು ಕಾವ್ಯ ಬರೆಯುತ್ತಿದ್ದ ಹಲವರ ರಚನೆಗಳು ನವ್ಯ ವಿಮರ್ಶಕರ ಅವಗಣನೆಗೆ ಸಿಲುಕಿತೇನೊ ಎನ್ನುವಂಥ ಸಂದಿಗ್ಧ ಕಾಲದಲ್ಲಿ, ಇಂಥ ಕಾವ್ಯದ ಬಗ್ಗೆ ಒಂದು ಸಹೃದಯ ವಿಮರ್ಶೆಯನ್ನು ನೀಡುತ್ತಲೇ ಬಂದಿದ್ದ ಹಲವು ಮಹನೀಯರಿದ್ದಾರೆ. ಅಂಥವರಲ್ಲಿ ಪ್ರಮುಖರು ಪ್ರೊ. ಎಲ್.ಎಸ್ ಶೇಷಗಿರಿರಾವ್.

ಬೋಧನೆ, ನಿಘಂಟು ಕಾರ್ಯ, ಇಂಗ್ಲಿಷ್-ಕನ್ನಡ ಅನುವಾದ, ಗ್ರಂಥ ಸಂಪಾದನೆ, ಕನ್ನಡ ಸಾಹಿತ್ಯ ಚರಿತ್ರೆ ಇಂಥ ಹಲವಾರು ಕ್ಷೇತ್ರಗಳಲ್ಲಿ ಮಹತ್ತರ ಕಾಣಿಕೆ ಸಲ್ಲಿಸಿರುವ ಎಲ್‌ಎಸ್‌ಎಸ್ ನಮ್ಮ ತಂದೆಯವರ ಆತ್ಮೀಯರಲ್ಲಿ ಒಬ್ಬರಾಗಿದ್ದರು.

1972ರಲ್ಲಿ ಕರ್ನಾಟಕ ಸಾಹಿತ್ಯ ಅಕಾಡೆಮಿಯವರು ನಮ್ಮ ತಂದೆ, ಎಲ್‌ಎಸ್‌ಎಸ್ ಹಾಗೂ ಕುಲಕರ್ಣಿ (ಪೂರ್ಣ ಹೆಸರು ನೆನಪಿಲ್ಲ) ಅವರನ್ನು ಸಾಹಿತ್ಯ ವಿನಿಮಯ ಕಾರ್ಯಕ್ರಮದಡಿ ಕೇರಳ ಪ್ರವಾಸ ಮಾಡಲು ಆಯ್ಕೆ ಮಾಡಿತ್ತು. ಮೂರೂ ಸಾಹಿತಿಗಳು ಕೇರಳ ಸರ್ಕಾರದ ಅತಿಥಿಗಳಾಗಿ ರಾಜ್ಯದ

ಎಲ್ಲ ಜಿಲ್ಲೆಗಳಲ್ಲಿ ಪ್ರವಾಸ ಮಾಡಿ ಜನಜೀವನ ಅರಿಯುವುದು, ಮಲಯಾಳಂ ಕವಿಗಳ ಜತೆ ಸಮಾಲೋಚನೆ, ಜಂಟಿ ಕವಿಗೋಷ್ಠಿ ಇಂಥ ಕಾರ್ಯಕ್ರಮಗಳಲ್ಲಿ ಭಾಗವಹಿಸಬೇಕಿತ್ತು. ಕೇರಳ ಸರ್ಕಾರ ಒಬ್ಬ ಸರ್ಕಾರಿ ಅಧಿಕಾರಿಯನ್ನು ನಿಯೋಜಿಸಿ, ವ್ಯವಸ್ಥೆ ಮಾಡುವ ಜತೆಗೆ ಪ್ರವಾಸದುದ್ದಕ್ಕೂ ಈ ಸದಸ್ಯರ ಜತೆ ಇರಬೇಕೆಂದು ತಿಳಿಸಿತ್ತು.

ಈ ಪ್ರವಾಸದಿಂದಾಗಿ ನಮ್ಮ ತಂದೆ ಹಾಗೂ ಎಲ್.ಎಸ್. ಶೇಷಗಿರಿರಾವ್ ನಡುವೆ ಬಹಳ ನಿಕಟವಾದ ಬಾಂಧವ್ಯ ಏರ್ಪಟ್ಟಿತು. ಪ್ರವಾಸದುದ್ದಕ್ಕೂ ನಮ್ಮ ತಂದೆಯವರ ಕವನಗಳ ಸಾರವನ್ನು ಇಂಗ್ಲೀಷ್‌ನಲ್ಲಿ ತಿಳಿಸಿಕೊಟ್ಟಿದ್ದರು. ಭಾಷೆ ಬಾರದವರ ಮೇಲೂ ಅವರ ಕೆಎಸ್‌ನ ಕಾವ್ಯ ತನ್ನ ನಾದ, ಲಯಗಳಿಂದ ಪರಿಣಾಮ ಬೀರಿದುದನ್ನು ಎಲ್‌ಎಸ್‌ಎಸ್ ಮೆಚ್ಚುಗೆಯಿಂದ ಗುರುತಿಸಿದರು.

ಮುಂದೆ 1976ರಲ್ಲಿ ಕೆಎಸ್‌ನ ಅವರ 'ತೆರೆದ ಬಾಗಿಲು' ಕವನ ಸಂಕಲನ ಪ್ರಕಟವಾದಾಗ, ಅದಕ್ಕೊಂದು ಸವಿಸ್ತಾರವಾದ ಮುನ್ನುಡಿಯನ್ನು ಬರೆದುಕೊಟ್ಟರು. ಸಂಕಲನದ ಪ್ರತಿಯೊಂದು ಕವನ ಕುರಿತು ತುಲನಾತ್ಮಕವಾಗಿ ಹಾಗೂ ವಸ್ತುನಿಷ್ಠವಾಗಿ ಬರೆದದ್ದು ನಮ್ಮ ತಂದೆಯವರಿಗೆ ಸಂತಸ ತಂದಿತ್ತು.

ನನಗೂ ಎಲ್.ಎಸ್. ಶೇಷಗಿರಿರಾವ್ ಗುರುಸಮಾನರೇ. 1978ರಲ್ಲಿ ನಾನು ಬ್ಯಾಂಕ್ ಸೇರುವಾಗ ಅವರ ಹೆಸರನ್ನು ಪರಾಮರ್ಶನೆಗೆ (reference) ಕೊಟ್ಟಿದ್ದೆ. ಆ ಸಂದರ್ಭದಲ್ಲಿ ಬ್ಯಾಂಕ್ ನೀಡಿದ್ದ ನಮೂನೆ ಪತ್ರವನ್ನು ಭರ್ತಿ ಮಾಡಿ, ಸಹಿ ಹಾಕಿ ನನಗೆ ಶುಭ ಹಾರೈಸಿದ್ದರು. ನನ್ನ ಕವನ ಸಂಕಲನ "ಇಂದೂ ಇದ್ದಾರೆ" ಅನ್ನು ಅಭಿಪ್ರಾಯ ಬಯಸಿ ಅವರಿಗೆ ಕಳುಹಿಸಿದಾಗ, ತಮ್ಮ ಅನಾರೋಗ್ಯವನ್ನೂ ಲೆಕ್ಕಿಸದೆ ಹದಿನೈದು ದಿನಗಳಲ್ಲಿ ತಮ್ಮ ವಿವರವಾದ ಅನಿಸಿಕೆಗಳನ್ನು ತಿಳಿಸಿದ್ದರು. ಆ ಪತ್ರದಲ್ಲಿ, "ನಿಮ್ಮ ತಂದೆಯವರ ಕವನಗಳಲ್ಲಿ ಕಾಣುವ ವಿಷಾದ, ವ್ಯಂಗ್ಯ ನಿಮ್ಮ ರಚನೆಗಳಲ್ಲೂ ಕಂಡಿದ್ದೇನೆ. ಮೊದಲ ಕವನ ಸಂಕಲನ ಹೊರತರಲು ಇಷ್ಟೇಕೆ ತಡ ಮಾಡಿದಿರಿ? ಬರವಣಿಗೆಗೆ ತುಕ್ಕು ಹಿಡಿಸಬೇಡಿ" ಎಂದ ಅವರ ಮಾತುಗಳು ನನಗೆ ಆಶೀರ್ವಾದ ಹಾಗೂ ಎಚ್ಚರಿಕೆ ಎರಡೂ ಆಗಿವೆ.

ಅವರ ಇಂಥ ಸಹೃದಯತೆಯೇ ನಮ್ಮ ತಂದೆಯವರಿಗೂ ಬಹಳ ಪ್ರಿಯವಾಗಿತ್ತು

ಕವಿನೆನಪು
17

ಉಪ್ಪಿಟ್ಟಿನ ಜೊತೆ ಕವಿತೆ ವಾಚನ

ಕನ್ನಡ ಸಾಹಿತ್ಯ ಲೋಕದ ವಿದ್ವಾಂಸ, ಲಲಿತ ಪ್ರಬಂಧಕಾರ, ಹಾಸ್ಯಪಟು, ವಿಮರ್ಶಕ ಹಾಗೂ ಶ್ರೇಷ್ಠ ಭಾಷಣಕಾರ ಪ್ರೊ. ಅ.ರಾ. ಮಿತ್ರರವರು ನಮ್ಮ ತಂದೆಯವರ ಕಾವ್ಯಗಳಿಗೆ ಸಹೃದಯ ಪ್ರಚಾರ ನೀಡಿದ ಮಹನೀಯರು. ತಮ್ಮ ಭಾಷಣಗಳಲ್ಲಿ ಅವರು ಕೆಎಸ್‌ನ ಅವರ ಬಹುಪಾಲು ಕವನಗಳನ್ನು ಯಾವುದೇ ಬರವಣಿಗೆಯ ಸಹಾಯವಿಲ್ಲದೆ ಉದ್ಧರಿಸಬಲ್ಲವರಾಗಿದ್ದರು.

ನಮ್ಮ ತಂದೆಯರಿಗೂ ಮಿತ್ರ ಅವರಿಗೂ ಒಂದು ನಿಕಟವಾದ ಸ್ನೇಹವಿತ್ತು. ಸೇಂಟ್ ಜೋಸೆಫ್ ವಾಣಿಜ್ಯ ಕಾಲೇಜಿನಲ್ಲಿ ತಮ್ಮ ಕನ್ನಡ ಅಧ್ಯಾಪನ ವೃತ್ತಿ ಆರಂಭಿಸಿ, ಹಲವು ಕಾಲದ ನಂತರ ಸರ್ಕಾರಿ ಕಾಲೇಜಿಗೆ ನೇಮಕಗೊಂಡು, ನಾಡಿನ ವಿವಿಧೆಡೆ ಸೇವೆ ಸಲ್ಲಿಸಿ ನಿವೃತ್ತರಾದವರು. ಸೇವೆಯಲ್ಲಿದ್ದಾಗ ಹಾಗೂ ನಂತರ ತಮ್ಮ ಪಾಂಡಿತ್ಯಪೂರ್ಣವಾದ ಮಾತುಗಾರಿಕೆಯಿಂದ ಕನ್ನಡ ಜನಮಾನಸದಲ್ಲಿ ಸ್ಥಿರವಾಗಿ ನಿಂತವರು.

ಒಂದು ದೃಷ್ಟಿಯಿಂದ ಮಿತ್ರ ಅವರು ಕೆಎಸ್‌ನ ಅವರ ಕಾವ್ಯದ ನಿಜವಾದ ಅಭಿಮಾನಿಗಳೆಂದೇ ಹೇಳಬಹುದು. ಒಮ್ಮೆ ಅವರು ನಮ್ಮ ತಂದೆಯವರಿಗೆ ರಸ್ತೆಯಲ್ಲಿ ಭೇಟಿಯಾದಾಗ, "ಸಾರ್ ಏನಾದರೂ ಹೊಸದಾಗಿ ಬರೆದಿದ್ದೀರಾ" ಎಂದು ಕೇಳಿದರು. ಅದಕ್ಕೆ ನಮ್ಮ ತಂದೆ, "ಮನೆಯಲ್ಲಿದೆ ಬನ್ನಿ ಹೋಗೋಣ" ಎನ್ನುತ್ತಾ ಮಿತ್ರ ಅವರನ್ನು ಅವರ ಜತೆಗಿದ್ದ ಇನ್ನೊಬ್ಬ ಮಿತ್ರರ ಸಮೇತ ಮನೆಗೆ ಕರೆದುಕೊಂಡು ಬಂದರು.

ನಮ್ಮ ತಂದೆ ಮನೆಗೆ ಬಂದವರೇ ತಾಯಿಯವರಿಗೆ, "ಮಿತ್ರ ಬಂದಿದ್ದಾರೆ. ಕಾಫಿ, ಉಪ್ಪಿಟ್ಟು ಮಾಡು" ಎಂದರು.

ನಮ್ಮ ತಾಯಿಯವರೂ ಹೊರಬಂದು ಮಿತ್ರರ ಹಾಗೂ ಅವರ ಕುಟುಂಬ ದವರೆಲ್ಲರ ಯೋಗಕ್ಷೇಮ ವಿಚಾರಿಸಿದರು. ಮಿತ್ರ ಅವರು ಮಡಿಕೇರಿಯಲ್ಲಿ ಸರ್ಕಾರಿ ಸೇವೆಯಲ್ಲಿದ್ದಾಗ ನಮ್ಮ ತಂದೆ, ತಾಯಿ ಒಂದು ವಾರ ಅವರ ಅತಿಥಿಯಾಗಿದ್ದರು. ಹಾಗಾಗಿ ಇಡೀ ಕುಟುಂಬದವರು ಆತ್ಮೀಯರಾಗಿಬಿಟ್ಟಿದ್ದರು.

ಇಂಥ ಕಾವ್ಯವಾಚನ, ಚರ್ಚೆಗಳು ಅವರಿಬ್ಬರ ನಡುವೆ ಆಗಾಗ್ಗೆ ನಡೆಯುತ್ತಿತ್ತು.

ಒಮ್ಮೆ ಭಾರತೀಯ ವಿದ್ಯಾಭವನದಲ್ಲಿ ಕೆಎಸ್‌ನ ಕಾವ್ಯದ ಬಗ್ಗೆ ಮಿತ್ರ ಅವರಿಂದ ಒಂದು ಉಪನ್ಯಾಸ ಏರ್ಪಾಟಾಗಿತ್ತು. ಆ ದಿನ ಅವರು ಕೆಎಸ್‌ನ ಕಾವ್ಯದ ಬಗ್ಗೆ ಒಂದು ಸೋದಾರೋಹಣ ಭಾಷಣ ನೀಡಿ, ಸಭಾಸದರಿಗೆ ಕವಿಯ ಕಾವ್ಯದ ಬಗ್ಗೆ ಆಸಕ್ತಿ ಹೆಚ್ಚುವಂತೆ ಮಾಡಿದರು.

2013ರಲ್ಲಿ ವಸಂತ ಪ್ರಕಾಶನದವರು ಕೆಎಸ್‌ನ ಅವರ ಸಮಗ್ರ ಕಾವ್ಯ 'ಮಲ್ಲಿಗೆಯ ಮಾಲೆ'ಯನ್ನು ಪುನರ್ ಮುದ್ರಣ ಮಾಡಿದಾಗ ಮಿತ್ರ ಅವರು ಲೋಕಾರ್ಪಣೆ ಸಮಾರಂಭದಲ್ಲಿ ಭಾಗವಹಿಸಿ ಕವಿಯ ಬದುಕು ಬರಹಗಳನ್ನು ನೆನೆಸಿಕೊಂಡು ಭಾವನಾತ್ಮಕವಾಗಿ ಮಾತನಾಡಿದರು.

ನಮ್ಮ ತಂದೆಯವರ ಜನ್ಮಶತಮಾನೋತ್ಸವ ಸಂದರ್ಭದಲ್ಲಿ ಕೇಂದ್ರ ಸಾಹಿತ್ಯ ಅಕಾಡೆಮಿಯವರು ಜೈನ್ ಕಾಲೇಜಿನ ಸಹಯೋಗದೊಡನೆ ವಿಚಾರ ಸಂಕಿರಣ ಏರ್ಪಡಿಸಿದ್ದಾಗ ಸಮಾರೋಪ ಭಾಷಣ ಮಾಡಲು ಮಿತ್ರ ಅವರಿಗೆ ಕೇವಲ ಹತ್ತು ನಿಮಿಷ ನೀಡಲಾಗಿತ್ತು. ಆ ದಿನ ಅವರು ಹೆಚ್ಚೇನೂ ಮಾತನಾಡಲಿಲ್ಲ. ಸಮಾರಂಭದ ನಂತರ ನಾನು ಪ್ರೊ. ಮಿತ್ರ ಅವರಿಗೆ, "ಸಾರ್ ಜನ ನಿಮ್ಮಿಂದ ಇನ್ನಷ್ಟು ಮಾಹಿತಿ ಬಯಸಿದ್ದರು" ಎಂದೆ. ಅದಕ್ಕೆ ಅವರು, "ಏನು ಮಾಡಲಯ್ಯ, ನಿಮ್ಮಪ್ಪನ ಬಗ್ಗೆ ಮಾತನಾಡಲು ಹತ್ತು ದಿನವೂ ಕಡಿಮೆಯೇ. ಈ ವಿಷಯದಲ್ಲಿ ನನಗೂ ಅಸಮಧಾನವಿದೆ" ಎಂದರು.

ನಮ್ಮ ಕುಟುಂಬದವರಿಗೆ ಇರುವಂತೆ ಮಿತ್ರ ಅವರಿಗೂ ಅಕ್ಕಿಹೆಬ್ಬಾಳು ನರಸಿಂಹನೇ ಮನೆದೇವರು. 2016ರ ನವೆಂಬರ್‌ನಲ್ಲಿ ನಾನು ಹಾಗೂ ಕೃಷ್ಣ ಸುಬ್ಬರಾವ್ ಅಕ್ಕಿಹೆಬ್ಬಾಳಿನಲ್ಲಿ ಲಲಿತ ಪ್ರಬಂಧ ಕಮ್ಮಟ ನಡೆಸಿಕೊಟ್ಟಾಗ ಸಮಾರೋಪ ಸಮಾರಂಭಕ್ಕೆ ಬಂದ ಮಿತ್ರ, ಪಾರಿಭಾಷಿಕ ಪದಗಳ ಬಗ್ಗೆ ವಿಚಾರ ಪ್ರಚೋದಕವಾಗಿ ಮಾತನಾಡಿದರು. ಕಮ್ಮಟಿಗರೊಂದಿಗೆ ಹಾಗೂ ದೇವಸ್ಥಾನದಲ್ಲಿ ಬಂದ ಭಕ್ತಾದಿಗಳೊಂದಿಗೆ ಮುಕ್ತವಾಗಿ ಮಾತನಾಡಿ ಎಲ್ಲರ ಮನಗೆದ್ದರು.

ಇಂದಿಗೂ ನಮ್ಮ ತಂದೆ ತಾಯಿಯವರಿಗೆ ಹೇಗೋ, ನಮ್ಮ ಕುಟುಂಬದ ಎಲ್ಲರಿಗೂ ಪ್ರೊ. ಅ.ರಾ. ಮಿತ್ರ ಸನ್ಮಿತ್ರರೇ.

ಕವಿನೆನಪು
18

ಪ್ರೇಮ ಅಲ್ಲ, ದಾಂಪತ್ಯ

ಬೇಂದ್ರೆ, ಅಡಿಗ ಹಾಗು ಕೆಎಸ್‌ನ ಮೂರೂ ಕವಿಗಳ ಪ್ರಭಾವವನ್ನು ಮೈಗೂಡಿಕೊಂಡು ಬೆಳೆದರೂ ತಮ್ಮದೇ ಶೈಲಿಯಿಂದ ಕವನಗಳನ್ನು ರಚಿಸಿ, ಕವಿಗೋಷ್ಠಿಗಳಲ್ಲಿ ಆಕರ್ಷಕವಾಗಿ ಹಾಗೂ ಧ್ವನಿಪೂರ್ಣವಾಗಿ ವಾಚಿಸಬಲ್ಲ ಸಾಮರ್ಥ್ಯ ಹೊಂದಿದ್ದವರು ಸುಮತೀಂದ್ರ ನಾಡಿಗ ಅವರು.

ಎಪ್ಪತ್ತರ ದಶಕದಿಂದಲೂ ನಮ್ಮ ತಂದೆಯವರನ್ನು ಭೇಟಿಯಾಗಲು ಬರುತ್ತಿದ್ದವರಲ್ಲಿ ನಾಡಿಗರೂ ಪ್ರಮುಖರು. ಅಮೆರಿಕದಲ್ಲಿ ವಾಸವಾಗಿದ್ದ ಭಾವಮೈದುನ ಪಿ. ಶ್ರೀನಿವಾಸರಾವ್ ಜತೆಗೂಡಿ ಕೆಎಸ್‌ನರ ಹಲವು ಪ್ರಮುಖ ಕವನಗಳನ್ನು ಇಂಗ್ಲೀಷ್‌ಗೆ ಅನುವಾದಿಸಿ ಓದುಗರ ಪರಿಧಿಯನ್ನು ವಿಸ್ತರಿಸುವಲ್ಲಿ ನಾಡಿಗರ ಪಾತ್ರ ಹಿರಿದಾದುದು.

ಸುಮತೀಂದ್ರ ನಾಡಿಗರು ಕೇಂದ್ರ ಸಾಹಿತ್ಯ ಅಕಾಡೆಮಿಯವರ "ಭಾರತೀಯ ಸಾಹಿತ್ಯ ನಿರ್ಮಾಪಕರು" ಪುಸ್ತಕಮಾಲೆಯಲ್ಲಿ ಕೆಎಸ್‌ನ ಬದುಕು ಬರಹಗಳ ಬಗ್ಗೆ ಉಪಯುಕ್ತ ಒಳನೋಟ ನೀಡುವಂಥ 90 ಪುಟಗಳ 'ಕೆ.ಎಸ್. ನರಸಿಂಹಸ್ವಾಮಿ' ಎಂಬ ಪುಸ್ತಕ ರಚಿಸಿದ್ದು, ಕವಿಯ ಬಗ್ಗೆ ಮಾಹಿತಿ ಬಯಸುವವರಿಗೆಲ್ಲ ಒಂದು ಉತ್ತಮ ಆಕರವಾಗಿದೆ. (ಸೆಂಟ್ರಲ್ ಕಾಲೇಜು ಆವರಣದಲ್ಲಿರುವ ಅಕಾಡೆಮಿಯ

ಬೆಂಗಳೂರು ಕಚೇರಿಯಲ್ಲಿ ಈ ಪುಸ್ತಕ ಮಾರಾಟಕ್ಕೆ ಲಭ್ಯವಿದ್ದು, ಇದರ ಬೆಲೆ ಐವತ್ತು ರೂಪಾಯಿ ಆಗಿರುತ್ತದೆ)

ಗೋವಾದ ಮಾಪುಸಾದಲ್ಲಿ ಇಂಗ್ಲಿಷ್ ಅಧ್ಯಾಪಕರಾಗಿದ್ದ ನಾಡಿಗರು ಅಮೆರಿಕಕ್ಕೆ ಹೋಗಿ ಬರುವಷ್ಟರಲ್ಲಿ ಕಾಲೇಜಿನಿಂದ ಕಾರಣಾಂತರದಿಂದ ಹೊರಬರಬೇಕಾಯಿತು. ಆ ಸಮಯದಲ್ಲಿ ಅವರು ಬೆಂಗಳೂರಿಗೆ ಬಂದು ಜೀವನೋಪಾಯಕ್ಕಾಗಿ ಗಾಂಧಿ ಬಜಾರ್ ಮುಖ್ಯರಸ್ತೆಯಲ್ಲಿ 'ಕರ್ನಾಟಕ ಬುಕ್ ಹೌಸ್' ಎಂಬ ಪುಸ್ತಕ ಮಳಿಗೆಯೊಂದನ್ನು ತೆರೆದರು. ಆ ಪುಸ್ತಕ ಮಳಿಗೆ ಅಡಿಗ, ರಾಮಚಂದ್ರಶರ್ಮ, ವೈಎನ್ಕೆ ಮುಂತಾದ ಕಾವ್ಯಾಸಕ್ತರ ಜೇನುಗೂಡಾಗಿತ್ತು. ಸ್ವಲ್ಪದಿನ 'ಮಲ್ಲಿಗೆ' ಮಾಸಪತ್ರಿಕೆಯ ಸಂಪಾದಕೀಯ ಮಂಡಳಿಯಲ್ಲೂ ಕೆಲಸ ನಿರ್ವಹಿಸಿದರು. ನಂತರ ಬೆಂಗಳೂರು ವಿಶ್ವವಿದ್ಯಾಲಯದ ಇಂಗ್ಲಿಷ್ ವಿಭಾಗ ಸೇರಿ ನಿವೃತ್ತರಾದರು. ನಿವೃತ್ತಿಯ ನಂತರ ಕೆಲಕಾಲ ನ್ಯಾಷನಲ್ ಬುಕ್ ಟ್ರಸ್ಟ್‌ನ ಅಧ್ಯಕ್ಷರೂ ಆಗಿದ್ದರು.

ನಾಡಿಗರು ನಮ್ಮ ತಂದೆಯವರನ್ನು ಭೇಟಿಯಾಗಲು ಬಂದಾಗಲೆಲ್ಲ, ಈ ವಿದ್ಯಮಾನಗಳನ್ನು ವಿನೋದಕರವಾದ ಶೈಲಿಯಲ್ಲಿ ವಿವರಿಸುತ್ತಿದ್ದರು. ಅವರು ಹೋದ ಮೇಲೆ ನಮ್ಮ ತಂದೆ, "ಪಾಪ ನಾಡಿಗ, ಮಕ್ಕಳೊಂದಿಗ, ಎಷ್ಟೊಂದು ತೊಂದರೆ" ಎಂದು ಕನಿಕರಿಸುತ್ತಿದ್ದರು.

1976ರಲ್ಲಿ ಶಿವಮೊಗ್ಗೆಯಲ್ಲಿ ಅಖಿಲ ಭಾರತ 49ನೆಯ ಸಾಹಿತ್ಯ ಸಮ್ಮೇಳನ ನಡೆದಿದ್ದಾಗ, ತಮ್ಮ ಕರ್ನಾಟಕ ಬುಕ್ ಹೌಸ್‌ನ ಸ್ಟಾಲ್ ಮೂಲಕ, ಆಗತಾನೆ ಬಿಡುಗಡೆಯಾಗಿದ್ದ ಕೆಎಸ್‌ನ ಅವರ 'ತೆರೆದ ಬಾಗಿಲು' ಕೃತಿಯ ಸಾಕಷ್ಟು ಪ್ರತಿಗಳನ್ನು ಮಾರಾಟ ಮಾಡುವಲ್ಲಿಯೂ ನಾಡಿಗರು ಸಹಕರಿಸಿದ್ದರು.

'ಮೈಸೂರ ಮಲ್ಲಿಗೆ'ಯ ಕವನಗಳನ್ನು ಪ್ರೇಮಕಾವ್ಯದ ಬದಲು ದಾಂಪತ್ಯ ಗೀತೆಗಳು ಎಂದೇ ಪರಿಗಣಿಸುವುದು ಸರಿ ಎಂದು ನಾಡಿಗರು ಪ್ರತಿಪಾದಿಸಿ, ಕವಿಯ ಕಾವ್ಯವನ್ನು ಹೊಸ ದೃಷ್ಟಿಕೋನಗಳಿಂದ ನೋಡಲು ಚಾಲನೆ ನೀಡಿದರು. ಸ್ವತಃ ಕೆಎಸ್‌ನ ಅವರೇ, 'ಮೈಸೂರ ಮಲ್ಲಿಗೆ'ಯ ಹೆಚ್ಚಿನ ಕವನಗಳು ಮದುವೆಯಾದ ನಂತರ ಬರೆದಿದ್ದು ಎಂದು ಹೇಳಿದ್ದು ನಾಡಿಗರ ಪ್ರತಿಪಾದನೆಗೆ ಆಧಾರವಾಗಿತ್ತು.

ಕೆಎಸ್‌ನ ಕವನಗಳ ಅನುವಾದ, ಅವುಗಳ ಬಗ್ಗೆ ಚಿಂತನೆ ಇವುಗಳಿಂದ ನಮ್ಮ ತಂದೆಯವರ ನೆನಪಿನಲ್ಲಿ ಉಳಿದವರು ಸುಮತೀಂದ್ರ ನಾಡಿಗರು.

ಕವಿನೆನಪು
19

ಪೋಸ್ಟ್ ಕಾರ್ಡ್ ಅಪಾಯಿಂಟ್ಮೆಂಟ್

ಕವಿ, ವಿಮರ್ಶಕ, ವಿದ್ವಾಂಸ, ಭಾಷಾಂತರಕಾರ ಹಾಗೂ ಷಿಕಾಗೊ ವಿಶ್ವವಿದ್ಯಾಲಯದಲ್ಲಿ ದ್ರಾವಿಡ ಭಾಷಾ ಅಧ್ಯಯನ ಪೀಠದ ಮುಖ್ಯಸ್ಥರಾಗಿದ್ದ ಎ.ಕೆ. ರಾಮಾನುಜನ್ ಅವರಿಗೆ ಅಮೆರಿಕದಲ್ಲಿದ್ದರೂ ಕನ್ನಡದ್ದೇ ಕನವರಿಕೆ. ಅಲ್ಲಿದ್ದುಕೊಂಡೇ ಕನ್ನಡ ಸಾಹಿತ್ಯದ ವಿಶೇಷವಾಗಿ ಕಾವ್ಯದ ಬೆಳವಣಿಗೆಯನ್ನು ಬಹಳ ಜತನದಿಂದ ಗಮನಿಸುತ್ತಿದ್ದ ಅಧ್ಯಯನಜೀವಿ ಎಕೆಆರ್.

ಭಾರತಕ್ಕೆ ಆಗಾಗ್ಗೆ ಬಂದಾಗಲೆಲ್ಲ ನಮ್ಮ ತಂದೆಯವರನ್ನು ತಪ್ಪದೆ ಭೇಟಿಯಾಗುತ್ತಿದ್ದರು. ಬೆಂಗಳೂರಿಗೆ ಬಂದೊಡನೆ ಇಂಥ ದಿನ, ವೇಳೆಗೆ ಮನೆಗೆ ಬರುತ್ತೇನೆಂದು ಒಂದು ಪೋಸ್ಟ್‌ಕಾರ್ಡ್ ಹಾಕುತ್ತಿದ್ದರು, ಅಪ್ಪಟ ಹಳೇ ಮೈಸೂರಿನ ಆಡುಮಾತಿನ ಕನ್ನಡ ಶೈಲಿಯಲ್ಲಿ. ನಿಯಮಿತ ವೇಳೆಯಲ್ಲೇ ಅವರ ಹಾಜರಿ ಇರುತ್ತಿತ್ತು. ವಾಮನಾಕಾರ, ಸೌಮ್ಯ ನಡೆ, ಭಾರತೀಯ ಶೈಲಿಯ ಜುಬ್ಬ, ತುಂಬಾ ಸರಳ ವ್ಯಕ್ತಿ.

ಬಂದೊಡನೆ ತಂದೆಯವರೊಡನೆ ಕುಶಲೋಪರಿ ನಡೆಸುತ್ತ, "ನರಸಿಂಹಸ್ವಾಮಿಗಳೆ, ಇತ್ತೀಚೆಗೆ ಯಾವುದಾದರೂ ಪದ್ಯ ಬರೆದಿರಾ?" ಎಂದು ಪ್ರಶ್ನಿಸುತ್ತಿದ್ದರು. 1960ರಿಂದ 1976ರವರೆಗೆ ನಮ್ಮ ತಂದೆ ಯಾವುದೇ ಸಂಕಲನ ಪ್ರಕಟಣೆ ಮಾಡದೆ ಇದ್ದುದರಿಂದ ಕಾವ್ಯಾಸಕ್ತರೆಲ್ಲ ಈ ಪ್ರಶ್ನೆ ಕೇಳುವುದು ಸರ್ವೇಸಾಧಾರಣವಾಗಿತ್ತು.

ನಮ್ಮ ತಂದೆ "ಇಂಥ ಪದ್ಯಗಳನ್ನು ಬರೆದಿದ್ದೇನೆ" ಎಂದರೆ, "ನನಗೆ ಅವುಗಳ ಪ್ರತಿ ಬೇಕಲ್ಲಾ?" ಎಂದು ಕೇಳುತ್ತಿದ್ದರು ರಾಮಾನುಜನ್.

ಸಾಮಾನ್ಯವಾಗಿ ನಮ್ಮ ತಂದೆ ಎರಡು, ಮೂರು ಕಾರ್ಬನ್ ಪ್ರತಿ ಸ್ಪಷ್ಟವಾಗಿ ಬರುವಂಥ ಗಟ್ಟಿ ಕೈಬರಹ ಹೊಂದಿದ್ದರು. ಮತ್ತು ಅಂಥದೊಂದು ಕಾರ್ಬನ್ ಪ್ರತಿ ರಾಮಾನುಜನ್ ಅವರಿಗೆ ನೀಡುತ್ತಿದ್ದರು. ಪ್ರತಿಗಳನ್ನು ಪಡೆದು ಒಮ್ಮೆ ಅವುಗಳ ಮೇಲೆ ಕಣ್ಣಾಡಿಸಿ ಅವುಗಳನ್ನು ತಮ್ಮ ಬ್ರೀಫ್‌ಕೇಸ್‌ನಲ್ಲಿ ಇರಿಸಿದ ಬಳಿಕ ಕಾವ್ಯದ ಚರ್ಚೆ ಮುಂದುವರೆಸುತ್ತಿದ್ದರು.

ಒಮ್ಮೆ ಹೆಚ್ಚುವರಿ ಕಾರ್ಬನ್ ಪ್ರತಿ ಇರಲಿಲ್ಲ. ನನ್ನನ್ನು ಕರೆದು "ಬೇರೆ ಹಾಳೆಯಲ್ಲಿ ಇದನ್ನೊಂದು ಪ್ರತಿ ಮಾಡಿಕೊಡು" ಎಂದರು.

ನಾನು ಸಂತಸದಿಂದ ಹಾಗೂ ನನ್ನ ಕೈಬರಹ ರಾಮಾನುಜನ್ ಅವರ ಷಿಕಾಗೊ ವಿವಿ ದ್ರಾವಿಡ ಅಧ್ಯಯನ ಪೀಠದಲ್ಲಿ ಪ್ರದರ್ಶನಕ್ಕೆ ಇಡಲಾಗುತ್ತದೆಯೋ ಎಂಬ ಭ್ರಮೆಯಲ್ಲಿ ನಕಲು ಮಾಡುತ್ತಿದ್ದೆ. ಒಂದೆರಡು ನಿಮಿಷದಲ್ಲೇ ನಮ್ಮ ತಂದೆ ಬಂದು, "ನಿನ್ನ ಮಾಮೂಲಿ ಕೈಬರಹದಲ್ಲೇ ಬೇಗ ಬರೆದುಕೊಡು. ನೀನು ಬರೆದಿದ್ದನ್ನು ರಾಮಾನುಜನ್ ಅವರಿಗೇನೂ ಕೊಡುವುದಿಲ್ಲ" ಎಂದರು.

ನನಗೆ ಭ್ರಮನಿರಸನವಾಯಿತು. ಮತ್ತು ಆ ಮಾತು ನನ್ನ ಕೈಬರಹದ ಬಗ್ಗೆ ಭಾಷ್ಯವೂ ಆಗಿತ್ತು. ನಮ್ಮ ಮನೆಯಲ್ಲಿ ನನ್ನ ಹಿರಿಯಣ್ಣ ಕೆ.ಎನ್. ಹರಿಹರ ಮಾತ್ರ ನಮ್ಮ ತಂದೆಯವರಂತೆಯೇ ಉತ್ತಮವಾದ ಕೈಬರಹ ಹೊಂದಿರುವುದು.

ಬಹಳ ಕಡಿಮೆ ಬಾರಿ ಮುಖತಃ ಭೇಟಿಯಾಗಿದ್ದರೂ ನಮ್ಮ ತಂದೆಯವರ ಕಾವ್ಯದ ನಿರಂತರ ಹಾಗೂ ನಿಕಟ ಸಂಪರ್ಕ ಹೊಂದಿದ್ದವರು ರಾಮಾನುಜನ್.

ಕವಿನೆನಪು

20

ಸಾಗರದಿಂದ ಬಂತು ನಡಿಗೆ ಬೆತ್ತ

ದೂರದ ಹೆಗ್ಗೋಡಿನಲ್ಲಿ ಸಿನಿಮಾ ರಸಗ್ರಹಣ, ನಾಟಕ ರೆಪರ್ಟರಿ, ಪುಸ್ತಕ ಪ್ರಕಾಶನ ಮುಂತಾದ ರಚನಾತ್ಮಕ ಸಾಮುದಾಯಿಕ ಚಟುವಟಿಕೆಗಳಲ್ಲಿ ತಮ್ಮನ್ನು ನಿಸ್ಪೃಹವಾಗಿ ತೊಡಗಿಸಿಕೊಂಡಿದ್ದ ಮ್ಯಾಗ್ಸೇಸೆ ಪ್ರಶಸ್ತಿ ವಿಜೇತ ಕೆ.ವಿ. ಸುಬ್ಬಣ್ಣ ಅವರೊಡನೆಯೂ ಆತ್ಮೀಯವಾದ ಸ್ನೇಹವನ್ನು ಹೊಂದಿದ್ದರು ನಮ್ಮ ತಂದೆ.

ಅವರ ಅಕ್ಷರ ಪ್ರಕಾಶನದಿಂದ ಹೊರಬರುತ್ತಿದ್ದ 'ಸಾಕ್ಷಿ' ಸಾಹಿತ್ಯ ತ್ರೈಮಾಸಿಕ ಪತ್ರಿಕೆಯಲ್ಲಿ ನಮ್ಮ ತಂದೆಯವರ ಬರಹಗಳನ್ನು ತಪ್ಪದೆ ಪ್ರಕಟಿಸುತ್ತಿದ್ದರು ಕೆ.ವಿ. ಸುಬ್ಬಣ್ಣ. 'ತೆರೆದ ಬಾಗಿಲು', 'ಮುಚ್ಚಿದ ಕಿಟಕಿ', 'ಅನುಮಾನ' ಇಂಥ ಕವನಗಳು 'ಸಾಕ್ಷಿ' ಪತ್ರಿಕೆಯಲ್ಲಿ ಪ್ರಕಟವಾಗಿ ಕಾವ್ಯಾಸಕ್ತರ ಗಮನ ಸೆಳೆದಿದ್ದವು.

ಕವನ ಕಳಿಸುವುದು ಸ್ವಲ್ಪ ತಡವಾದರೂ ಸುಬ್ಬಣ್ಣ ಅವರಿಂದ ನಮ್ಮ ತಂದೆಗೆ ತಪ್ಪದೆ ನೆನಪೋಲೆ ಬರುತ್ತಿತ್ತು. ನೀಡಬೇಕಾದ ಸಂಭಾವನೆಯಲ್ಲಿ ವರುಷಕ್ಕೊಮ್ಮೆ ಚಂದಾ ಮೊತ್ತ ಕಳೆದು ಬಾಕಿಹಣಕ್ಕೆ ಚೆಕ್ ಕಳಿಸುತ್ತಿದ್ದರು.

ಅವರಿಬ್ಬರ ಭೇಟಿ ಬೆಂಗಳೂರು, ಶಿವಮೊಗ್ಗ, ಮೈಸೂರು ಇಂಥ ಕಡೆ ನಡೆಯುವ ಸಮಾರಂಭಗಳಲ್ಲಿ ನಡೆಯುತ್ತಿತ್ತು. ಒಂದೆರಡು ಬಾರಿ ಅವರಿದ್ದ ಹೊನ್ನೇಸರಕ್ಕೂ ಹೋಗಿ ಬಂದಿದ್ದರು ನಮ್ಮ ತಂದೆ.

1976ರ ಡಿಸೆಂಬರ್‌ನಲ್ಲಿ ನಡೆದ ಕನ್ನಡ ಸಾಹಿತ್ಯ ಸಮ್ಮೇಳನದಲ್ಲಿ ಸುಬ್ಬಣ್ಣ ಅವರು ಸಿಕ್ಕಿದಾಗ ನಮ್ಮ ತಂದೆ ಕೇಳಿದ ಮೊದಲ ಪ್ರಶ್ನೆ "ಅಡಿಕೆ ಇದೆಯೆ ಸುಬ್ಬಣ್ಣ" ಎಂದೇ.

ಅವರು "ಇದೆ, ಇದೆ.." ಎನ್ನುತ್ತ ತಮ್ಮ ಕೈಚೀಲದಿಂದ ಅಡಕೆಯನ್ನು ತೆಗೆದು ನಮ್ಮ ತಂದೆಗೆ ಕೊಟ್ಟರು.

ಒಮ್ಮೆ ಸುಬ್ಬಣ್ಣ ಅವರಿಗೆ ನಮ್ಮ ತಂದೆ, "ಸಾಗರದಲ್ಲಿ ಒಳ್ಳೆ ನಡಿಗೆ ಬೆತ್ತ (walking stick) ಸಿಗುತ್ತದಂತೆ ಕಳಿಸಿಕೊಡಲು ಸಾಧ್ಯವೆ?" ಎಂದು ಕೇಳಿದರು.

ಸಂತೋಷದಿಂದ ಅದಕ್ಕೆ ವ್ಯವಸ್ಥೆ ಮಾಡಿದ ಸುಬ್ಬಣ್ಣ ಅವರು ನಮ್ಮ ತಂದೆಗೆ ಪತ್ರ ಬರೆದು, "ನಡಿಗೆ ಬೆತ್ತವನ್ನು ಉಪ್ಪಾರಪೇಟೆ ಪೋಲಿಸ್ ಸರ್ಕಲ್ ಇನ್ಸ್‌ಪೆಕ್ಟರ್ ರವಿರಾಜ್ ಅವರು ನಿಮಗೆ ತಲುಪಿಸುತ್ತಾರೆ" ಎಂದು ತಿಳಿಸಿದ್ದರು.

ಇನ್ಸ್‌ಪೆಕ್ಟರ್ ಅವರು ಅದನ್ನು ಬಟವಾಡೆ ಮಾಡಲು ಬೇರೆ ಯಾವ ಸಿಬ್ಬಂದಿಗೂ ಹೇಳದೆ ತಾವೇ ಪೊಲೀಸ್ ಜೀಪ್‌ನಲ್ಲಿ ನಮ್ಮ ಮನೆಗೆ ಬಂದರು. ಅಕ್ಕಪಕ್ಕದವರಿಗೆಲ್ಲ ಕುತೂಹಲ. ಇನ್ಸ್‌ಪೆಕ್ಟರ್ ಅವರು ನಡಿಗೆ ಬೆತ್ತ ಹಸ್ತಾಂತರಿಸಿ, "ನಿಮ್ಮನ್ನು ಭೇಟಿಯಾಗುವ ಅವಕಾಶ ದೊರೆತದ್ದು ಸಂತೋಷ" ಎಂದು ಹೇಳಿ ಹೋದರು.

ಸರಳಜೀವಿಯಾದ ಸುಬ್ಬಣ್ಣ ನಮ್ರತೆಯ ಸಾಕಾರಮೂರ್ತಿ. ಭಾರತ ಸರಕಾರದ 'ಪದ್ಮಶ್ರೀ ಪ್ರಶಸ್ತಿ'ಯನ್ನು ತಿರಸ್ಕರಿಸಿದ್ದವರು. ಮ್ಯಾಗ್ಸೇಸೆ ಪ್ರಶಸ್ತಿಯನ್ನು ಸ್ವೀಕರಿಸಲೂ ಅವರು ಸಿದ್ಧರಿರಲಿಲ್ಲ. ಆಪ್ತವರ್ಗದವರು ತುಂಬ ಬಲವಂತ ಮಾಡಿದಾಗ ಒಪ್ಪಿ, "ಈ ಪ್ರಶಸ್ತಿ ನನಗಲ್ಲ. ಇದನ್ನು ನೀನಾಸಂ ಪರವಾಗಿ ಸ್ವೀಕರಿಸುತ್ತೇನೆ" ಎಂದಿದ್ದರು.

1991ರ ಸಂದರ್ಭದಲ್ಲಿ ಭಾರತೀಯ ಸ್ಟೇಟ್ ಬ್ಯಾಂಕ್‌ನ ಅಧಿಕೃತ ಭಾಷೆಗಳ ವಿಭಾಗ ಹೊರತಂದಿದ್ದ 'ತ್ರಿಭಾಷಾ ಪದಕೋಶ'ವನ್ನು ಬಿಡುಗಡೆ ಮಾಡಿದವರು ಸುಬ್ಬಣ್ಣ. 'ಒಂದು ಹಾರವನ್ನೂ ಸ್ವೀಕರಿಸುವುದಿಲ್ಲ' ಎಂಬ ಷರತ್ತು ಹಾಕಿಯೇ ಸಮಾರಂಭಕ್ಕೆ ಬಂದಿದ್ದರು. ಅವರ ಕೋರಿಕೆಯಂತೆ ರವೀಂದ್ರ ಕಲಾಕ್ಷೇತ್ರದ ಹತ್ತಿರದ ಪೈ ವಿಹಾರ್‌ನಲ್ಲಿ ಕೊಠಡಿ ಕಾದಿರಿಸಿದ್ದೆವು.

ಸಮಾರಂಭದ ನಂತರ ಅವರನ್ನು ಬಸ್‌ಸ್ಟ್ಯಾಂಡಿಗೆ ಕರೆದುಕೊಂಡು ಹೋಗುವ ಜವಾಬ್ದಾರಿ ನನ್ನದಾಗಿತ್ತು. ದಾರಿಯಲ್ಲಿ ಮಾತನಾಡುತ್ತಾ ನಮ್ಮ ಬ್ಯಾಂಕ್ ಇಂಥ ಕನ್ನಡಪರ ಚಟುವಟಿಕೆಗಳನ್ನು ಹಮ್ಮಿಕೊಂಡದ್ದಕ್ಕೆ ಸಂತಸ ವ್ಯಕ್ತಪಡಿಸಿದರು. "ಮುಂದಿನ ಅಕ್ಟೋಬರ್‌ನಲ್ಲಿ ಸಾಗರಕ್ಕೆ ಸಿನಿಮಾ ರಸಗ್ರಹಣ ಭಾಗವಹಿಸಲು ಬನ್ನಿ" ಎಂದು ಆಹ್ವಾನಿಸುತ್ತಾ ಬೀಳ್ಕೊಂಡರು.

ಸದ್ದಿಲ್ಲದ ಸಾಧಕ ಸುಬ್ಬಣ್ಣ ಅವರ ಬಗ್ಗೆ ನಮ್ಮ ತಂದೆಯವರಿಗೆ ಮೆಚ್ಚುಗೆ ಇತ್ತು.

ಕವಿನೆನಪು

21

ಕವಿಗೆ ನಿವೇಶನ ಸಿಕ್ಕಿತು

ಶಿವಮೊಗ್ಗ ಸುಬ್ಬಣ್ಣ, ಕೆ.ವಿ. ಸುಬ್ಬಣ್ಣ ಅವರಂತೆಯೇ ನಮ್ಮ ತಂದೆಯವರ ಆತ್ಮೀಯ ಸ್ನೇಹವಲಯದಲ್ಲಿ ಇದ್ದವರು.

ಬಹುಶಃ ಮೊದಲ ಬಾರಿಗೆ ಶಿವಮೊಗ್ಗ ಸುಬ್ಬಣ್ಣನವರನ್ನು ನಮ್ಮ ತಂದೆಯವರಿಗೆ ಪರಿಚಯಿಸಿದವರು ಎನ್.ಎಸ್. ಲಕ್ಷ್ಮೀನಾರಾಯಣ ಭಟ್ಟ ಅವರು. ಅವರ 'ದೀಪಿಕಾ' ಹಾಗೂ ಶರೀಫರ ಧ್ವನಿಸುರಳಿಗಳಲ್ಲಿ ಸುಬ್ಬಣ್ಣ ಅವರದ್ದು ಪ್ರಬಲ ದನಿಯೇ.

ಶಿವಮೊಗ್ಗದಲ್ಲಿ ವಕೀಲರಾಗಿ ಹಾಗೂ ತೆರಿಗೆ ಸಲಹೆಗಾರರಾಗಿ ವೃತ್ತಿ ಆರಂಭಿಸಿದ್ದ ಸುಬ್ಬಣ್ಣ, ಧ್ವನಿಸುರಳಿ ಕ್ಷೇತ್ರದಲ್ಲಿ ಹೆಸರು ಮಾಡುತ್ತಿದ್ದಂತೆ ತಮ್ಮ ವೃತ್ತಿ ಕ್ಷೇತ್ರವನ್ನು ಬೆಂಗಳೂರಿಗೆ ಬದಲಿಸಿದರು.

ಹನುಮಂತನಗರದಲ್ಲಿ ಅವರಿದ್ದ ಬಾಡಿಗೆಮನೆ ಆಗ ನಮ್ಮ ಮನೆಗೆ ಸಮೀಪವಿತ್ತು. ಭೇಟಿ, ಆತ್ಮೀಯತೆಗಳು ನಿಕಟವಾಗಲು ಇದೂ ಒಂದು ಪ್ರಬಲ ಕಾರಣವಾಯಿತು.

ಮನೆಗೆ ಬಂದೊಡನೆ ಮನೆಯ ಎಲ್ಲರೊಡನೆ ಲವಲವಿಕೆಯಿಂದ ಮಾತನಾಡುತ್ತಿದ್ದರು. ನಮ್ಮ ತಾಯಿಯವರೊಡನೆ ಹೆಚ್ಚು ಆತ್ಮೀಯತೆ ಇರಲು ಕಾರಣ ಇಬ್ಬರೂ ಶಿವಮೊಗ್ಗದವರಾಗಿದ್ದುದು.

"ಕಾಫಿ ತೆಗೆದುಕೊಳ್ಳುತ್ತೀರಾ ಸುಬ್ಬಣ್ಣ" ಎಂದು ನಮ್ಮ ತಾಯಿ ಕೇಳಿದರೆ, "ಕೊಡಿ, ವೆಂಕಮ್ಮನವರೆ ನೀವು ಕೊಡದಿದ್ದರೆ ನಾನೇ ಕೇಳಿ ಪಡೆಯುತ್ತಿದ್ದೆ" ಎನ್ನುತ್ತಿದ್ದರು.

ಸಾಹಿತ್ಯ ಕ್ಷೇತ್ರದ ಆಗುಹೋಗುಗಳ ಬಗ್ಗೆ ನಮ್ಮ ತಂದೆಯವರ ಬಗ್ಗೆ ಲೋಕಾಭಿರಾಮವಾಗಿ ಮಾತನಾಡಿ, "ಕವಿಗಳೆ, ಆಕಾಶವಾಣಿಯ ನವಸುಮ ಕಾರ್ಯಕ್ರಮಕ್ಕೆ ನಿಮ್ಮ ಈ ಹಾಡು ಹಾಡುತ್ತಿದ್ದೇನೆ. ಹಾಡಿ ತೋರಿಸಲೇ" ಎನ್ನುತ್ತಿದ್ದರು.

ನಮ್ಮ ತಂದೆ ಕೈಸನ್ನೆಯಿಂದಲೇ ಅನುಮತಿ ನೀಡಿದಾಗ ಯಾವುದೇ ವಾದ್ಯಗಳ ಅಬ್ಬರವಿಲ್ಲದೆ, ಕೇವಲ ಚಿಟಿಕೆ ಸದ್ದಿನೊಂದಿಗೆ, ಕಣ್ಣು ಮುಚ್ಚಿ ಹಾಡಲು ಆರಂಭಿಸುತ್ತಿದ್ದರು. (ಹಾಗೆ ಕಣ್ಣು ಮುಚ್ಚಿ ಹಾಡುವುದು ಅವರ ನಿತ್ಯದ ಅಭ್ಯಾಸ. ಅದು ಗಾಯಕನಿಗೆ ಏಕಾಗ್ರತೆ ತರುವುದೆಂದು ಅವರು ನಂಬಿದ್ದರು)

'ಚೆಂಗುಲಾಬಿಯ ನಡುವೆ ನಾ ನಿನ್ನ ಕಂಡೆ', 'ಪಯಣಿಸುವ ವೇಳೆಯಲಿ' ಇಂಥ ಮಧುರ ಭಾವಗೀತೆಗಳನ್ನು ಅವರ ಕಂಠದಿಂದಲೇ ನಮ್ಮ ಮನೆಯಲ್ಲೇ ಕೇಳುವ ಭಾಗ್ಯ ನಮ್ಮದಾಗಿತ್ತು.

ಸುಬ್ಬಣ್ಣ ಅವರಿಗೆ ಮುಖ್ಯಮಂತ್ರಿಯವರ ವಿವೇಚನಾಧಿಕಾರದಲ್ಲಿ ಬನಶಂಕರಿ ಎರಡನೇ ಹಂತದಲ್ಲಿ ನಿವೇಶನ ದೊರಕಿ, ಅಲ್ಲಿ ಮನೆ ಕಟ್ಟಿ ವಾಸವಾದರು.

ನಾವೂ ಬಾಡಿಗೆ ಮನೆಯಲ್ಲಿ ಇದ್ದ ಸಂಗತಿ ಬಲ್ಲ ಅವರು ನಮ್ಮ ತಂದೆಯವರಿಂದ ಬಲವಂತವಾಗಿ ಅರ್ಜಿ ಬರೆಸಿಕೊಂಡು ಮುಖ್ಯಮಂತ್ರಿ ರಾಮಕೃಷ್ಣ ಹೆಗಡೆಯವರಿಗೆ ತಲುಪಿಸಿದರು. ಅಷ್ಟಕ್ಕೆ ಬಿಡದೆ ಸತತವಾಗಿ ಅನುಸರಣೆ ಮಾಡಿ ಸ್ವತಃ ಮುಖ್ಯಮಂತ್ರಿಯವರೇ ಬಿಡಿಎಗೆ ಆದೇಶ ನೀಡಿ, ಅದರ ಪ್ರತಿ ನಮ್ಮ ತಂದೆಯವರಿಗೆ ಬರುವಲ್ಲಿ ಶ್ರಮ ವಹಿಸಿದರು. ಆದರೂ ನೌಕರಶಾಹಿಯ ಧೋರಣೆಯಿಂದ ನಿವೇಶನ ಕೈ ಸೇರಲು ಎರಡು ವರುಷ ಬೇಕಾಯಿತು. ನಿವೇಶನ ನೋಂದಣಿ ಸಂದರ್ಭದಲ್ಲಿ, ಆದಾಯ ತೆರಿಗೆ ಬೇಬಾಕಿ ಪತ್ರ ಬೇಕಾಯಿತು. ನಮ್ಮ ತಂದೆಯವರು PAN ಸಂಖ್ಯೆಯನ್ನೇ ಹೊಂದಿರಲಿಲ್ಲ.

ಸುಬ್ಬಣ್ಣ ಅವರಿಗೆ ಫೋನ್ ಮಾಡಿ, "ಏನು ಮಾಡೋದು ಸುಬ್ಬಣ್ಣ? ನಾನೆಲ್ಲಿಂದ ತರಲಿ" ಎಂದು ಗಾಬರಿಯಿಂದ ಕೇಳಿದಾಗ, "ನೀವು ಯಾವ ಮಹಾ ಟಾಟಾ, ಬಿರ್ಲಾ? ಬಿಡಿ ಅದು ನನ್ನ ಕೆಲಸ" ಎನ್ನುತ್ತ, ಎರಡು ದಿನಗಳಲ್ಲಿ ವರಮಾನ ತೆರಿಗೆ ಇಲಾಖೆಯಿಂದ ಪತ್ರ ತಂದುಕೊಟ್ಟರು.

"ಬರೀ ನಿವೇಶನ ಇದ್ದರೆ ಸಾಲದು, ಮನೆ ಕಟ್ಟಿ ಕವಿಗಳು ಅಲ್ಲಿ ನೆಮ್ಮದಿಯಿಂದ ವಾಸಿಸಬೇಕು, ಇದು ನೀನು ಮಾತ್ರ ಮಾಡಲು ಸಾಧ್ಯ" ಎಂದು ನನಗೆ ಪ್ರೇರಣೆ ನೀಡಿದರು. ಮನೆ ಪೂರ್ಣವಾಗಿ ನಾವು ವಾಸಿಸುವಂತಾದಾಗ ಸಂತಸ, ತೃಪ್ತಿ ವ್ಯಕ್ತಪಡಿಸಿದರು.

ಸುಬ್ಬಣ್ಣ ಅವರದ್ದು ಎಂದೂ ತೋರಿಕೆಯ, ಅನುಕೂಲಸಿಂಧು ಭೇಟಿ ಯಾಗಿರಲಿಲ್ಲ. ಅಪ್ಪಟ ಅಭಿಮಾನದ ಸ್ನೇಹ. ನಮ್ಮ ತಂದೆ ತಾಯಿಗಳು ಕಾಲವಾದ ನಂತರವೂ ಅವರು ಅದೇ ಆತ್ಮೀಯತೆ ಮುಂದುವರೆಸಿಕೊಂಡು ಬಂದಿರುವುದು ನಮ್ಮ ಭಾಗ್ಯ.

കവിനെനപು

ಕವಿನೆನಪು
22

ಕ್ಯಾಸೆಟ್ ಬಂತು, ಸಿನೆಮಾ ಬಂತು

ಸುಗಮ ಸಂಗೀತ ಕ್ಷೇತ್ರದಲ್ಲಿ ಹಲವಾರು ದಾಖಲೆಗಳನ್ನು ನಿರ್ಮಿಸಿರುವ ಸಿ. ಅಶ್ವತ್ಥ್ ಅವರೊಡನೆ ನಮ್ಮ ತಂದೆಯವರ ಸ್ನೇಹ ನಿಕಟವಾದುದು. ಅದು ಬೇರೂರಿದ್ದು 1981ರ ನಂತರ; 'ಮೈಸೂರ ಮಲ್ಲಿಗೆ' ಹಾಗೂ ಇತರ ಸಂಕಲನಗಳಲ್ಲಿದ್ದ ಭಾವಗೀತೆಗಳನ್ನು 'ಮೈಸೂರ ಮಲ್ಲಿಗೆ' ಎಂಬ ಧ್ವನಿಸುರುಳಿಯಾಗಿ ಹೊರತಂದ ಸಂದರ್ಭದಲ್ಲಿ.

ಮೈಸೂರು ಅನಂತಸ್ವಾಮಿಯವರು ನಿಸಾರರ 'ನಿತ್ಯೋತ್ಸವ' ಧ್ವನಿಸುರುಳಿ ಹೊರತಂದು ಯಶಸ್ವಿಯಾದ ನಂತರದ ಸಮಯದಲ್ಲೇ ಸಿ. ಅಶ್ವತ್ಥ್ ಅವರು ಎನ್.ಎಸ್.ಎಲ್. ಭಟ್ಟರ 'ದೀಪಿಕಾ' ಕ್ಯಾಸೆಟ್‌ಗೆ ಸಂಗೀತ ಸಂಯೋಜನೆ ಮಾಡಿದರು. ಭಾವಗೀತೆಗಳ ಕ್ಯಾಸೆಟ್ ಸಂಸ್ಕೃತಿ ಹೀಗೆ ನಿಧಾನವಾಗಿ ನೆಲೆಯೂರುತ್ತಿರುವ ಸಂದರ್ಭದಲ್ಲಿ, ಕೆಎಸ್‌ನ ಅವರ ಭಾವಗೀತೆಗಳನ್ನು ಒಂದು ಕ್ಯಾಸೆಟ್‌ನಲ್ಲಿ ಸಂಕಲಿಸುವ ಉತ್ಸಾಹ ಅಶ್ವತ್ಥ್ ಅವರಲ್ಲಿ ಮೂಡಿತು. 'ಸಂಗೀತಾ' ಸಂಸ್ಥೆಯ ಮಾಲೀಕರಾದ ಮಹೇಶ್ ಅವರನ್ನು ಕ್ಯಾಸೆಟ್‌ಗೆ ಹಣ ಹೂಡಲು ಒಪ್ಪಿಸಿದರು.

ಧ್ವನಿಮುದ್ರಣದ ಅನುಮತಿ ಪಡೆಯಲು ನಮ್ಮ ತಂದೆಯವರನ್ನು ಅಶ್ವತ್ಥ್ ಸತತವಾಗಿ ಭೇಟಿ ಆಗುವ ಪರಿ ಆರಂಭವಾದದ್ದು ಹೀಗೆ. ಕೆಲವು ಕವನ ಸಂಕಲನಗಳ ಕಾಪಿರೈಟ್ ಪ್ರಕಾಶಕರ ಬಳಿ ಇದ್ದುದರಿಂದ ಅವರ ಅನುಮತಿಯನ್ನೂ ಪಡೆಯಬೇಕಾದ ಅನಿವಾರ್ಯತೆ ಇತ್ತು. ಛಲವಾದಿ ಅಶ್ವತ್ಥ್ ಅವರು ಎಲ್ಲ ಅಡೆತಡೆಗಳನ್ನೂ ಗೆದ್ದು, ಕ್ಯಾಸೆಟ್ ಸಿದ್ಧಪಡಿಸಿಯೇಬಿಟ್ಟರು. 1982ರಲ್ಲಿ ರವೀಂದ್ರ ಕಲಾಕ್ಷೇತ್ರದಲ್ಲಿ ಶ್ರೀರಂಗ ಅವರ ಅಧ್ಯಕ್ಷತೆಯಲ್ಲಿ ನಡೆದ ಅದ್ದೂರಿ ಸಮಾರಂಭದಲ್ಲಿ ಡಾ. ರಾಜಕುಮಾರ್ ಧ್ವನಿಸುರಳಿಯನ್ನು ಲೋಕಾರ್ಪಣೆ ಮಾಡಿದರು.

ಧ್ವನಿಸುರಳಿ ಅತಿ ಶೀಘ್ರದಲ್ಲೇ ಜನಮನಸೂರೆಗೊಂಡಿತು. ಅದುವರೆಗೆ ಆಕಾಶವಾಣಿ, ಎಚ್‌ಎಂವಿ ಮುಂತಾದ ಸಂಸ್ಥೆಗಳ ಮೂಲಕ ದೇವಂಗಿ ಚಂದ್ರಶೇಖರ್, ಎಂ. ಪ್ರಭಾಕರ್, ಜಯವಂತಿದೇವಿ ಹಿರೇಬೆಟ್, ಎಂ.ಎಸ್. ಶೀಲಾ, ಎಚ್.ಕೆ. ನಾರಾಯಣ ಇಂಥವರು ಹಾಡಿ ಪ್ರಚುರಪಡಿಸಿದ ಭಾವಗೀತೆಗಳು/ಹಾಡುಗಳು ಒಂದು ಸೀಮಿತ ವಲಯದಲ್ಲಿ ಜನಪ್ರಿಯವಾಗಿತ್ತು. ಈಗ ಕೆಎಸ್‌ನ ಭಾವಗೀತೆಗಳು ಕ್ಯಾಸೆಟ್ ಮೂಲಕ ಎಲ್ಲೆಡೆ ಪಸರಿಸಿತು. ಇದೆಲ್ಲ ಕನಸುಗಾರ ಅಶ್ವತ್ಥ್ ಅವರ ಶ್ರಮ, ಆಸಕ್ತಿಗಳ ಫಲ ಎಂಬುದು ನಿಸ್ಸಂಶಯ.

ಅಶ್ವತ್ಥ್ ಅವರಿಗೆ ಮತ್ತೊಂದು ಮಹತ್ವಾಕಾಂಕ್ಷೆಯ ಯೋಜನೆ ಇತ್ತು. ಅದು 'ಮೈಸೂರ ಮಲ್ಲಿಗೆ' ಭಾವಗೀತೆಗಳನ್ನು ಆಧಾರವಾಗಿರಿಸಿ, ಯುಕ್ತ ಕಥೆಯೊಂದನ್ನು ರೂಪಿಸಿ ಚಲನಚಿತ್ರವೊಂದನ್ನು ನಿರ್ಮಿಸುವುದು. ಇದಕ್ಕಾಗಿ ಉದ್ಯಮಿ ಹರಿ ಖೋಡೆಯವರನ್ನು ಚಿತ್ರ ನಿರ್ಮಾಣ ಮಾಡಲು ಒಪ್ಪಿಸಿದರು. (ಖೋಡೆಯವರು ಅದಾಗಲೇ 'ಸಂತ ಶಿಶುನಾಳ ಶರೀಫ' ಚಿತ್ರ ನಿರ್ಮಿಸಿ ರಾಷ್ಟ್ರ ಪ್ರಶಸ್ತಿಯನ್ನೂ ಗಳಿಸಿದ್ದರು)

ಅಶ್ವತ್ಥ್‌ರವರು ಮತ್ತೆ ನಮ್ಮ ತಂದೆಯವರನ್ನು ಹಾಡುಗಳ ಅನುಮತಿಗಾಗಿ ಒಪ್ಪಿಸಿ ಕಾರ್ಯಪ್ರವೃತ್ತರಾದರು. ಗೀತೆಗಳಿಗೆ ಹೊಂದುವ ಕಥೆಯ ಹಂದರಕ್ಕಾಗಿ ಸಾಕಷ್ಟು ಶೋಧಿಸಿ ಸ್ವಾತಂತ್ರ್ಯ ಸಂಗ್ರಾಮದ ಹಿನ್ನಲೆಯೇ ಸಮಂಜಸವೆಂದು ತೀರ್ಮಾನಿಸಲಾಯಿತು.

ಈ ಸಂದರ್ಭದಲ್ಲಿ ಅದೆಷ್ಟು ಬಾರಿ ಅಶ್ವತ್ಥ್ ನಮ್ಮ ಮನೆಗೆ ಬೇಸರವಿಲ್ಲದೆ ಭೇಟಿಯಿತ್ತಿದ್ದರೋ! ಒಮ್ಮೆ ರಾತ್ರಿ ಹತ್ತು ಗಂಟೆಗೆ ಒಂದು ಟೇಪ್ ರೆಕಾರ್ಡರ್‌ನೊಡನೆ ಮನೆಗೆ ಬಂದು ಮಲಗಿದ್ದ ನಮ್ಮ ತಂದೆಯವರನ್ನು ಎಬ್ಬಿಸಿ, "ಎಚ್ಚರ ಮಾಡಿಕೊಳ್ಳಿ, ಈ ಟ್ಯೂನ್ ಕೇಳಿ ನಿಮ್ಮ ಅಭಿಪ್ರಾಯ ಹೇಳಿ. ಎರಡು ದಿನದಿಂದ ಕಷ್ಟಪಟ್ಟಿದ್ದೇನೆ ಇದಕ್ಕೆ" ಎಂದರು. ಅವರ ಶ್ರಮ, ಉತ್ಸಾಹ, ಆತುರ ಎಲ್ಲ ಮುಖದಲ್ಲೇ ಧ್ವನಿತವಾಗಿತ್ತು. ಚಿತ್ರೀಕರಣ ನಡೆದ ತೀರ್ಥಹಳ್ಳಿಗೆ ನಮ್ಮ ತಂದೆಯವರನ್ನು ಕರೆದುಕೊಂಡು ಹೋಗಿದ್ದರು.

'ಮೈಸೂರ ಮಲ್ಲಿಗೆ' ಚಲನಚಿತ್ರವಾಗಿ ಯಶಸ್ವಿಯಾಗಿ ತೆರೆಕಂಡಿತು. ರಾಷ್ಟ್ರಮಟ್ಟದಲ್ಲಿ ಉತ್ತಮ ಪ್ರಾದೇಶಿಕ ಚಲನಚಿತ್ರ ಪ್ರಶಸ್ತಿ ಪಡೆದುಕೊಂಡಿತು. ಜತೆಗೆ ನಮ್ಮ ತಂದೆಯವರಿಗೆ ಉತ್ತಮ ಗೀತರಚನೆಕಾರ ಪ್ರಶಸ್ತಿ ಲಭಿಸಿತು.

ಅಶ್ವತ್ಥ್ ಅವರಿಗೆ ಸ್ವಲ್ಪ ನಿರಾಸೆಯಾಯಿತು. ತಮ್ಮ ರಾಗಸಂಯೋಜನೆಗಾಗಿ ಉತ್ತಮ ಸಂಗೀತ ನಿರ್ದೇಶಕ ಪ್ರಶಸ್ತಿ ಪಡೆಯುವ ನಿರೀಕ್ಷೆ ಇಟ್ಟುಕೊಂಡಿದ್ದರು. ಯಾರ ಹತ್ತಿರವೋ, "ಅವರಿಗೆ ಗೀತರಚನೆಗೆ ಪ್ರಶಸ್ತಿ ಬಂದದ್ದು ಸಂತೋಷವೇ. ಆದರೆ ನನಗೆ ಉತ್ತಮ ಸಂಗೀತ ನಿರ್ದೇಶಕ ಪ್ರಶಸ್ತಿ ಬರಬೇಕಿತ್ತು" ಎಂದರಂತೆ.

ಆದರೂ ಈ ಕಹಿನೆನಪನ್ನು ಮರೆತು ನಮ್ಮ ತಂದೆಯವರೊಡನೆ ಸಲುಗೆಯ, ಗೌರವಪೂರ್ಣ ಸ್ನೇಹಭಾವ ಹೊಂದಿದ್ದವರು ಅಶ್ವತ್ಥ್. ನಮ್ಮ ತಂದೆಯವರ ನಿಧನಾನಂತರ ಅವರ ಸ್ಮರಣೆಯಲ್ಲಿ ನಡೆದ ಹಲವಾರು ಗೀತನಮನ ಕಾರ್ಯಕ್ರಮಗಳಲ್ಲಿ ಭಾಗವಹಿಸಿ ಕವಿಯೊಂದಿಗಿನ ತಮ್ಮ ಮಧುರ ನೆನಪುಗಳನ್ನು ಮೆಲುಕು ಹಾಕಿದ್ದರು.

ಭಾವಗೀತೆಯನ್ನು ಸುಗಮ ಸಂಗೀತವಾಗಿಸಿ ಅದನ್ನು ಸಂಗೀತೋದ್ಯಮದ ಎತ್ತರಕ್ಕೆ ಕೊಂಡೊಯ್ದ ಸಾಹಸಿ ಸಿ. ಅಶ್ವತ್ಥ್.

ಕವಿನೆನಪು
23

ಸಹಪಾಠಿ ನಂಟು

ಗಮಕ ಕ್ಷೇತ್ರದಲ್ಲಿ ಅಸಾಧಾರಣ ಸೇವೆ ಸಲ್ಲಿಸಿ, ಗಮಕದ ಪಠ್ಯಕ್ರಮದ ರಚನೆಯಲ್ಲೂ ತೊಡಗಿಸಿಕೊಂಡು, ಸೃಜನಾತ್ಮಕ ಸಾಹಿತ್ಯ ರಚನೆಯಲ್ಲೂ ಯಶಸ್ವಿಯಾಗಿದ್ದ ನಾಡಿನ ಪ್ರಖ್ಯಾತ ಗಮಕಿ ಎಂ. ರಾಘವೇಂದ್ರರಾವ್ ಅವರು ನಮ್ಮ ತಂದೆಯವರ ಮಾಧ್ಯಮಿಕ ಶಾಲಾ ಸಹಪಾಠಿ.

ರಾಘವೇಂದ್ರರಾವ್ ನಮ್ಮ ತಂದೆಯವರಿಗಿಂತ ನಾಲ್ಕೈದು ತಿಂಗಳು ಹಿರಿಯರು. ಅವರಿಬ್ಬರೂ ಸೇರಿದಾಗ ಅಂದಿನ ದಿನದ ನೆನಪುಗಳ ಮೆರವಣಿಗೆಯೇ ವಿಜೃಂಭಿಸುತ್ತಿತ್ತು. ನಮ್ಮ ತಂದೆಯವರ ಬಾಯಿಯಲ್ಲಿ ಸದಾ ಅವರು "ನಮ್ಮ ರಾಘು".

ಕೆಎಸ್‌ನ ಕುರಿತ ಸಾಕ್ಷ್ಯಚಿತ್ರದ ನಿರ್ಮಾಣದ ಸಂದರ್ಭದಲ್ಲಿ ನಮ್ಮ ತಂದೆಯವರು ರಾಘವೇಂದ್ರರಾವ್ ಅವರನ್ನು ಸಂದರ್ಶಿಸಿ ತಮ್ಮ ಬಾಲ್ಯದ ಮಾಹಿತಿಗಳ ಬಗ್ಗೆ ತಿಳಿದುಕೊಳ್ಳಲು ನಿರ್ದೇಶಕ ಟಿಎನ್. ಸೀತಾರಾಂ ಅವರಿಗೆ

ಸೂಚಿಸಿದ್ದರು. ಕಾರಣಾಂತರಗಳಿಂದ ಅದು ಸಾಧ್ಯವಾಗಲಿಲ್ಲ. ಅದು ದೊರೆತಿದ್ದರೆ ಸಾಕ್ಷ್ಯಚಿತ್ರಕ್ಕೆ ಮತ್ತಷ್ಟು ಮೆರುಗು ಲಭಿಸುತ್ತಿತ್ತು.

ಹಲವಾರು ಬಾರಿ ರಾಘವೇಂದ್ರರಾವ್ ಹಾಗೂ ನಮ್ಮ ತಂದೆ ಬೇರೆ ಬೇರೆ ಊರುಗಳಲ್ಲಿ, ಸಮಾರಂಭಗಳಲ್ಲಿ ಒಟ್ಟಿಗೆ ಭಾಗವಹಿಸುವ ಅವಕಾಶ ಲಭಿಸುತ್ತಿತ್ತು. ಅಂಥ ಸಂದರ್ಭಗಳಲ್ಲಿ ನಮ್ಮ ತಂದೆಯವರ ಹಿಗ್ಗು ಹೇಳತೀರದು! "ನಮ್ಮ ರಾಘು ಬರ್ತಾನೆ, ಒಟ್ಟಿಗೇ ಇರ್ತೀವಿ" ಎಂದು ಪದೇಪದ ಸಂಭ್ರಮದಿಂದ ಹೇಳುತ್ತಿದ್ದರು.

ಸುದೈವವೆಂದರೆ ರಾಘವೇಂದ್ರರಾವ್ ಅವರ ಪುತ್ರ ಕರ್ನಾಟಕ ಕಲಾಶ್ರೀ ಎಂ.ಆರ್. ಸತ್ಯನಾರಾಯಣ (ಅವರೂ ಪ್ರಖ್ಯಾತ ಗಮಕಿಗಳು) 42 ವರುಷಗಳಿಂದ ನನ್ನ ಆಪ್ತ ಸ್ನೇಹಿತರು. ನಮ್ಮ ತಂದೆ ಹಾಗೂ ಅವರ ತಂದೆಯವರ ಸ್ನೇಹದ ವಿಷಯ ತಿಳಿಯುವುದಕ್ಕೂ ಮುನ್ನವೇ ನಮ್ಮಿಬ್ಬರ ಗೆಳೆತನ ಅಂಕುರವಾಗಿತ್ತು. ಮುಂದೊಂದು ಸಂದರ್ಭದಲ್ಲಿ ಈ ವಿಷಯ ತಿಳಿದಾಗ ಮತ್ತಷ್ಟು ನಿಕಟರಾದರು. ಇಂದೂ ನಾವು ಭೇಟಿಯಾದಾಗಲೆಲ್ಲ ರಾಘವೇಂದ್ರರಾವ್ ಹಾಗೂ ಕೆಎಸ್‌ನರವರ ಸಲುಗೆಯ ಸ್ನೇಹದ ವಿಷಯ ಪ್ರಸ್ತಾಪವಾಗುತ್ತಲೇ ಇರುತ್ತದೆ.

ಸಾಹಿತ್ಯ ಕಾರಣದಿಂದ ನಮ್ಮ ತಂದೆಯವರಿಗೆ ನಿಕಟರಾದವರು ಹಲವರಿರಬಹುದು. ಆದರೆ ಸಹಪಾಠಿ ಎಂಬ ವಿಶೇಷ ಕಾರಣಕ್ಕೆ ಅವರ ನೆನಪಿನ ಅಂಗಳದಲ್ಲಿ ಚಿರಸ್ಥಾಯಿಯಾದವರು ಗಮಕಿ ಎಂ. ರಾಘವೇಂದ್ರರಾವ್.

ಕವಿನೆನಪು
24

ನಾನು ನಿಮ್ಮ ಮನೆಮಗ

1982ರಲ್ಲಿ 'ಮೈಸೂರ ಮಲ್ಲಿಗೆ' ಧ್ವನಿಸುರುಳಿಯನ್ನು ವರನಟ ಡಾ. ರಾಜ್‌ಕುಮಾರ್ ಬಿಡುಗಡೆ ಮಾಡುವರೆಂದು ಸಂಗೀತ ನಿರ್ದೇಶಕರಾದ ಅಶ್ವತ್ಥ್ ನಮ್ಮ ತಂದೆಯವರಿಗೆ ತಿಳಿಸಿದಾಗ, ನಮ್ಮ ತಂದೆ ಅಚ್ಚರಿಯಿಂದ 'ಹೌದೇ?' ಎಂದರು.

ಅದಕ್ಕೆ ಅಶ್ವತ್ಥ್, "ಕ್ಯಾಸೆಟ್‌ಗೆ ಉತ್ತಮ ಪ್ರಚಾರ ಸಿಗಬೇಕಲ್ಲವೇ?" ಎಂದರು.

ನಾನು ತಿಳಿದಮಟ್ಟಿಗೆ ನಮ್ಮ ತಂದೆ ಅಷ್ಟಾಗಿ ಸಿನಿಮಾಗಳಿಗೆ ಹೋದವರಲ್ಲ. ವಿಸೀ ಅವರ ಜತೆ 'ಪ್ಯಾಟನ್', 'ಬೆನಹರ್' ಇಂಥ ಒಂದೆರಡು ಸಿನಿಮಾ ನೋಡಿರಬಹುದು. ಅಪರೂಪಕ್ಕೆ ಎಂಬಂತೆ ಒಮ್ಮೆ ನಮ್ಮ ತಾಯಿಯವರ ಜತೆ 'ಬಿಳೀ ಹೆಂಡ್ತಿ' ಸಿನಿಮಾಕ್ಕೆ ಹೋಗಿದ್ದರು. ರಾಜ್‌ಕುಮಾರ್ ಅವರನ್ನಂತೂ ಒಮ್ಮೆಯೂ ನೋಡಿರಲಿಲ್ಲ.

'ಮೈಸೂರ ಮಲ್ಲಿಗೆ' ಧ್ವನಿಸುರಳಿ ಬಿಡುಗಡೆ ಸಮಾರಂಭ 1982ರ ಆಗಸ್ಟ್‌ನ ಒಂದು ಭಾನುವಾರ ಬೆಳಿಗ್ಗೆ ರವೀಂದ್ರ ಕಲಾಕ್ಷೇತ್ರದಲ್ಲಿ ಅವಿಸ್ಮರಣೀಯವಾಗಿ

ನೆರವೇರಿತು. ಶ್ರೀರಂಗರು ಸಮಾರಂಭದ ಅಧ್ಯಕ್ಷತೆ ವಹಿಸಿದ್ದರು. ಮೋಹನ ಆಳ್ವ, ಎನ್.ಎಸ್.ಎಲ್. ಭಟ್ಟ ಮುಂತಾದದವರು ವೇದಿಕೆಯಲ್ಲಿದ್ದರು.

ಧ್ವನಿಸುರುಳಿಯನ್ನು ಬಿಡುಗಡೆ ಮಾಡಿದ ರಾಜ್‌ಕುಮಾರ್, ಆ ದಿನ ಅಲ್ಲಿನ ಭಾವಗೀತೆಗಳ ಬಗ್ಗೆ ಸೊಗಸಾಗಿ ಮಾತನಾಡಿದರು. 'ರಾಯರು ಬಂದರು ಮಾವನ ಮನೆಗೆ' ಹಾಡಿನ ಸಂದರ್ಭವನ್ನು ಕುತೂಹಲದಿಂದ, ಮೆಚ್ಚುಗೆಯಿಂದ ಹಾಗೂ ಅಭಿಯನಪೂರ್ಣವಾಗಿ ವಿಶ್ಲೇಷಿಸಿದರು. ಇಂಥ ಕವಿಯ ಗೀತೆಗಳ ಬಗ್ಗೆ ಇದುವರೆಗೆ ತಾವು ತಿಳಿದುಕೊಳ್ಳದೆ ಹೋದುದಕ್ಕೆ ವಿಷಾದಿಸಿದರು. ಇನ್ನು ಮುಂದೆ ಪ್ರಸಿದ್ಧ ಕವಿಗಳ ಭಾವಗೀತೆಗಳನ್ನು ಹಾಡಿ ಒಂದು ಕ್ಯಾಸೆಟ್ ಹೊರತರುವುದಾಗಿ ಭರವಸೆ ನೀಡಿದರು. ಅದು ಪೊಳ್ಳು ಭರವಸೆಯಾಗಿರಲಿಲ್ಲ. ಕುವೆಂಪು, ಅಡಿಗ, ಪರಮೇಶ್ವರ ಭಟ್ಟ, ಕೆಎಸ್‌ನ ಮುಂತಾದ ಕವಿಗಳ ಭಾವಗೀತೆಗಳನ್ನು ಹೊಂದಿದ್ದ ಕ್ಯಾಸೆಟ್ ಅನ್ನು ಸ್ವಲ್ಪಕಾಲದಲ್ಲೇ ಹೊರತಂದರು.

ಆ ಸಂದರ್ಭದಲ್ಲಿ ರಾಜ್ ದಂಪತಿ ನಮ್ಮ ತಂದೆ ತಾಯಿಗಳಿಗೆ ಗೌರವ ಸಮರ್ಪಣೆ ಮಾಡಿದುದು ಒಂದು ಭಾವಪೂರ್ಣ ಸನ್ನಿವೇಶವಾಗಿತ್ತು. ನಮ್ಮ ತಂದೆಯವರಿಗೆ ಶಾಲು, ಪಂಚೆ, ನಮ್ಮ ತಾಯಿಗೆ ರೇಶಿಮೆ ಸೀರೆ ಖಣ, ಫಲ, ಪುಷ್ಪ ನೀಡಿ ಗೌರವಿಸಿ, ರಾಜ್‌ಕುಮಾರ್ ಟ್ರಸ್ಟ್ ವತಿಯಿಂದ ಐದು ಸಾವಿರ ರೂಪಾಯಿ ಗೌರವ ಸಂಭಾವನೆ ನೀಡಿದ್ದಲ್ಲದೆ, ನಮ್ಮ ತಂದೆತಾಯಿಗಳ ಕಾಲು ಮುಟ್ಟಿ ನಮಸ್ಕರಿಸಿದರು.

ಕಾಲು ಮುಟ್ಟಿ ನಮಸ್ಕರಿಸಿದ್ದಕ್ಕೆ ನಮ್ಮ ತಂದೆ ಆಕ್ಷೇಪಿಸಿದಾಗ, "ತಪ್ಪಿಲ್ಲ ಕವಿಗಳೇ, ನಿಮ್ಮಿಬ್ಬರಲ್ಲಿ ಇಂದು ನಾನು ನನ್ನ ತಂದೆತಾಯಿಗಳನ್ನು ಕಂಡೆ" ಎಂದು ತಮ್ಮ ನಮ್ರತೆಯನ್ನು ಮೆರೆದರು. ಹೀಗೆ ಮೊದಲ ಭೇಟಿಯಲ್ಲೇ ಕೆಎಸ್‌ನ ಮನಗೆದ್ದವರು ವರನಟ.

ಮುಂದೆ 1986ರಲ್ಲಿ ಅವರ ಸಂಸ್ಥೆಯ ಚಿತ್ರ 'ರಥಸಪ್ತಮಿ'ಯ ಶತದಿನೋತ್ಸವ ಸಮಾರಂಭಕ್ಕೆ ನಮ್ಮ ತಂದೆ ಅತಿಥಿಗಳಾಗಿ ಬರಬೇಕೆಂದು ಆಶಿಸಿದರು ರಾಜ್. ಅದರಂತೆ ಆಹ್ವಾನ ನೀಡಲು ಚಿನ್ನೇಗೌಡರನ್ನು ಕಳುಹಿಸಿದ್ದರು. ಅವರು ಒಂದು ಹೊರೆ ಹಣ್ಣುಗಳ ಸಮೇತ ಮನೆಗೆ ಬಂದು ನಮ್ಮ ತಂದೆಯವರಿಗೆ ನಮಸ್ಕರಿಸಿ, "ಭಾವ ನಿಮ್ಮನ್ನು ನೋಡಲು ಆಸೆಪಟ್ಟಿದ್ದಾರೆ. ಸಮಾರಂಭಕ್ಕೆ ನೀವು ಬರಲೇಬೇಕು" ಎಂದರು.

"ನಾನು ಆ ಸಿನಿಮಾ ನೋಡಿಲ್ಲವಲ್ಲಪ್ಪ" ಎಂದು ನಮ್ಮ ತಂದೆ ಹೇಳಿದಾಗ, "ಅದಕ್ಕೆ ನಾನು ವ್ಯವಸ್ಥೆ ಮಾಡುತ್ತೇನೆ. ಎಷ್ಟು ಜನ ಬರುತ್ತೀರಿ?" ಎಂದರು

ಚಿನ್ನೇಗೌಡ. ಮಾರನೆಯ ದಿನ ಮನೆಗೆ ಕಾರು ಕಳಿಸಿದರು. ನಮ್ಮ ತಂದೆ ತಾಯಿ ಸಿನಿಮಾ ನೋಡಿ ಬಂದರು.

ಸಮಾರಂಭದಲ್ಲಿ ನಮ್ಮ ತಂದೆ ಚಿತ್ರದ ಪ್ರೇಮ ಸನ್ನಿವೇಶಗಳನ್ನು ಕನ್ನಡ ಕಾವ್ಯದ ಹಿನ್ನಲೆಯಲ್ಲಿ ವಿವರಿಸಿ ಚಿಕ್ಕ ಭಾಷಣ ಮಾಡಿದಾಗ, ರಾಜಕುಮಾರ್ ಮೆಚ್ಚುಗೆ ಸೂಚಿಸಿದರಂತೆ.

'ಜೀವನ ಚೈತ್ರ' ಚಿತ್ರದಲ್ಲಿ ನಮ್ಮ ತಂದೆಯವರ ಯಾವುದೋ ಗೀತೆಯನ್ನು ಸಂಭಾಷಣೆ ಮಧ್ಯೆ ವಾಚಿಸುವ ಸಂದರ್ಭವಿದೆ. ಅದಕ್ಕೆ ರಾಜ್‌ಕುಮಾರ್ ಅವರು, "ಕವಿಗಳ ಹಾಡನ್ನು ಉಪಯೋಗಿಸಿದ್ದೇನೆ. ಅವರಿಗೆ ಗೌರವಧನ ನೀಡಬೇಕು" ಎಂದು ಅವರಿಗೆ ಆಪ್ತರಾಗಿದ್ದ ಎಂ.ಎಸ್. ವ್ಯಾಸರಾವ್ ಅವರ ಹತ್ತಿರ ಎರಡು ಸಾವಿರ ರೂಪಾಯಿಗಳನ್ನು ಕಳುಹಿಸಿಕೊಟ್ಟಿದ್ದರು.

ನಮ್ಮ ತಂದೆಯವರು ನಿಧನರಾದಾಗ ಬಂದು ಪಾರ್ಥಿವ ಶರೀರಕ್ಕೆ ಗೌರವ ಸಲ್ಲಿಸಿ, ನಮ್ಮ ತಾಯಿಯವರಿಗೆ, "ಅಮ್ಮ ನಿಮ್ಮ ದುಃಖದಲ್ಲಿ ನಾನೂ ಭಾಗಿ. ಏನಾದರೂ ಸಹಾಯ ಬೇಕಿದ್ದರೆ ನನಗೆ ಹೇಳಿಕಳಿಸಿ. ನಾನು ನಿಮ್ಮ ಮನೆಮಗ" ಎಂದು ಸಾಂತ್ವನ ಹೇಳಿದ್ದರು. ಹಾಗೆಯೇ ನಮ್ಮೆಲ್ಲರನ್ನೂ ಪರಿಚಯಿಸಿಕೊಂಡು ಸಂತಾಪ ವ್ಯಕ್ತಪಡಿಸಿದ್ದರು.

ರಾಜ್‌ಕುಮಾರ್‌ರವರ ಪರಿಚಯ ಆಕಸ್ಮಿಕವಾದರೂ ಅವರ ಹೃದಯವಂತಿಕೆ ಯನ್ನು ನಮ್ಮ ತಂದೆ ಪದೇಪದ ನೆನೆಯುತ್ತಿದ್ದರು.

ಕವಿನೆನಪು
25

ಹಲವು ಹಿತೈಷಿಗಳು

ಕೆಎಸ್‌ನರವರನ್ನು ತಮ್ಮ ಕಾವ್ಯ ಗುರುಗಳು ಎಂದೇ ಭಾವಿಸಿ ಗೌರವಿಸಿದವರು ಪ್ರೇಮಕವಿ ಬಿ.ಆರ್. ಲಕ್ಷ್ಮಣರಾವ್. ಅವರ ಕಾವ್ಯದ ಮೊದಲ ದಿನಗಳಲ್ಲಿ ಅವರು ಅಡಿಗರ ಸೆಳೆತಕ್ಕೆ ಒಳಗಾಗಿದ್ದವರು. ತಮ್ಮ ಯೌವನದ ದಿನಗಳಲ್ಲೇ ಲಂಕೇಶರು ಹೊರತಂದ 'ಅಕ್ಷರ ಹೊಸ ಕಾವ್ಯ' ಸಂಕಲನದಲ್ಲಿ ನವ್ಯಕಾವ್ಯದ ಖ್ಯಾತನಾಮರ ಕವನಗಳೊಡನೆ ಬಿಆರ್‌ಎಲ್ ಅವರ ಕವಿತೆಗಳೂ ಇತ್ತು. 'ಗೋಪಿ ಮತ್ತು ಗಾಂಡಲೀನ', 'ಟುವಟಾರ' ನಂತರದ ದಿನಗಳಲ್ಲಿ ಅವರು ಪ್ರೇಮಕಾವ್ಯಕ್ಕೆ ಒಲಿದು ನಮ್ಮ ತಂದೆಯವರ ಪ್ರಭಾವಕ್ಕೆ ಸಿಲುಕಿದವರು.

ಅವರ ವಾಸಸ್ಥಳ ಚಿಂತಾಮಣಿಗೆ ನಮ್ಮ ತಂದೆ ಸೇರಿದಂತೆ ಕನ್ನಡದ ಹಲವು ಖ್ಯಾತ ಕವಿಗಳನ್ನು ತಮ್ಮೂರಿಗೆ ಕರೆದೊಯ್ದು ಉತ್ತಮ ಕಾರ್ಯಕ್ರಮಗಳನ್ನು ಆಯೋಜಿಸಿದವರು ಬಿಆರ್‌ಎಲ್ (ಈಗ ಅವರು ಬೆಂಗಳೂರಿಗರು).

ಹಿ.ಮ. ನಾಗಯ್ಯ

ಪ್ರತಿ ಬಾರಿ "ಸ್ವಾಮಿಗಳೇ" ಎಂದು ಆತ್ಮೀಯವಾಗಿ ಕರೆಯುತ್ತಲೇ ಮನೆಯೊಳಗೆ ಬಂದು ವಿಶ್ವಾಸದ ನಡವಳಿಕೆಗೆ ಹೆಸರಾಗಿದ್ದರು ಹಿ.ಮ. ನಾಗಯ್ಯ. ಕವಿಗಳು ಹಾಗೂ ಪತ್ರಕರ್ತರು. 'ಹಿಮಾಲಯ' ಎಂಬ ದಿನಪತ್ರಿಕೆ ಆರಂಭಿಸಿ, ನಷ್ಟ ಅನುಭವಿಸಿ, ಜೀವನೋಪಾಯಕ್ಕಾಗಿ ಜಯನಗರ 'ಟಿ' ಬ್ಲಾಕ್‌ನಲ್ಲಿ 'ಹಿಮನಾ ಪ್ರಿಂಟರ್ಸ್' ಎಂಬ ಒಂದು ಸಣ್ಣ ಮುದ್ರಣಾಲಯ ಹೊಂದಿದ್ದರು. ನಮ್ಮ ತಂದೆಯವರ ಅಚ್ಚುಮೆಚ್ಚಿನ ಸ್ನೇಹಿತರಲ್ಲಿ ಒಬ್ಬರು. ಅವರ ಮುದ್ರಣಾಲಯ ನಮ್ಮ ತಂದೆಯವರ ಬಿಡುವಿನ ವೇಳೆಯ ಕಾಲಕಳೆಯುವ ತಾಣವೂ ಆಗಿತ್ತು.

ಕೇಶವಮೂರ್ತಿ

ನಮ್ಮ ತಂದೆಯವರು ತಮ್ಮ ಅಂತಿಮ ದಿನಗಳಲ್ಲಿ ಒಂದೆರಡು ಬಾರಿ ಹನುಮಂತನಗರದ ವಿನಾಯಕ ನರ್ಸಿಂಗ್ ಹೋಂಗೆ ಸೇರಬೇಕಾಯಿತು. ಯಾವುದೋ ವಾರ್ತಾವಾಹಿನಿ ಈ ಸುದ್ದಿಯನ್ನು ವರದಿ ಸಮೇತ ಬಿತ್ತರಿಸಿತು.

ಇದನ್ನು ನೋಡಿದ ಒಬ್ಬ ವ್ಯಕ್ತಿ, ಆ ವಾರ್ತಾವಾಹಿನಿಯ ಕಚೇರಿಗೆ ಹೋಗಿ ನಮ್ಮ ಮನೆ ವಿಳಾಸ ಪಡೆದು ಮನೆಗೆ ಬಂದರು.

ಅವರ ಹೆಸರು ಕೇಶವಮೂರ್ತಿ. ಸುಪ್ರಸಿದ್ಧ ಇಂಜನಿಯರ್. ದೇಶ, ವಿದೇಶಗಳಲ್ಲಿ ಕೆಲಸ ಮಾಡಿ ನಿವೃತ್ತಿ ಹೊಂದಿ ಬೆಂಗಳೂರಿನಲ್ಲಿ ನೆಲೆಸಿದ್ದರು. ಬಹಳ ಹಿಂದೆ ನಮ್ಮ ತಂದೆತಾಯಿ ಮೈಸೂರಿನ ಲಕ್ಷ್ಮೀಪುರಂನಲ್ಲಿ ಇದ್ದಾಗ ನಮ್ಮ ಮನೆಗೆ ವಾರಾನ್ನಕ್ಕೆ ಬರುತ್ತಿದ್ದರಂತೆ. ನಮ್ಮ ತಾಯಿಯವರ ಹತ್ತಿರ ಇದನ್ನು ಸಂತಸದಿಂದ ಜ್ಞಾಪಿಸಿ, "ನಾನು ನರಸಿಂಹಸ್ವಾಮಿಯವರನ್ನು ನೋಡಬೇಕು" ಎಂದರು.

ಅಲ್ಲೇ ಇದ್ದ ನಾನು ಅವರನ್ನು ಆಸ್ಪತ್ರೆಗೆ ಕರೆದುಕೊಂಡು ಹೋದೆ. ದಾರಿಯಲ್ಲಿ ಅವರು, "ನಿಮ್ಮ ತಂದೆಯರ ಹತ್ತಿರ ನೋಡಲು ಯಾರೋ ಬಂದಿದ್ದಾರೆ ಎಂದಷ್ಟೇ ಹೇಳಿ, ಉಳಿದದ್ದು ನಾನು ಮಾತನಾಡುತ್ತೇನೆ" ಎಂದರು.

ಕೇಶವಮೂರ್ತಿ ನಮ್ಮ ತಂದೆಯವರ ಹತ್ತಿರ "ನರಸಿಂಹಸ್ವಾಮಿಗಳೇ" ಎಂದಾಗ ನಮ್ಮ ತಂದೆ, "ಓ ಕೇಶವಮೂರ್ತಿ, ಯಾವಾಗ ಬಂದೆ?" ಎಂದು ಕೇಳಿದರು. 52 ವರುಷಗಳ ನಂತರದ ಭೇಟಿ, ಕಣ್ಣು ಕಾಣದಿದ್ದರೂ ನಮ್ಮ ತಂದೆ ತಮ್ಮನ್ನು ಬರಿಯ ದನಿಯ ಸಹಾಯದಿಂದ ಗುರುತಿಸಿದ್ದು ಕೇಶವಮೂರ್ತಿಯವರಿಗೆ ಬಹಳ ಸಂತಸ ತಂದಿತು.

ಇಂದೂ ಕೇಶವಮೂರ್ತಿಯವರು (ಅವರಿಗೀಗ 86 ವರುಷ) ನಮ್ಮ ಮನೆಯ ಎಲ್ಲ ಸಮಾರಂಭಗಳಿಗೂ ಬಂದು ಹರಸುತ್ತಾರೆ.

ವೈ.ಕೆ. ಮುದ್ದುಕೃಷ್ಣ

ನಮ್ಮ ತಂದೆಯವರು ಕೊನೆಯ ದಿನಗಳಲ್ಲಿ ಮನೆಯಲ್ಲಿ ಜಾರಿಬಿದ್ದು, ಆಸ್ಪತ್ರೆಗೆ ದಾಖಲಾಗಿ, ಶಸ್ತ್ರಚಿಕಿತ್ಸೆಗೂ ಒಳಬೇಕಾದಾಗ ನಮ್ಮ ಕುಟುಂಬಕ್ಕೆ ಒತ್ತಾಸೆಯಾಗಿ ನಿಂತವರು ಪ್ರಸಿದ್ಧ ಸುಗಮ ಸಂಗೀತ ಗಾಯಕ ಹಾಗೂ ದಕ್ಷ ಸರ್ಕಾರಿ ಅಧಿಕಾರಿ ವೈ.ಕೆ. ಮುದ್ದುಕೃಷ್ಣ ಅವರು. ಆಸ್ಪತ್ರೆ ವೆಚ್ಚದ ಬಹುಭಾಗ ಸರಕಾರದಿಂದ ಮರುಪಾವತಿಯಾಗುವಂತೆ ಸಹಕರಿಸಿದವರು.

ಆಗ ಕನ್ನಡ ಹಾಗೂ ಸಂಸ್ಕೃತಿ ಇಲಾಖೆಯ ನಿರ್ದೇಶಕರಾಗಿದ್ದ ವೈಕೆಎಂ ನಮ್ಮ ತಂದೆ ನಿಧನರಾದಾಗ ಸರ್ಕಾರಿ ಗೌರವದೊಡನೆ ಅಂತ್ಯಸಂಸ್ಕಾರ ನಡೆಸಲು ಸಂಬಂಧಪಟ್ಟ ಅಧಿಕಾರಿಗಳೊಡನೆ ಮಾತನಾಡಿದರು. ಚಿತಾಗಾರದಲ್ಲೂ ಕೊನೆಯವರೆಗೂ ಇದ್ದು ಜವಾಬ್ದಾರಿ ಮೆರೆದ ಕವಿಯ ನಿಜ ಅಭಿಮಾನಿ ಮುದ್ದುಕೃಷ್ಣ ಅವರು.

ಹೀಗೆ ನಮ್ಮ ತಂದೆಯವರ ಸ್ನೇಹವರ್ಗದಲ್ಲಿ ಸಹೃದಯೀ ಸಹಕವಿಗಳು, ಕಾವ್ಯದ ಆಸ್ವಾದಕರು, ನಿಜ ಅಭಿಮಾನಿಗಳು, ಆತ್ಮೀಯರು ಇದ್ದರೇ ಹೊರತು ಯಾರೂ ಅವರ ಕಾವ್ಯಪಂಥ ಪ್ರಚಾರಕರಿರಲಿಲ್ಲ. ತಮ್ಮ ಸಮರ್ಥಕರ ಪಡೆ ಕಟ್ಟುವುದು ಅವರಿಗೆ ಎಂದೂ ಬೇಕಿರಲಿಲ್ಲ. ಮುಂದಿನ ಭಾಗಗಳಲ್ಲಿ ಕವಿಯ ಸ್ವಭಾವ ಚಿತ್ರಣದ ಬಗ್ಗೆ ತಿಳಿಯಬಹುದು.

ಕವಿನೆನಪು
26

ನಾನೂ ಸ್ವಾಮಿ, ನೀವೂ ಸ್ವಾಮಿ

1970ರಲ್ಲಿ ನಿವೃತ್ತಿಯಾದ ನಂತರ ನಮ್ಮ ತಂದೆಯವರಿಗೆ ಪ್ರವಾಸ ಎಂಬುದು ಒಂದು ಆದ್ಯತೆಯಾಗಿಬಿಟ್ಟಿತ್ತು. ಹಾಗೆಂದು ಸೇವೆಯಲ್ಲಿದ್ದಾಗ ಪ್ರವಾಸಗಳಿಗೆ ಹೋಗುತ್ತಿರಲಿಲ್ಲವೆಂದಲ್ಲ. ಆಕಾಶವಾಣಿ ಕವಿ ಸಮ್ಮೇಳನ, ಸಾಹಿತ್ಯ ಸಮ್ಮೇಳನ ಇಂಥವುಗಳಿಗೆ ಅನಿವಾರ್ಯವಾಗಿ ಹೋಗಬೇಕಾದ ಪ್ರಸಂಗ ತಪ್ಪಿಸುವಂತಿರಲಿಲ್ಲ.

ಕರಾವಳಿಯ ನಂಟು

ಕರಾವಳಿ ಪ್ರದೇಶಗಳಿಗೆ ಪ್ರವಾಸ ಹೋಗುವುದು ಅವರಿಗೆ ಅತ್ಯಂತ ಪ್ರಿಯವಾದ ವಿಷಯವಾಗಿತ್ತು. ಪೇಜಾವರ ಶ್ರೀಗಳು, ಬನ್ನಂಜೆ ಗೋವಿಂದಾಚಾರ್ಯ, ಎಂಜಿಎಂ ಕಾಲೇಜಿನ ಕು.ಶಿ. ಹರಿದಾಸ ಭಟ್ಟ, ಶ್ರೀಶ ಬಲ್ಲಾಳ, ಅಂಬಲಪಾಡಿಯ ಲಕ್ಷ್ಮೀನಾರಾಯಣ ಉಪಾಧ್ಯಾಯ... ಇಂಥ ಸಾಹಿತ್ಯಾಸಕ್ತ ಅಭಿಮಾನಿಗಳನ್ನು ಆಗಾಗ್ಗೆ ಭೇಟಿಯಾಗುವುದು ನಮ್ಮ ತಂದೆಯವರಿಗೆ ಆಪ್ಯಾಯಮಾನವಾದ ವಿಷಯವಾಗಿತ್ತು. ಆ ಪ್ರದೇಶದ ಯಾವುದೇ ಆಹ್ವಾನ ಬರಲಿ, ಮರು ಟಪಾಲಿನಲ್ಲಿ ಸಮ್ಮತಿಯ ಉತ್ತರ ರವಾನೆಯಾಗುತ್ತಿತ್ತು. ಕೆಲವು ಬಾರಿ ನಮ್ಮ ತಾಯಿಯವರೂ ಜತೆ ಹೋಗುತ್ತಿದ್ದರು.

ಬೇರೆ ವಸತಿ ಸೌಲಭ್ಯ ಖಾತರಿ ಇರದಿದ್ದಲ್ಲಿ ಸಾಮಾನ್ಯವಾಗಿ ಆದಮಾರು ಮಠದ ಛತ್ರದಲ್ಲಿ ಉಳಿದುಕೊಳ್ಳುತ್ತಿದ್ದರು. ದೇವಸ್ಥಾನ ಹಾಗೂ ಇತರ ಮಠಗಳು

ಅಲ್ಲಿಗೆ ಹತ್ತಿರವಾಗಿದ್ದುದೇ ಅದಕ್ಕೆ ಕಾರಣವಾಗಿತ್ತು. ಸ್ವಾರಸ್ಯದ ಸಂಗತಿಯೆಂದರೆ ಛತ್ರದ ವ್ಯವಸ್ಥಾಪಕರೇ ನಮ್ಮ ತಂದೆಯವರ ಬರುವಿಕೆಯನ್ನು ಅವರ ಕೆಲವು ಆಪ್ತರಿಗೆ ತಿಳಿಸಿಬಿಟ್ಟಿರುತ್ತಿದ್ದರು.

ಅಲ್ಲೇ ತೀರಾ ಹತ್ತಿರವಿದ್ದ ಪೇಜಾವರ ಮಠಕ್ಕೆ ಮೊದಲ ಭೇಟಿ. ಶ್ರೀಗಳು ಲಭ್ಯವಿದ್ದರೆ ಅವರೊಂದಿಗೆ ಮಾತುಕತೆ. ಅವರೂ ಅಷ್ಟೆ. "ಎಂದು ಬಂದಿರಿ ನರಸಿಂಹಸ್ವಾಮಿಗಳೆ? ಎಲ್ಲಿ ವಸತಿ? ಬಂದ ಕೆಲಸವಾಯಿತೆ? ನಮ್ಮಿಂದ ಏನಾದರೂ ಸಹಾಯ ಬೇಕೆ? ಪ್ರಸಾದ ಸ್ವೀಕರಿಸೋಣವಾಗಲಿ" ಎಂದೆಲ್ಲ ಆತಿಥ್ಯಭಾವದಿಂದ ಕೇಳುತ್ತಿದ್ದರು. ಒಮ್ಮೆ ತಮಾಷೆಗೆ, "ನಾನೂ ಸ್ವಾಮಿ, ನೀವೂ ಸ್ವಾಮಿ; ನಾನು ಲೋಕಕ್ಕೆ ಸ್ವಾಮಿ, ನೀವು ಹೆಸರಿನಲ್ಲಿ ಸ್ವಾಮಿ" ಎಂದಿದ್ದರು.

ಅವರ ಪರ್ಯಾಯದ ಅವಧಿಯಲ್ಲಿ ಒಂದೆರಡು ಬಾರಿಯಾದರೂ ಕಾರ್ಯಕ್ರಮ ಏರ್ಪಡಿಸಿ ಆಹ್ವಾನಿಸುತ್ತಿದ್ದರು. "ದೇವ ನಿನ್ನ ಮಾಯೆಗಂಜಿ ನಡುಗಿ ಬಾಳೆನು" ಎಂದು ಆಸ್ತಿತ್ವವಾದಕ್ಕೆ ಸವಾಲು ಹಾಕಿದ ಕವಿ ಮಠಮಾನ್ಯಕ್ಕೆ ತಲೆಬಾಗುವುದೇ? ಎಂದು ಪ್ರಶ್ನಿಸುತ್ತಿದ್ದವರಿಗೆ ಹೇಳುತ್ತಿದ್ದುದು ಒಂದೇ. "ಪೇಜಾವರ ಶ್ರೀಗಳ ವಿದ್ವಜ್ಜನ ಪ್ರೀತಿ ಅನನ್ಯ" ಎಂದು.

ಛತ್ರದಲ್ಲಿ ಭೇಟಿಯಾಗಲು ಸಾಧ್ಯವಾಗದ ಒಬ್ಬಿಬ್ಬರ ಮನೆಗೆ ಭೇಟಿ ಇತ್ತು, ಸಾಯಂಕಾಲದ ಸಭೆ ಕಾರ್ಯಕ್ರಮ ಮುಗಿಸಿ, ರಾತ್ರಿ ಬಸ್ಸಿನಲ್ಲಿ ಬೆಂಗಳೂರಿಗೆ ವಾಪಸಾಗುತ್ತಿದ್ದರು. ಬಂದ ಮೇಲೆ ಭೇಟಿಯ ನೆನಪುಗಳ ವರದಿಯೇ ಆ ದಿನವೆಲ್ಲ; ಬಂದವರ ಬಳಿಯೆಲ್ಲ.

ಎಂಜಿಎಂ ಕಾಲೇಜಿನ ಕು.ಶಿ. ಹರಿದಾಸಭಟ್ಟರ ಆಹ್ವಾನದ ಮೇಲೆ ಕಾಲೇಜಿನಲ್ಲಿ ನಮ್ಮ ತಂದೆಯವರು ತಮ್ಮ ಕಾವ್ಯಗುರು ಬಿಎಂಶ್ರೀ ಅವರ ಬಗ್ಗೆ ಒಂದು ಉಪನ್ಯಾಸ ನೀಡಿದ್ದರು. ಅದು ಪುಸ್ತಕ ರೂಪದಲ್ಲೂ ಹೊರಬಂತು. ನನಗೆ ತಿಳಿದಮಟ್ಟಿಗೆ ಅದು ನಮ್ಮ ತಂದೆಯವರು ಮಾಡಿದ್ದ ದೀರ್ಘವಾದ ಭಾಷಣ. ತಾವು ಅಧ್ಯಕ್ಷತೆ ವಹಿಸಿದ್ದ ಮೈಸೂರಿನ ಅಖಿಲ ಭಾರತ ಸಾಹಿತ್ಯ ಸಮ್ಮೇಳನದಲ್ಲೂ ಇಷ್ಟೊಂದು ಉದ್ದದ ಭಾಷಣ ಮಾಡಿರಲಿಲ್ಲ.

ಮುಂದೊಮ್ಮೆ ಕತೆಗಾರ್ತಿ ವೈದೇಹಿಯವರ ಅಣ್ಣ ಎ.ಎಸ್.ಎನ್. ಹೆಬ್ಬಾರ್ ಅವರ ಆಹ್ವಾನದ ಮೇರೆಗೆ ಕುಂದಾಪುರದ ಪ್ರವಾಸವನ್ನೂ ಕೈಗೊಂಡರು. ಶಿವರಾಮ ಕಾರಂತರ ಅಣ್ಣ ಕೋ ಲ ಕಾರಂತರೂ ಆಗ ನಮ್ಮ ತಂದೆಯವರಿಗೆ ಪರಿಚಿತರಾದರು.

ಮಂಗಳೂರು, ಪುತ್ತೂರು ಇಂಥ ಊರುಗಳಿಗೆ ಪ್ರವಾಸವಿದ್ದರೂ ಉಡುಪಿಗೆ ಭೇಟಿ ನೀಡುವುದನ್ನು ಎಂದೂ ತಪ್ಪಿಸುತ್ತಿರಲಿಲ್ಲ. ಒಟ್ಟಾರೆ ನಮ್ಮ ತಂದೆಯವರಿಗೆ ಕರಾವಳಿ ಪ್ರವಾಸ 'ಮರೆತೇನೆಂದರೆ ಮರೆಯಲಿ ಹ್ಯಾಂಗ'.

ಕವಿನೆನಪು
27

ಒಂದು ಆಕಸ್ಮಿಕ ಸ್ನೇಹ

ಕೆಲವು ಸಾರಿ ನಮ್ಮ ತಂದೆಯವರಿಗೆ ಬರುತ್ತಿದ್ದ ಆಹ್ವಾನ ನಿಗೂಢವಾಗಿ ಇರುತ್ತಿತ್ತು. ಬಹುಪಾಲು ಮಂದಿ ನಮ್ಮ ತಂದೆಯವರ ಬಗ್ಗೆ, ಅವರ ಕವನಗಳ ಕೇಳಿರುತ್ತಿದ್ದರು ಅಷ್ಟೆ.

ಹಾಗೆ ಒಬ್ಬ ಯುವಕ ಮನೆಗೆ ಬಂದ. ತಾನು ಭಾರತೀಯ ಅರ್ಥಶಾಸ್ತ್ರ ಸೇವೆ ಉತ್ತೀರ್ಣರಾಗಿ ಈಗ ದೆಹಲಿಯಲ್ಲಿ ಇರುವುದಾಗಿಯೂ, ಅವರ ತಂದೆಯವರು ನಮ್ಮ ತಂದೆತಾಯಿಗಳನ್ನು ಅವರ ಊರಿಗೆ ಬರಲು ಆಹ್ವಾನಿಸಿದ್ದಾರೆಂದೂ ತಿಳಿಸಿದ.

ನಮ್ಮ ತಂದೆ, "ಯಾವುದು ನಿಮ್ಮ ಊರು? ನಿಮ್ಮ ತಂದೆ ಏನು ಮಾಡುತ್ತಿದ್ದಾರೆ? ನಮ್ಮನ್ನು ಆಹ್ವಾನಿಸಲು ಕಾರಣವೇನು?" ಎಂದು ಪ್ರಶ್ನೆಗಳ ಸುರಿಮಳೆಯನ್ನೇ ಸುರಿಸಿದರು.

ಆ ಯುವಕ, "ನಮ್ಮದು ಕೊಪ್ಪ ತಾಲೂಕು ಬಸರಿಕಟ್ಟೆ. ನಮ್ಮ ತಂದೆ ಎಚ್.ವಿ. ಮಹಾಬಲಯ್ಯ. ಅಲ್ಲಿ ಕಾಫಿ ಎಸ್ಟೇಟ್ ಹೊಂದಿದ್ದಾರೆ. ಹಾಗೂ ಬಹಳ ಸಾಹಿತ್ಯಾಸಕ್ತರು. ಪ್ರತಿವರ್ಷ ಪ್ರಸಿದ್ಧ ಸಾಹಿತಿಗಳನ್ನು ಕರೆದು ಅತಿಥಿಗಳಾಗಿ

ವಾರಗಟ್ಟಳೆ ಉಳಿಸಿಕೊಂಡು, ಸಾಹಿತ್ಯ ಕಾರ್ಯಕ್ರಮಗಳನ್ನು ಏರ್ಪಡಿಸುತ್ತಾರೆ. ಶಿವರಾಮ ಕಾರಂತ, ದ.ರಾ. ಬೇಂದ್ರೆ, ಜಿ.ಪಿ. ರಾಜರತ್ನಂ ಮುಂತಾದವರು ಇದುವರೆಗೆ ಬಂದಿದ್ದಾರೆ" ಎಂದರು.

ನಿಗೂಢತೆ ಸ್ವಲ್ಪ ತಿಳಿಯಾಯಿತು. ನಮ್ಮ ತಂದೆ, "ಅಲ್ಲಿಗೆ ಬರೋದು ಹೇಗಪ್ಪ?" ಎಂದು ಪ್ರಶ್ನಿಸಿದರು.

"ನೀವು ಶೃಂಗೇರಿಗೆ ಬಂದು ಬಿಡಿ. ದೇವಸ್ಥಾನದ ಹತ್ತಿರ ನಮ್ಮ ಜೀಪ್ ಬರುತ್ತದೆ. ವಾಪಸು ಬರುವಾಗಲೂ ಅಷ್ಟೆ. ಶೃಂಗೇರಿ ತಲುಪಿಸಿ ಅಲ್ಲಿಂದ ಬಸ್ ಟಿಕೆಟ್ ವ್ಯವಸ್ಥೆಯೂ ನಮ್ಮದು" ಎಂದರು.

ಎಚ್.ವಿ. ಮಹಾಬಲಯ್ಯನವರೂ ಸಾಹಿತ್ಯಾಸಕ್ತರೇ. 'ಹೇರೂರು ಮೆನನ್' (ಆ ಹೆಸರು ಏಕೋ ತಿಳಿಯದು!) ಎಂಬ ಕಾವ್ಯನಾಮದಲ್ಲಿ ಕಿರುಗವನಗಳನ್ನು ಬರೆದು ಒಂದು ಸಂಕಲನ ಪ್ರಕಟಿಸಿದ್ದರು.

ಯೋಜನೆಯಂತೆ ನಮ್ಮ ತಂದೆತಾಯಿ ಶೃಂಗೇರಿಗೆ ತಲುಪಿದರು. ಅಲ್ಲಿ ಸ್ವತಃ ಎಚ್.ವಿ. ಮಹಾಬಲಯ್ಯನವರೇ ಬಂದು ಅವರನ್ನು ಬಸರಿಕಟ್ಟೆಗೆ ಕರೆದುಕೊಂಡು ಹೋದರು. ತಮ್ಮ ಹತ್ತಿರದ ನೆಂಟರೇನೋ ಎಂಬ ಅಕ್ಕರೆಯಿಂದ, ಅವರ ಇಡೀ ಕುಟುಂಬವರ್ಗದವರು ಉಪಚರಿಸಿದರು.

ಸ್ಥಳೀಯ ಸಂಘ, ಸಂಸ್ಥೆಗಳಲ್ಲಿ ಕವಿಗೋಷ್ಠಿ, ತಮ್ಮ ಬಂಧು ವರ್ಗ, ಎಸ್ಟೇಟ್ ಸಿಬ್ಬಂದಿ ಮುಂತಾದವರೊಡನೆ ಸಂವಾದ ಇತ್ಯಾದಿ ಸಾರ್ಥಕ ಕಾರ್ಯಕ್ರಮವನ್ನು ಆಯೋಜಿಸಿದ್ದರು. ಯುಕ್ತ ಗೌರವಗಳೊಡನೆ, ಭಾರವಾದ ಹೃದಯದೊಡನೆ ಬೀಳ್ಕೊಟ್ಟರು.

ಎಚ್.ವಿ. ಮಹಾಬಲಯ್ಯನವರದು ಕೇವಲ ಆಡಂಬರದ ನಡವಳಿಕೆ ಆಗಿರಲಿಲ್ಲ. ತಮ್ಮ ಮಗಳ ವರಾನ್ವೇಷಣೆ ಮತ್ತು ಇತರ ಕಾರ್ಯನಿಮಿತ್ತ ಬೆಂಗಳೂರಿಗೆ ಬಂದಾಗ ನಮ್ಮ ಸಣ್ಣ ಮನೆಯಲ್ಲೇ ವಾಸ್ತವ್ಯ ಹೂಡಿ, ಆತಿಥ್ಯವನ್ನು ಸಂಭ್ರಮಿಸುತ್ತಿದ್ದರು.

ವಾಮನಾಕಾರದ ಎಚ್.ವಿ. ಮಹಾಬಲಯ್ಯನವರನ್ನು ಯಾರಾದರೂ ನೋಡಿದರೆ ಇವರು ಶ್ರೀಮಂತರೇ ಎಂದು ಅನುಮಾನಿಸುವಂತಿತ್ತು ಅವರ ಸರಳ ಸಜ್ಜನಿಕೆ. ದುರದೃಷ್ಟ, ಅವರು ತಮ್ಮ 56ನೆಯ ವಯಸ್ಸಿನಲ್ಲೇ ತೀರಿಕೊಂಡರು.

ಅಂದು ಆಕಸ್ಮಿಕ ಸ್ನೇಹವಾದರೂ, ಇಂದೂ ಅವರ ಕುಟುಂಬದ ಸದಸ್ಯರು ನಮ್ಮೊಂದಿಗೆ ಬಾಂಧವ್ಯ ಇರಿಸಿಕೊಂಡಿದ್ದಾರೆ.

ಕವಿನೆನಪು
28

ಕಿಕ್ಕೇರಿ ಅಲ್ಲ, ಹೊಸಹೊಳಲು

ಕಳೆದ ವಾರ 'ದಿ ಹಿಂದೂ' ದಿನಪತ್ರಿಕೆಯಲ್ಲಿ 'ಕವಿ ಕೆಎಸ್‌ನ ಹುಟ್ಟಿದ ಮತ್ತು ಬಾಲ್ಯವನ್ನು ಕಳೆದ ಮನೆ' ಎಂದು ಕಿಕ್ಕೇರಿಯ ಒಂದು ಹಳೆಯ ಮನೆಯ ಚಿತ್ರ ಪ್ರಕಟವಾಗಿತ್ತು.

ವಾಸ್ತವವಾಗಿ ಕಿಕ್ಕೇರಿ ನಮ್ಮ ತಂದೆಯವರ ಪೂರ್ವಜರ ಸ್ಥಳ. ನಮ್ಮ ತಂದೆಯವರು ಹುಟ್ಟಿದ್ದು ಸಮೀಪದ ಹೊಸಹೊಳಲು ಎಂಬ ಗ್ರಾಮದಲ್ಲಿ. ನಮ್ಮ ಅಜ್ಜಿ ನಾಗಮ್ಮ ಅವರ ತವರುಮನೆ. ಕವಿ ಹುಟ್ಟಿದ ಹಿಂದಿನ ವರುಷ ಕಾರಣಾಂತರದಿಂದ (ಬಹುಶಃ ಪ್ಲೇಗ್‌ನ ದಾಳಿಯಿಂದ) ತಮ್ಮ ಮನೆ ಆಸ್ತಿಗಳನ್ನು ಬಂದಷ್ಟು ಹಣಕ್ಕೆ ವಿಲೇವಾರಿ ಮಾಡಿ ಮೈಸೂರಿನ ಹಳ್ಳದಕೇರಿಗೆ (ಈಗಿನ ಕೆಎಸ್‌ಆರ್‌ಟಿಸಿಯ ಹಿಂದಿನ ರಸ್ತೆ) ಪ್ರದೇಶಕ್ಕೆ ವಲಸೆಗೊಂಡರು. ನಮ್ಮ ತಂದೆ ಆತ್ಮಚರಿತ್ರೆಯನ್ನು ಬರೆದು ವಿವರಗಳನ್ನು ದಾಖಲಿಸದೆ ಇರುವುದರಿಂದ ಈ ವಾಸ್ತವಾಂಶಗಳು ಕೇವಲ ಮೌಖಿಕ ಮಟ್ಟದಲ್ಲಿ ಉಳಿದುಕೊಂಡಿವೆ.

ನಮ್ಮ ತಂದೆ ಮೊದಲ ಬಾರಿ ಕಿಕ್ಕೇರಿಯನ್ನು ನೋಡಿದ್ದು 1970ರಲ್ಲಿ. ಆ ಊರಿನ ಯುವಕ ಸಂಘ ಒಂದು ಅದ್ಧೂರಿಯ ಸತ್ಕಾರ ಸಮಾರಂಭ ಏರ್ಪಡಿಸಿದಾಗ. ಹಾ.ಮಾ. ನಾಯಕರ ಅಧ್ಯಕ್ಷತೆಯಲ್ಲಿ ನಡೆದ ಸಮಾರಂಭದಲ್ಲಿ, ಅನಂತಮೂರ್ತಿ ಹಾಗೂ ಸುಜನಾ (ಎಸ್.ಜೆ. ನಾರಾಯಣಸೆಟ್ಟಿ ಅವರ ನಿಜಜೀವನದ ಹೆಸರು 'ಯುಗಸಂಧ್ಯಾ' ಎಂಬ ಮಹಾಕಾವ್ಯ ಬರೆದಿದ್ದಾರೆ. ಹೊಸಹೊಳಲಿನವರು) ಕವಿಯ ಕಾವ್ಯ ಕುರಿತು ಮಾತನಾಡಿದರು.

ಮರುದಿನ ನಮ್ಮ ತಂದೆ ಕಿಕ್ಕೇರಿಯಲ್ಲಿ ವಾಸವಿದ್ದ ಕೆಲವು ನೆಂಟರನ್ನು ಭೇಟಿಯಾದರು. ಆಗ ಒಬ್ಬ ಯುವಕ ಬಂದು, "ನಮ್ಮ ತಾಯಿಯವರನ್ನು ಕುರಿತು ನೀವು ಶಾನುಭೋಗರ ಮಗಳು ಪದ್ಯ ಬರೆದಿದ್ದೀರಿ" ಎಂದು ಸಂತಸ ವ್ಯಕ್ತಪಡಿಸಿದನಂತೆ.

ಕಿಕ್ಕೇರಿಯ ಕಿಕ್ಕೇರಮ್ಮ, ನರಸಿಂಹ ಹಾಗೂ ಲಕ್ಷ್ಮೀನರಸಿಂಹ ದೇವಾಲಯಗಳು (ಹಾಗೆಯೇ ಹೊಸಹೊಳಲಿನ ದೇವಾಲಯಗಳು) ಹೊಯ್ಸಳ ಶಿಲ್ಪಕಲೆಗೆ ಹೆಸರುವಾಸಿಯಾದವು. ಬೇಲೂರು, ಹಳೇಬೀಡು, ಸೋಮನಾಥಪುರಗಳ ದೇವಾಲಯಗಳಿಗೆ ಹೆಗಲೆಣೆಯಾದವು.

ಕಿಕ್ಕೇರಿಯ ಜನರಿಗೆ ನಮ್ಮ ತಂದೆಯವರನ್ನು ಕಂಡರೆ ಅತೀವ ಅಭಿಮಾನ. (ಇಡೀ ಮಂಡ್ಯ ಜಿಲ್ಲೆಯಲ್ಲಿ ಇಂಥ ಕವಿಪ್ರೀತಿ ತುಂಬಿ ಹರಿದಿದೆ. ಮೂರು ವರುಷ ಮಂಡ್ಯದಲ್ಲಿ ಬ್ಯಾಂಕ್ ಸೇವೆ ಸಲ್ಲಿಸಿರುವ ನನಗೆ ಇದರ ಅನುಭವವಾಗಿದೆ)

ಕರ್ನಾಟಕ ಸರ್ಕಾರ ರಚಿಸಿರುವ ಕೆಎಸ್‌ನ ಟ್ರಸ್ಟ್ ಕಿಕ್ಕೇರಿಯನ್ನು ಸಾಂಸ್ಕೃತಿಕ ಕೇಂದ್ರವಾಗಿಸುವ, ಕವಿಯ ಮನೆಯನ್ನು ಪಡೆದು ವಸ್ತುಸಂಗ್ರಹಾಲಯ ನಿರ್ಮಿಸುವ ಹಾಗೂ ಅಲ್ಲಿನ 650 ಎಕರೆಗೂ ಹೆಚ್ಚು ವಿಸ್ತಾರವಾದ ಕೆರೆಯನ್ನು ಕೆಎಸ್‌ನ ಸರೋವರ ಎಂದು ನಿರ್ಮಿಸುವ ಕ್ರಿಯಾ ಯೋಜನೆಯನ್ನು ಹೊಂದಿದೆ. ಅವೆಲ್ಲ ಸಾಕಾರಗೊಂಡರೆ 'ಕಿಕ್ಕೇರಿ' ಕಾವ್ಯಪ್ರಿಯರೆಲ್ಲರ ನೆಚ್ಚಿನ ಭೇಟಿಯ ತಾಣವಾದೀತು.

ಕವಿನೆನಪು
29

ಕಾಫೀನೂ ಇಲ್ಲ, ಕಲಗಚ್ಚೂ ಇಲ್ಲ

ದೇವರ ಅಸ್ತಿತ್ವವನ್ನು ಕುರಿತಂತೆ ಒಂದು ಬಗೆಯ ಅಜ್ಞೇಯತಾವಾದವನ್ನು ತಮ್ಮ ಹಲವು ಕವನಗಳಲ್ಲಿ ಪ್ರತಿಪಾದಿಸಿರುವ ಕೆಎಸ್‌ನ, ತೀರ್ಥಕ್ಷೇತ್ರಗಳ ದರ್ಶನದಿಂದ ಮಾತ್ರ ಎಂದೂ ವಿಮುಖರಾಗಿರಲಿಲ್ಲ. ಆಗಾಗ್ಗೆ ಉಡುಪಿಗೆ ಹೋದಂತೆ, ರಾಯಚೂರು ಮುಂತಾದ ಸ್ಥಳಗಳಿಂದ ಕಾರ್ಯಕ್ರಮಕ್ಕೆ ಆಹ್ವಾನ ಬಂದಾಗ ಮಂತ್ರಾಲಯ ಭೇಟಿಯನ್ನೂ ತಪ್ಪಿಸುತ್ತಿರಲಿಲ್ಲ.

ಒಂದು ದಿನ ಏಕೋ ಅಮ್ಮ ಬೇಸರದಿಂದ, "ಕವಿ ಅಂತ ಕಟ್ಟಿಕೊಂಡು ಏನು ಸುಖ. ಬರೀ ತಾಪತ್ರಯವೇ ಆಯ್ತು" ಎಂದೆಲ್ಲಾ ಅಡುಗೆಮನೆಯಿಂದಲೇ ಎತ್ತರದ ದನಿಯಲ್ಲಿ ಮಾತನಾಡುತ್ತಿದ್ದರು. ಯಥಾಪ್ರಕಾರ ಅಪ್ಪನದು ಮೌನ. ಅಷ್ಟರಲ್ಲಿ ಅಂಚೆಯವ ಒಂದು ಕಾಗದ ಕೊಟ್ಟು ಹೋದ. ಅದನ್ನು ತೆರೆದು ಓದಿದ ಅಪ್ಪ, "ಲೇ" ಎಂದರು.

ತಕ್ಷಣ ಅಮ್ಮ "ಕಾಫೀನೂ ಇಲ್ಲ, ಕಲಗಚ್ಚೂ ಇಲ್ಲ. ಸದ್ಯ ಅಡುಗೆ ಆದರೆ ಸಾಕಾಗಿದೆ" ಎಂದು ತಮ್ಮ ಎಂದಿನ ದನಿಯಲ್ಲಿ ಉತ್ತರಿಸಿದರು.

"ಅದಲ್ವೆ, ರಾಯಚೂರಿನಿಂದ ರಾಜಮ್ಮನವರ ಗಂಡ ಅನಂತಯ್ಯನವರು ಕಾಗದ ಬರೆದಿದ್ದಾರೆ. (ಅನಂತಮೂರ್ತಿ ರಾಯಚೂರಿನ ಪ್ರಸಿದ್ಧ ರಾಜಕಾರಣಿ ಮತ್ತು ಡಾ. ರಾಜಲಕ್ಷ್ಮಿ ಅಲ್ಲಿನ ಖ್ಯಾತ ವೈದ್ಯರು. ನರ್ಸಿಂಗ್ ಹೋಂ ಹೊಂದಿದ್ದರು) ಮುಂದಿನ ತಿಂಗಳು ಹತ್ತನೆಯ ತಾರೀಕು ರಾಯಚೂರಿನಲ್ಲಿ ಕಾರ್ಯಕ್ರಮ ಇಟ್ಟುಕೊಳ್ಳಬಹುದೇ ಅಂತ ಕೇಳ್ತಾ ಇದ್ದಾರೆ. ಅವರ ಭಾವಮೈದುನನ ಹತ್ತಿರ ಟ್ರೈನ್ ಟಿಕೆಟ್ ಕಳಿಸ್ತಾರಂತೆ. ರಾಯಚೂರಿಗೆ ಹೋದ ದಿನ ಬೆಳಗ್ಗೆ ಮಂತ್ರಾಲಯಕ್ಕೆ ಹೋಗಿ ದರ್ಶನ ಪ್ರಸಾದ ಮುಗಿಸಿ ಬಂದು, ಸಾಯಂಕಾಲ ಕಾರ್ಯಕ್ರಮ ಅಂತೆ. ಮಾರನೆಯ ದಿನ ಬೆಳಗ್ಗೆ ಅವರ ಮನೇಲಿ ಉಪಹಾರ ಗೋಷ್ಠಿ. ಎಷ್ಟು ಜನ ಬರ್ತೀರಿ ಅಂತ ಕೇಳಿದ್ದಾರೆ" ಒಂದೇ ಉಸುರಿನಲ್ಲಿ ಹೇಳಿದರು ನಮ್ಮ ತಂದೆ.

ಶಾಂತವಾಯಿತು ಅಬ್ಬರಿಸುತ್ತಿದ್ದ ಕಡಲು. ಅಮ್ಮನಿಗೀಗ ಮಂತ್ರಾಲಯದತ್ತ ಚಿತ್ತ. ನಮ್ಮ ತಂದೆ ಅವರನ್ನು ಬಿಟ್ಟು ಹೋಗುವುದಿಲ್ಲ ಎಂಬುದು ಅವರಿಗೆ ಖಾತರಿಯಾಗಿತ್ತು.

"ಇಬ್ಬರೇ ಅಂತ ಬರೀರಿ. ಉಳಿದವರಿಗೆಲ್ಲ ಪಾಪ ಎಲ್ಲಿ ಬಿಡುವಿರುತ್ತೆ? ಚಟ್ನಿಪುಡಿ ಮುಗಿದಿದೆ. ಈಗಲೇ ಮಾಡಿಡುತ್ತೀನಿ" ಎಂದರು.

ನಮ್ಮ ತಂದೆ ಅದೇ ವೇಗದಲ್ಲಿ ಒಂದು ಸಮ್ಮತಿ ಪತ್ರ ಬರೆದು, "ಲೋ ಸತ್ಯಾ (ಒಮೊಮ್ಮೆ ನನ್ನನ್ನು ತಮ್ಮ ಪ್ರೀತಿಯ ಸೋದರ ಸತ್ಯನಾರಾಯಣನ ನೆನಪಿನಲ್ಲಿ ಹೀಗೆ ಕರೆಯುತ್ತಿದ್ದರು. ನಾವಿಬ್ಬರು ಸ್ವಲ್ಪ ನೋಡಲು ಒಂದೇ ತರಹ ಇದ್ದೇವೆ) ಸ್ವಲ್ಪ ಜಾಗ್ರತೆ ಇದನ್ನ ಪೋಸ್ಟ್‌ಗೆ ಹಾಕು" ಎಂದರು.

ನಾನು, "ಆಗಲಿ, ಪೋಸ್ಟ್ ಮಾಸ್ಟರ್ ತಿರುಪತಯ್ಯನವರ ಕೈಗೇ ಕೊಡುತ್ತೇನೆ ಚಿಂತೆ ಬೇಡ" ಎಂದು ತಮಾಷೆ ಮಾಡಿದಾಗ, "ಹಾಗೇ ಮಾಡು" ಎನ್ನುತ್ತ ತಮ್ಮ ಯಾವುದೋ ಕವಿತೆಯ ಸಾಲುಗಳನ್ನು ಗುನುಗತೊಡಗಿದರು.

ಅಮ್ಮನ ಬಳಿ ಹೋಗಿ, "ಏನಾಯ್ತು ನಿನ್ನ ತಾಪತ್ರಯ ನಿವೇದನೆ?" ಎಂದು ಕೀಟಲೆ ಮಾಡಿದೆ. "ಎಲ್ಲ ಇದ್ದದ್ದೇ ಹೋಗೋ. ನಿನಗೂ ಮದುವೆಯಾಗ್ಲಿ ಇವೆಲ್ಲ ಅರ್ಥವಾಗುತ್ತೆ" ಎನ್ನುತ್ತ ತಮ್ಮ ಕಾಯಕದಲ್ಲಿ ಮುಳುಗಿಹೋದರು.

ಹೀಗೆ ಒಂದು ಪ್ರವಾಸದ ಆಹ್ವಾನ ಸಂಸಾರ ಶಾಂತಿಯನ್ನು ಕೊಂಡುತಂದಿತ್ತು.

ಕವಿನೆನಪು

30

ಶವರ್‌ಬಾತ್ ಕೊಟ್ಟೆ

ನಮ್ಮ ತಂದೆ ಸೇವೆಯಲ್ಲಿದ್ದಾಗ ಬೆಂಗಳೂರಿನಲ್ಲಿ ನಡೆಯುತ್ತಿದ್ದ ಕವಿಗೋಷ್ಠಿ, ಉಪನ್ಯಾಸದಂತಹ ಕಾರ್ಯಕ್ರಮಗಳಿಗೆ ಆಹ್ವಾನದ ಮೇರೆ ಹೋಗುತ್ತಿದ್ದರು. ಸಂಘಟಕರು ಬಹುಪಾಲು ಕಚೇರಿಯ ಹತ್ತಿರವೇ ಬಂದು ಆಹ್ವಾನಿಸುತ್ತಿದ್ದರು. ದಿನಾಂಕ, ವೇಳೆ, ಸ್ಥಳ ತಿಳಿದುಕೊಂಡು ತಾವೇ ಅಲ್ಲಿಗೆ ಹೋಗುತ್ತಿದ್ದರು. ಆಗೆಲ್ಲ ಸಮಾರಂಭಗಳು ಸಾಮಾನ್ಯವಾಗಿ ನಡೆಯುತ್ತಿದ್ದುದು ಪುರಭವನ, ಕಲಾಕ್ಷೇತ್ರ ಅಥವಾ ಪರಿಷತ್ ಸಭಾಂಗಣದಲ್ಲಿ. ನಮ್ಮ ತಂದೆಯವರು ಕೆಲಸ ಮಾಡುತ್ತಿದ್ದ ಕರ್ನಾಟಕ ಹೌಸಿಂಗ್ ಬೋರ್ಡ್ ಪಂಪ ಮಹಾಕವಿ ರಸ್ತೆಯ ಗ್ರೈನ್ ಮರ್ಚೆಂಟ್ಸ್ ಬ್ಯಾಂಕ್ ಕಟ್ಟಡದಲ್ಲಿ ಇತ್ತು.

ಕಾರ್ಯಕ್ರಮಕ್ಕೆ ಆಹ್ವಾನಿಸಲು ಯಾರೇ ಬರಲಿ ಸಮಾರಂಭದ ಉದ್ದೇಶ, ಯಾರು, ಯಾರು ಬರುತ್ತಿದ್ದಾರೆ ಎಂಬುದರ ವಿವರವನ್ನು ಮೊದಲು ಪಡೆಯುತ್ತಿದ್ದರು. ಯಾರಾದರೂ ರಾಜಕಾರಣಿಗಳು ತಮ್ಮ ಜತೆ ವೇದಿಕೆ

ಹಂಚಿಕೊಳ್ಳುತ್ತಿದ್ದರೆ ಸಮಾರಂಭದಲ್ಲಿ ರಾಜಕೀಯ ವಿಷಯ ಮಾತನಾಡಬಾರದೆಂದು ಅವರಿಗೆ ಮೊದಲೇ ತಿಳಿಸಿಬಿಡುತ್ತಿದ್ದರು.

ವಯಸ್ಸಾದ ನಂತರ ಮತ್ತು ಆರೋಗ್ಯ ಇಳಿಮುಖವಾದಾಗ ಕಾರ್ಯಕ್ರಮಗಳಿಗೆ ಒಪ್ಪಿಕೊಳ್ಳುವುದು ಕಡಿಮೆಯಾಯಿತು. ಕೊನೆಯ ಹತ್ತು ವರುಷಗಳಂತೂ ಯಾರಾದರೂ ಒಬ್ಬರು ಅವರ ಜತೆಯಲ್ಲಿ ಹೋಗುವುದು ಅನಿವಾರ್ಯವಾಯಿತು.

ಎಲ್ಲ ಸಂದರ್ಭಗಳಲ್ಲೂ ಸಮಾರಂಭಕ್ಕೆ ಕರೆಯುವ ರೀತಿ ಕವಿಯ ಬಗ್ಗೆ ಪ್ರೀತಿ, ಗೌರವಗಳಿಂದ ಕೂಡಿರುತ್ತಿರಲಿಲ್ಲ. ಹಲವು ಬಗೆಯ ತಾರತಮ್ಯ, ಅವಜ್ಞೆಗಳನ್ನು ಸಹಿಸಬೇಕಾಗಿತ್ತು.

ಒಮ್ಮೆ ಒಬ್ಬ ವ್ಯಕ್ತಿ ಮನೆಗೆ ಬಂದ. "ಏನ್ಸಾರ್ ಇಷ್ಟು ದೂರ ನಿಮ್ಮ ಮನೆ?" ಎಂದು ಹೇಳುತ್ತಲೇ ಕುಳಿತು ಸುಧಾರಿಸಿಕೊಂಡ.

"ಮುಂಬಯಿಯಲ್ಲಿ ನನ್ನ ಸ್ನೇಹಿತರು ಸಂಘ ಕಟ್ಟಿಕೊಂಡು ಬೇಕಾದಷ್ಟು ಕನ್ನಡ ಕೆಲಸ ಮಾಡ್ತಾ ಇದ್ದಾರೆ" ಎಂದ. "ಬಹಳ ಸಂತೋಷ, ತಾವು ಬಂದ ಕಾರಣ?" "ಈ ಬಾರಿ ರಾಜ್ಯೋತ್ಸವಕ್ಕೆ ನೀವು ಅತಿಥಿಯಾಗಿ ಭಾಗವಹಿಸಬೇಕಂತೆ. ಟ್ರೇನ್‌ನಲ್ಲಿ ಬಂದು ಹೋಗೋ ವೆಚ್ಚ ಕೊಡ್ತಾರೆ" ಎಂದ.

"ಮತ್ತೆ ಯಾರು ಬರ್ತಾರೆ?" "ಪ್ರಸಿದ್ಧ ಸಿನಿಮಾ ನಟರು ಬರುತ್ತಾರೆ" ಎಂದ. "ಅವರು ಹೇಗೆ ಬರ್ತಾರೆ?" "ಸಾರ್ ಅವರು ಶೂಟಿಂಗ್‌ನಲ್ಲಿ ಬಿಜಿ. ಅದಕ್ಕೆ ವಿಮಾನದಲ್ಲಿ ಟಿಕೆಟ್ ರಿಸರ್ವ್ ಮಾಡಲು ಹೇಳಿದ್ದಾರೆ" ಎಂದ.

"ಓಹೋ, ಅವನು ಬಿಜಿ, ನಾನು ಕೆಲಸವಿಲ್ಲದೆ ಕೂತಿದ್ದೇನೆ ಅಲ್ವಾ? ಅವನೂ ನನ್ನ ದೂರದ ನೆಂಟನೇ. ಟ್ರೇನ್‌ನಲ್ಲಿ ನನ್ನ ಜತೆ ಬರಬಹುದಲ್ವಾ? ನಿಮ್ಮ ಸ್ನೇಹಿತರಿಗೆ ಹೇಳಿ, ವಿಮಾನದಲ್ಲಿ ವ್ಯವಸ್ಥೆ ಮಾಡಿದರೆ ಬರ್ತಾರೆ ಅಂತ".

"ಸರ್, ನೀವು ಒಪ್ಪಿದ್ದರೆ ಚೆನ್ನಾಗಿತ್ತು". "ನಾನು ಬರೋಲ್ಲ ಅಂತ ಹೇಳಲಿಲ್ಲವಲ್ಲ. ಷರತ್ತು ಹಾಕಿದ್ದೇನೆ ಅಷ್ಟೆ". ಪಾಪ ಆ ಬಡಪಾಯಿ ಎದ್ದು ಹೋದ.

ಅವನು ಹೋದ ಮೇಲೆ ಮತ್ತಾರೋ ಭೇಟಿ ಮಾಡಲು ಬಂದರು. ಅವರ ಹತ್ತಿರ ನಮ್ಮ ತಂದೆ, "ಈಗೊಬ್ಬ ಕರೆಯೋದಕ್ಕೆ ಬಂದಿದ್ದ. ಅವನಿಗೆ ಚೆನ್ನಾಗಿ ಶವರ್‌ಬಾತ್ ಕೊಟ್ಟೆ" ಎಂದು ಹೇಳಿ, ನಡೆದಿದ್ದನ್ನು ವಿವರಿಸಿದರು.

ಕವಿನೆನಪು

31

ಪಾಪ! ಅಭಿಮಾನಿ

ಕೆಲವು ಉತ್ಸಾಹಿ ಯುವಕರು ಮಳವಳ್ಳಿಯ ಹತ್ತಿರದ ಯಾವುದೋ ಹಳ್ಳಿಯಿಂದ ಬಂದು ರಾಜ್ಯೋತ್ಸವ ಕಾರ್ಯಕ್ರಮಕ್ಕೆ ಆಹ್ವಾನಿಸಿದರು. ಆ ಊರಿನ ನಮ್ಮ ತಂದೆಯವರಿಗೆ ಚೆನ್ನಾಗಿ ಗೊತ್ತಿದ್ದವರು ಹೇಳಿದ್ದರಿಂದ ನಮ್ಮ ತಂದೆಯವರು ಆಹ್ವಾನವನ್ನು ಒಪ್ಪಿಕೊಂಡರು.

ಮುಂದುವರೆದು ಅವರು, "ಸಾರ್ ನೀವು ಮಳವಳ್ಳಿಗೆ ನೀವು ಬಸ್‌ನಲ್ಲಿ ಬಂದುಬಿಡಿ. ಅಲ್ಲಿಗೆ ಬಂದು ನಾವು ನಿಮ್ಮನ್ನು ಕರೆದುಕೊಂಡು ಹೋಗುತ್ತೇವೆ" ಎಂದರು.

ಇದು ಅಂಥ ಅಸಹಜವಾದ ಪ್ರಸ್ತಾವವೇನೂ ಆಗಿರಲಿಲ್ಲ. ಹಿಂದೆ ಆರೋಗ್ಯ ಹಾಗೂ ಶಕ್ತಿ ಇದ್ದಾಗ ಹೀಗೆ ಹಲವಾರು ಬಾರಿ ಒಂದು ಊರಿನವರೆಗೆ ಬಸ್‌ನಲ್ಲಿ ಹೋಗಿ ಕಾರ್ಯಕ್ರಮದಲ್ಲಿ ಭಾಗವಹಿಸಿದ್ದರು. ಆದರೆ ಈ ಆಹ್ವಾನ ಬಂದಾಗ ನಮ್ಮ ತಂದೆಗೆ 75 ವರುಷ ದಾಟಿತ್ತು, ವಯೋಸಹಜವಾದ ಅನಾರೋಗ್ಯದ ಜತೆಗೆ ದೃಷ್ಟಿಯೂ ಮಂದವಾಗುತ್ತಿದ್ದರಿಂದ ಜತೆಯಲ್ಲಿ ಒಬ್ಬರು ಹೋಗುವುದು

ಅಗತ್ಯವಾಗಿತ್ತು. ಆದ್ದರಿಂದ ಕಾರ್ ವ್ಯವಸ್ಥೆ ಮಾಡಬೇಕೆಂದು ಸ್ಪಷ್ಟವಾಗಿ ಹೇಳಿಬಿಟ್ಟರು. ಆ ಸಂಘಟಕರು ಬೇರೆ ದಾರಿಯಿಲ್ಲದೆ ಕಾರ್ ಗೊತ್ತುಮಾಡಿದರು.

ಸಮಾರಂಭ ತುಂಬ ಯಶಸ್ವಿಯಾಗಿ ನಡೆಯಿತು. ಆದರೆ ಆ ಸಂಘಟಕರು ನಮ್ಮ ತಂದೆಗೂ ಪರಿಚಿತರಿದ್ದ ವ್ಯಕ್ತಿಯ ಹತ್ತಿರ "ಅತಿಥಿಗಳ ವೆಚ್ಚ ದುಬಾರಿಯಾಯಿತು. ಅವರು ಬಸ್‌ನಲ್ಲೇ ಬರಬಹುದಿತ್ತು" ಎಂದು ಬೇಸರ ಮಾಡಿಕೊಂಡರಂತೆ.

ಮತ್ತೊಂದು ಬಾರಿ ಕೆನಡಾದಿಂದ ಕನ್ನಡ ಸಾಹಿತ್ಯಾಭಿಮಾನಿಯೊಬ್ಬರು ಪತ್ರ ಬರೆದು, "ನಿಮ್ಮ ಕಾವ್ಯಧಾರೆಯನ್ನು ನಿಮ್ಮಿಂದಲೇ ಕೇಳಲು ಇಲ್ಲಿನ ಕಾವ್ಯಾಸಕ್ತರು ಉತ್ಸುಕರಾಗಿದ್ದಾರೆ. ಬಿಡುವು ಮಾಡಿಕೊಂಡು ಬನ್ನಿ. ನಿಮ್ಮ ಖರ್ಚಿನಲ್ಲಿ ಕೆನಡಾವರೆಗೆ ಬಂದರೆ ಅಲ್ಲಿನ ವೆಚ್ಚ ಮತ್ತು ವಾಪಸು ಬರುವ ವೆಚ್ಚವನ್ನು ನಾವು ಭರಿಸುತ್ತೇವೆ" ಎಂದಿದ್ದರು.

ಆಹ್ವಾನವೇನೋ ಸೌಜನ್ಯಪೂರ್ಣ. ಆದರೆ ಆ ಕಾಲದಲ್ಲೇ ವಿಮಾನ ವೆಚ್ಚ ಇಪ್ಪತ್ತು ಸಾವಿರ ರೂಪಾಯಿಗಳಷ್ಟಿತ್ತು. ಇಬ್ಬರು ಹೆಣ್ಣುಮಕ್ಕಳ ಮದುವೆ, ಕೊನೆಯ ಮಗನ ಓದಿನ ಜವಾಬ್ದಾರಿ, ಸಂಸಾರದ ಖರ್ಚು ಇಂಥವನ್ನು ನಿಭಾಯಿಸುವುದೇ ಕಷ್ಟವಾಗಿತ್ತು. ನಮ್ಮ ತಂದೆ ಆ ಪತ್ರ ಓದಿ, "ಪಾಪ ಅಭಿಮಾನಿ! ಆದರೆ ಮನೆಯ ಪರಿಸ್ಥಿತಿ ತಿಳಿಯದ ಅಜ್ಞಾನಿ" ಎಂದು ಪ್ರತಿಕ್ರಿಯಿಸಿದರು. ಉತ್ತರವನ್ನು ಬರೆಯುವ ಗೋಜಿಗೂ ಹೋಗಲಿಲ್ಲ.

ಕವಿನೆನಪು

32

ಕಹಿನೆನಪುಗಳೂ ಇರುತ್ತವೆ

ಒಮ್ಮೆ ನನ್ನ ಸ್ನೇಹಿತನೊಬ್ಬ ದಿನಪತ್ರಿಕೆಯೊಂದರಲ್ಲಿ ಪ್ರಕಟವಾಗಿದ್ದ, ನಮ್ಮ ತಂದೆಯವರನ್ನು ಕುರಿತು ಪತ್ರಕರ್ತನೊಬ್ಬ ಬರೆದಿದ್ದ ಲೇಖನದ ಬಿಂಬವನ್ನು ನನಗೆ ವಾಟ್ಸಪ್‌ನಲ್ಲಿ ಕಳುಹಿಸಿಕೊಟ್ಟು, "ಇದರ ಬಗ್ಗೆ ನಿನ್ನ ಸ್ಪಂದನೆ ತಿಳಿಯಲು ಕುತೂಹಲಿಯಾಗಿದ್ದೇನೆ" ಎಂದಿದ್ದ.

ಆ ಲೇಖನದ ಒಕ್ಕಣೆಯಂತೆ, ಮಂಡ್ಯದಲ್ಲಿ ನಡೆಯಲಿದ್ದ ಕೆಎಸ್‌ನರ ಪೌರಸನ್ಮಾನ ಕಾರ್ಯಕ್ರಮಕ್ಕೆ ಕವಿಯನ್ನು ಬೆಂಗಳೂರಿನಿಂದ ಮಂಡ್ಯಕ್ಕೆ ಕರೆತರಲು ಸದರಿ ಪತ್ರಕರ್ತನನ್ನು ನಿಯೋಜಿಸಿ ಜಿಲ್ಲಾಧಿಕಾರಿಗಳು ವಿನಂತಿಸಿದ್ದರು. ಅದರಂತೆ ನಮ್ಮ ತಂದೆಯವರನ್ನು ಈ ವ್ಯಕ್ತಿ ಕರೆದುಕೊಂಡು ಹೋಗಿದ್ದರು. ಮಾರ್ಗಮಧ್ಯದಲ್ಲಿ ಉಪಹಾರಕ್ಕಾಗಿ ಮದ್ದೂರಿನ ಶಿವಳ್ಳಿ ಹೋಟೆಲ್ ಬಳಿ ನಿಲ್ಲಿಸಬೇಕೆಂದು ನಮ್ಮ ತಂದೆ ಹೇಳಿದ್ದರು. ಮಾತಿನ ಭರದಲ್ಲಿ ಕಾರು ಒಂದೆರಡು ಮೈಲಿ ಮುಂದೆ ಹೋದಾಗ, ಅದೇ ಹೊಟೆಲ್‌ಗೆ ಹೋಗಬೇಕೆಂದು ಕಾರ್ ವಾಪಸು ತಿರುಗಿಸಲು ಹೇಳಿದರಂತೆ. ಹೋಟೆಲ್‌ನಲ್ಲಿ ಪತ್ರಕರ್ತ ನಮ್ಮ ತಂದೆಯವರಿಗೆ ಇಡ್ಲಿ ತೆಗೆದುಕೊಳ್ಳಲು ಸಲಹೆ

ಮಾಡಿದರೂ ದೋಸೆಯೇ ಬೇಕೆಂದು ಹೇಳಿದರು. (ಅತಿಥಿಗಳ ಆರೋಗ್ಯದ ಕಾಳಜಿ ಬಗ್ಗೆ ಅವನ ಸಲಹೆಯಂತೂ ಮೆಚ್ಚುಗೆಗೆ ಅರ್ಹ) ವಾಪಸು ಬರುವಾಗಲೂ ಇದೇ ಬಗೆ ಪುನರಾವರ್ತನೆಯಾಯಿತು ಎಂದೆಲ್ಲ ಬರೆದಿತ್ತು ಆ ಲೇಖನದಲ್ಲಿ.

ಇದೊಂದೇ ಪ್ರಸಂಗ ಲೇಖನದುದ್ದಕ್ಕೂ ಪ್ರಖರವಾಗಿ ಪ್ರಸ್ತಾಪಗೊಂಡು, ಕವಿಯನ್ನು ಇಂಥದೇ ಬೇಕು ಎಂದು ಒತ್ತಾಯ ಮಾಡುವ, ಬಾಯಿಚಪಲದ ವ್ಯಕ್ತಿ ಎಂದು ಬಿಂಬಿಸುವಂತೆ ಇತ್ತು.

ನಾನು ಗಮನಿಸಿದಂತೆ ನಮ್ಮ ತಂದೆ ಹಾಗೆ ಇಂಥದೇ ಬೇಕೆಂದು ಒತ್ತಾಯ ಮಾಡುವ ವ್ಯಕ್ತಿ ಅಲ್ಲವೇ ಅಲ್ಲ. ಆದರೆ ಮನೆಯಲ್ಲಿ ಇಂಥ ಖಾದ್ಯ (ಬೋಂಡ, ಪಕೋಡ ಇತ್ಯಾದಿ) ಬೇಕೆಂದು ಅಗಾಗ್ಗೆ ಬೇಡಿಕೆ ಸಲ್ಲಿಸಿ ಪಡೆಯುತ್ತಿದ್ದರಷ್ಟೆ. ಬೇರೆಯವರು ಪ್ರೀತಿವಿಶ್ವಾಸಗಳಿಂದ ನೀಡಿದ್ದ ತಿನಿಸುಗಳನ್ನು ಬಹಳ ಅಭಿಮಾನದಿಂದ ನೆನೆಯುತ್ತಿದ್ದರು. ಸರ್ಕಾರಿ ಕೆಲಸಕ್ಕೆ ಸೇರುವ ಮುಂಚೆ, ಅಲ್ಪಕಾಲ ತಿ.ತಾ. ಶರ್ಮಾರವರ 'ವಿಶ್ವಕರ್ನಾಟಕ' ಪತ್ರಿಕೆಯಲ್ಲಿ ಸಹಾಯಕರಾಗಿ ಕೆಲಸ ಮಾಡುತ್ತಿದ್ದರು. ಆ ಸಮಯದಲ್ಲಿ ಆಗಾಗ್ಗೆ ಶರ್ಮ ಅವರ ಪತ್ನಿ ಭಾರತಿ (ತಿರುಮಲೆ ರಾಜಮ್ಮ: ಲೇಖಕಿ, ವೀಣಾ ವಿದುಷಿ ಮತ್ತು ಸ್ವಾತಂತ್ರ್ಯ ಹೋರಾಟಗಾರ್ತಿ) ನೀಡುತ್ತಿದ್ದ ಕೈತುತ್ತನ್ನು ಕೃತಜ್ಞತೆಯಿಂದ ಪದೇಪದೆ ನೆನೆಯುತ್ತಿದ್ದರು.

ಹೊಸದಾಗಿ ಪರಿಚಯವಾಗುವ ನಮ್ಮ ತಂದೆಯ ಅಭಿಮಾನಿಗಳಲ್ಲಿ ಕೆಲವರು ತಾವು ಅವರಿಗೆ ಕೊಡಿಸಿ, ಅವರೊಂದಿಗೆ ಸೇವಿಸಿದ್ದ ಕಾಫಿ ತಿಂಡಿಗಳ ವಿಷಯಗಳ ಬಗ್ಗೆಯೇ ಪ್ರಧಾನವಾಗಿ ಪ್ರಸ್ತಾಪಿಸಿದಾಗಲೂ, ನಾನು ಎಂದೂ ಬೇಸರ ಮಾಡಿಕೊಳ್ಳುತ್ತಿರಲಿಲ್ಲ. ಆದರೆ ಈ ವ್ಯಕ್ತಿ ಸಮಾರಂಭದ ಇತರ ಸಾಹಿತ್ಯಕ ವಿವರಗಳ ಬಗ್ಗೆ ಏನೂ ತಿಳಿಸದೆ 'ದೋಸೆ ವಿಚಾರ' ಎತ್ತಿಹಿಡಿದಿದ್ದು ವಿಷಾದಕರವಾಗಿತ್ತು.

ಅಷ್ಟು ಹೊತ್ತಿಗೆ ಇನ್ನೂ ಹಲವರು ಫೋನ್ ಮಾಡಿ "ಇದು ನಿಜವೆ?", "ಹಾಗಿದ್ದರೆ?" ಎಂದೆಲ್ಲ ಕೇಳತೊಡಗಿದ್ದರು.

ನನ್ನ ಮಿತ್ರನಿಗೆ ಫೋನ್ ಮಾಡಿ, "ಈ ವ್ಯಕ್ತಿಯೊಡನೆ ಭೇಟಿ ಮಾಡಿಸಲು ಸಾಧ್ಯವೆ?" ಎಂದೆ.

'ಫೋನ್ ನಂಬರ್ ಕೊಡುತ್ತೇನೆ. ಫೋನ್‌ನಲ್ಲೇ ನಿನ್ನ ಅಭಿನಂದನೆ ತಿಳಿಸು" ಎಂದ.

"ಅಭಿನಂದನೆಯಲ್ಲ, ಬೇಕಾಗಿರುವುದು ಮಂಗಳಾರತಿ" ಎಂದು ನನ್ನ ಅಸಮಾಧಾನ ತಿಳಿಸಿದೆ.

"ಏನೋ ಕವಿಗೆ ಕಂಪನಿ ಕೊಟ್ಟ ಸಂತೋಷದ ಗುಂಗಿನಲ್ಲಿ ಹೀಗೆ ಬರೆದಿದ್ದಾನೆ. ದಂಡಿಸಬೇಡಯ್ಯ" ಎಂದ ಮಿತ್ರ.

ಮನ್ನಿಸಿ. ಕವಿನೆನಪು ಪ್ರಸಂಗಗಳಲ್ಲಿ ಇಂಥ 'ಕಹಿ'ನೆನಪುಗಳೂ ಇರುತ್ತವೆ.

ಕವಿನೆನಪು

33

ಸೋಫಾದ ಕೆಳಗಿತ್ತು ವಾಕಿಂಗ್ ಸ್ಟಿಕ್

ಯಾರಾದರು ಸ್ನೇಹಿತರು ಅಥವಾ ಅಭಿಮಾನಿಗಳು ವಿಶ್ವಾಸದಿಂದ ನೀಡಿದ ಸ್ಮರಣಿಕೆಗಳನ್ನೋ, ಅಥವಾ ನಿತ್ಯುಪಯುಕ್ತ ವಸ್ತುಗಳನ್ನೋ ಬಹಳ ಜತನದಿಂದ ಕಾಪಾಡಿಕೊಳ್ಳುವ, ಅವರ ಔದಾರ್ಯವನ್ನು ನೆನಪಿಸಿಕೊಳ್ಳುವ ಅವರ ಸ್ವಭಾವ ಕೆಲವು ಸಾರಿ ವಿಚಿತ್ರವೆನಿಸುತ್ತಿತ್ತು. ಈ ವಸ್ತುಗಳು ಕಣ್ಣೆದುರು ಕಾಣದಿದ್ದರೆ ಅವರ ತಹತಹ ಹೇಳತೀರದು. ಅದಕ್ಕೆ ಸಾಕ್ಷಿ ಈ ನಡಿಗೆ ಬೆತ್ತ ಪ್ರಕರಣ.

2000ನೇ ವರ್ಷದ ದಸರಾ ಕವಿಗೋಷ್ಠಿಯ ಅಧ್ಯಕ್ಷತೆ ವಹಿಸಲು ಬಂದಿದ್ದಾಗ, ಮೈಸೂರಿನಲ್ಲಿ ನಾನಿದ್ದ ಮನೆಗೂ ಬಂದು ಒಂದು ದಿನ ಇದ್ದರು. ತಾವು ಐದು ಜನ ಬರುತ್ತಿರುವುದಾಗಿಯೂ, ತಮ್ಮ ಮಗನ ಮನೆ ಇದ್ದರೂ ಅವರಿಗೆ ತೊಂದರೆಯಾಗುವುದೆಂದೂ, ಆದ್ದರಿಂದ ವಸತಿಗೃಹದಲ್ಲಿ ವ್ಯವಸ್ಥೆ ಮಾಡಬೇಕೆಂದು ಸಂಘಟಕರಿಗೆ ಹೇಳಿದ್ದರು.

ನಮ್ಮ ಮನೆಯಿಂದ ಹೊರಡುವಾಗ ವರಾಂಡದಲ್ಲೇ ಇಟ್ಟಿದ್ದ ಅವರ ನಡಿಗೆ ಬೆತ್ತ ಕಾಣಲಿಲ್ಲ. ಅವಸರದಲ್ಲಿ ಮನೆಯವರೆಲ್ಲರೂ ಹುಡುಕಿದರೂ ಸಿಗಲಿಲ್ಲ. ಎಲ್ಲಿದ್ದರೂ ಹುಡುಕಿ ಬೆಂಗಳೂರಿಗೆ ಬಂದಾಗ ತಂದುಕೊಡುತ್ತೇನೆಂದು ಭರವಸೆ ನೀಡಿದೆ.

"ಈಗಲೇ ಸಿಕ್ಕಿದ್ದರೆ ಚೆನ್ನಾಗಿತ್ತು. ಅದು ಕೆ.ವಿ. ಸುಬ್ಬಣ್ಣ ಕೊಟ್ಟದ್ದು.." ಇತ್ಯಾದಿ ಪ್ರವರ ಒಪ್ಪಿಸಲು ಆರಂಭಿಸಿದರು. ನನ್ನ ತಮ್ಮ "ಚನ್ನಪಟ್ಟಣದಲ್ಲಿ ಹೊಸದೊಂದು ನಡಿಗೆ ಬೆತ್ತ ತೆಗೆದುಕೊಂಡು ಹೋಗೋಣ ಬನ್ನಿ" ಎಂದು ಹೇಳಿ ಕರೆದುಕೊಂಡು ಹೋದ.

"ಮುಂದಿನ ಸಾರಿ ಬಂದಾಗ ಜಾಗ್ರತೆ ತೊಗೊಂಡು ಬಾ" ಎಂದು ಮತ್ತೊಮ್ಮೆ ನನಗೆ ಆದೇಶ ನೀಡಿ ಭಾರವಾದ ಮನಸ್ಸಿನಿಂದ ಹೊರಟರು.

ಮಾರನೆಯ ದಿನ ಮನೆಕೆಲಸದವಳು ಕಸ ಗುಡಿಸುತ್ತಿದ್ದಾಗ, ಸೋಫಾದ ಕೆಳಗೆ ನಡಿಗೆ ಬೆತ್ತ ಕಾಣಿಸಿಕೊಂಡಿತು. ಸದ್ಯ ಒಂದು ತಲೆನೋವು ಕಳೀತು. ಇನ್ನು ತಲುಪಿಸುವುದಷ್ಟೇ ಬಾಕಿ ಎಂದುಕೊಂಡೆ.

ದಿನ ಕಳೆದಂತೆ ನನಗೆ ಹಾಗೂ ನನ್ನ ಶ್ರೀಮತಿಗೆ ಆ ನಡಿಗೆ ಬೆತ್ತದ ಬಗ್ಗೆ ಒಂದು ತೆರನಾದ ಅವಿನಾಭಾವ ಬೆಳೆಯತೊಡಗಿತು. ಅದನ್ನು ನೋಡಿದಾಗಲೆಲ್ಲ ಅಪ್ಪನ ಸ್ವಭಾವವೇ ಕಣ್ಣಮುಂದೆ ಅನಾವರಣಗೊಂಡಂತೆ ಭಾಸವಾಗುತ್ತಿತ್ತು. ಆ ಕಾರಣಕ್ಕೆ ಅದನ್ನು ವಾಪಸು ಕೊಡಬಾರದೆಂದು ತೀರ್ಮಾನಿಸಿದೆವು.

ಒಂದೆರಡು ತಿಂಗಳು ಬಿಟ್ಟು ಮನೆಗೆ ಹೋದಾಗ ಅಪ್ಪನದು ಒಂದೇ ಪ್ರಶ್ನೆ, "ಎಲ್ಲಿ ವಾಕಿಂಗ್ ಸ್ಟಿಕ್?"

"ಇವತ್ತು ಬಸ್‌ನಲ್ಲಿ ಬಂದೆ, ಕಾರ್‌ನಲ್ಲಿ ಬಂದಾಗ ತರುತ್ತೇನೆ".

"ಬಸ್‌ನಲ್ಲಿ ತಂದರೆ ಏನು ಮಾನಕ್ಕೆ ಕುಂದಕ?" ಅವರ ಸವಾಲು.

ಅಮ್ಮ ಜೋರುದನಿಯಲ್ಲಿ, "ಬಂದವರ ಯೋಗಕ್ಷೇಮ ವಿಚಾರಿಸೋದು ಬಿಟ್ಟು ಏನು ನಿಮ್ಮ ತಕರಾರು?" ಎಂದಾಗ

"ಹಾಗಲ್ವೇ, ಅದು ಕೆ ವಿ ಸುಬ್ಬಣ್ಣ ಸಾಗರದಿಂದ ಕಳಿಸಿದ್ದು, ಪೋಲಿಸ್ ಇನ್ಸ್‌ಪೆಕ್ಟರ್ ತಂದು ಕೊಟ್ಟದ್ದು". "ಈ ಕಥೆ ಯಾರಿಗೆ ಗೊತ್ತಿಲ್ಲ, ಕೇಳಿ ಕೇಳಿ ಸಾಕಾಗಿದೆ" ಎಂದರು ಅಮ್ಮ.

ಇತ್ತೀಚೆಗೆ ವಾಕಿಂಗ್ ಸ್ಟಿಕ್ ಪ್ರಾಯೋಗಿಕವಾಗಿಯೂ ನಮಗೆ ಉಪಯೋಗಕ್ಕೆ ಬರತೊಡಗಿತು. ಕೈಗೆಟುಕದ ಕರಿಬೇವು ಕೊಂಬೆ ಸೆಳೆದುಕೊಳ್ಳಲು ಅದರ ಬಾಗು ನೆರವಾಗುತ್ತಿತ್ತು. ಮನೆಗೆ ನುಗ್ಗಿದ ನಾಯಿ, ಹಸು ಇತ್ಯಾದಿ ಪ್ರಾಣಿಗಳು, ಶಾಲೆಗೆ ಚಕ್ಕರ್ ಹೊಡೆದು ಮನೆಯ ಹಿತ್ತಿಲಲ್ಲಿದ್ದ ಸೀಬೆ, ಅಂಜೂರದತ್ತ ಕಲ್ಲು ಬೀಸುತ್ತಿದ್ದ ಶಾಲೆಗೆ ಚಕ್ಕರ್ ಹೊಡೆದ ಮಕ್ಕಳನ್ನು ಬೆದರಿಸುವ ಸುಲಭ ಸಾಧನವಾಯಿತು.

ನಮ್ಮ ತೀರ್ಮಾನದಂತೆ ಈ ಬಾರಿಯೂ ಬರಿಗೈಯಲ್ಲಿ ಹೋದೆ. ಅವರ ಮೊದಲ ಪ್ರಶ್ನೆ "ಎಲ್ಲಿ ವಾಕಿಂಗ್ ಸ್ಟಿಕ್? ಕಾರ್‌ನಲ್ಲಿ ಬಂದಿದೀಯೋ ಬಸ್‌ನಲ್ಲೋ?"

"ಕಾರ್‌ನಲ್ಲೇ ಬಂದಿದೀನಿ. ತರೋದು ಮರೆತುಹೋಯಿತು".

"ಮರೆತುಹೋಯಿತೇ? ನಿಮ್ಮಂಥ ಮರೆಗುಳಿಗಳೆಲ್ಲ ನಮ್ಮ ಭೀಮಪ್ಪ ನಾಯಕ್‌ನಂಥವರ ಹತ್ತಿರ ಒಂದು ದಿನ ಕೆಲಸ ಮಾಡೋಕ್ಕೂ ಆಗ್ತಿರಲಿಲ್ಲ".

ನಮ್ಮ ತಂದೆಯವರು ಸೇವೆಯಲ್ಲಿದ್ದಾಗ ಗೃಹಮಂಡಳಿ ಅಧ್ಯಕ್ಷರಾಗಿದ್ದ ಭೀಮಪ್ಪ ನಾಯಕ್, ಕೊರಟಗೆರೆ ಮೂಲದವರು. ಅತ್ಯಂತ ಕಟ್ಟುನಿಟ್ಟಿನ ವ್ಯಕ್ತಿ. ನಮ್ಮ ತಂದೆ ಅವರ ಆಪ್ತ ಕಾರ್ಯದರ್ಶಿಯಾಗಿ ಕೆಲಸ ಮಾಡಿ ತಮ್ಮ ಕಾರ್ಯಶೈಲಿಯಿಂದ ಅವರಿಂದಲೂ ಒಳ್ಳೆಯ ಹೆಸರು ಪಡೆದಿದ್ದರು.

ಇಷ್ಟರಲ್ಲಿ ನನಗೆ ಬೆಂಗಳೂರಿಗೆ ವರ್ಗವಾಯಿತು. ನಮ್ಮ ತಂದೆಯವರಿದ್ದ ಮನೆಯ ಹತ್ತಿರವೇ ಮನೆ ಮಾಡಿ ವಿಷಯ ತಿಳಿಸಲು ಹೋದೆ. "ಲಗ್ಗೇಜ್ ಜತೆ ವಾಕಿಂಗ್ ಸ್ಟಿಕ್ ತಂದಿದೀಯೊ?" ಎಂದು ಕೇಳಿದರು.

"ಹೌದು".

"ಯಾಕೆ ತರಲಿಲ್ಲ?"

"ತಂದು ಕೊಡುತ್ತೇನೆ?" ಎಂದೆ.

ಅಷ್ಟರಲ್ಲಿ ಅವರು ಮನೆಯಲ್ಲಿ ಜಾರಿಬಿದ್ದು ತೊಡೆಯ ಮೂಳೆ ಮುರಿದು ಹೋಗಿ ಅನುಗ್ರಹ ವಿಠ್ಠಲ ನರ್ಸಿಂಗ್ ಹೋಂನಲ್ಲಿ ಶಸ್ತ್ರಚಿಕಿತ್ಸೆಯಾಗಿ ಹಾಸಿಗೆ ಹಿಡಿಯುವಂತಾಯಿತು. ಆದರೂ ಅದನ್ನು ವಾಪಸು ಕೊಡುವವರೆಗೆ ಬಿಡಲಿಲ್ಲ. ವಾಪಸು ಕೊಟ್ಟಾಗ ಆಮೂಲಾಗ್ರ ಅದರ ಮೈದಡವಿ ಪಕ್ಕದಲ್ಲಿರಿಸಿಕೊಂಡು, "ಲೇ ವಾಕಿಂಗ್ ಸ್ಟಿಕ್ ಬಂತು" ಎಂದು ಹರ್ಷಪಟ್ಟಿದ್ದರು.

ಅಮ್ಮ, "ಆಗಲಿ, ಗಸಗಸೆ ಪಾಯಸ ಮಾಡೋಣ" ಎಂದರು. ಪಾಯಸಗಳಲ್ಲಿ ಗಸಗಸೆ ಪಾಯಸ ನಮ್ಮ ತಂದೆಯವರಿಗೆ ತುಂಬಾ ಇಷ್ಟವಾದದ್ದು.

ನಮ್ಮ ತಂದೆಯವರು ನಿಧನರಾದ ಸಮಯದಲ್ಲೂ ಆ ವಾಕಿಂಗ್ ಸ್ಟಿಕ್ ಅವರ ಪಕ್ಕದಲ್ಲೇ ವಿರಾಜಿಸುತ್ತಿತ್ತು.

ಕವಿನೆನಪು
34

ಎಷ್ಟಾದರೂ ಬಾಡಿಗೆ ಕೊಡಿ

ನಮ್ಮ ತಂದೆ ಕರ್ನಾಟಕ ಗೃಹಮಂಡಳಿಯಲ್ಲಿ ಸೂಪರಿಂಟೆಂಡೆಂಟ್ ಆಗಿ 1970ರಲ್ಲಿ ನಿವೃತ್ತರಾದರು. ತಮ್ಮ ಸೇವೆಯ ಅವಧಿಯಲ್ಲಿ ಬಹುಪಾಲು ಸಹೋದ್ಯೋಗಿಗಳ ಸ್ನೇಹಾಭಿಮಾನಗಳನ್ನೂ ಸಂಪಾದಿಸಿದ್ದರು. ಅವರಲ್ಲಿ ಒಬ್ಬರು ನಾರಾಯಣ ಐಯ್ಯಂಗಾರ್. ನಮ್ಮ ನೆರೆಮನೆಯವರೇ ಆಗಿದ್ದು, ನಮ್ಮ ಹಾಗೂ ಅವರ ಕುಟುಂಬದವರ ನಡುವೆ ಸೌಹಾರ್ದಯುತ ಬಾಂಧವ್ಯವಿತ್ತು. ಶ್ರೀನಾಥ್, ದಶರಥರಾಮಯ್ಯ ಮುಂತಾದವರ ಹೆಸರುಗಳನ್ನು ಆಗಾಗ್ಗೆ ನೆನಪಿಸಿಕೊಳ್ಳುತ್ತಿದ್ದರು.

ನನ್ನ ವೃತ್ತಿಜೀವನದಲ್ಲೂ ಅವರಲ್ಲಿ ಇಬ್ಬರು ಸಹೋದ್ಯೋಗಿಗಳ ಪರಿಚಯ ಹಾಗೂ ಸಾಂಗತ್ಯ ಉಂಟಾಯಿತು.

1998ರಲ್ಲಿ ನಾನು ಮೈಸೂರಿನಲ್ಲಿ ಬಾಡಿಗೆಮನೆ ಮಾಡಬೇಕಾದ ಪ್ರಸಂಗ ಒದಗಿತು. ಸರಸ್ವತಿಪುರದಲ್ಲೇ (ಅದನ್ನು ಸರಸ್ವತಿಪುರಂ ಎನ್ನುವವರೂ ಇದ್ದಾರೆ) ಮನೆ ಹುಡುಕಲು ಆರಂಭಿಸಿದೆ; ಎರಡು ಕಾರಣಗಳಿಗಾಗಿ. ಒಂದು ನನ್ನ ಶ್ರೀಮತಿ

ಅಧ್ಯಾಪನ ವೃತ್ತಿಯಲ್ಲಿದ್ದ ಮಹಾರಾಣಿ ಕಾಲೇಜಿಗೆ ಹತ್ತಿರವಾಗಿದೆ ಎಂಬುದು, ಮತ್ತೊಂದು ನಮ್ಮೆಲ್ಲರ ಗುರುಗಳಾದ ಪ್ರಾಚಾರ್ಯ ಎಚ್ಚೆಸ್ಕೆಯವರು ಅದೇ ಬಡಾವಣೆಯಲ್ಲಿ ವಾಸಿಸುತ್ತಿದ್ದು, ಅವರನ್ನು ಆಗಾಗ್ಗೆ ಭೇಟಿ ಮಾಡಬಹುದು ಎಂಬ ಸ್ವಾರ್ಥ.

ಅದರಂತೆ ಮನೆಯ ದಲ್ಲಾಳಿ ಸರಸ್ವತಿಪುರಂ ಮಧ್ಯಭಾಗದಲ್ಲಿದ್ದ ನರಸಿಂಹಯ್ಯ ಎನ್ನುವವವರ ಮನೆಗೆ ಕರೆದುಕೊಂಡು ಹೋದ. ಅವರ ಮಹಡಿಮನೆ ಖಾಲಿ ಇತ್ತು. ಸುಮಾರು ಎಪ್ಪತ್ತು ವರುಷದ ಹಿರಿಯ ಪ್ರಜೆ ಮನೆಯನ್ನು ತೋರಿಸಿ, ಬಾಡಿಗೆ, ಮುಂಗಡ ಮುಂತಾದ ವಿವರಗಳನ್ನು ಬಹಳ ಕಟ್ಟುನಿಟ್ಟಾಗಿ ತಿಳಿಸಿದರು. ನಾನು ಒಂದಷ್ಟು ಕಡಿಮೆ ದರ ಕೇಳಿದ್ದಕ್ಕೆ ಆಗುವುದಿಲ್ಲವೆಂದರು. ಹೀಗೇ ಲೋಕಾಭಿರಾಮವಾಗಿ ಮಾತನಾಡುತ್ತ, 'ನೀವು ಎಲ್ಲಿ ಕೆಲಸದಲ್ಲಿದ್ದಿರಿ?' ಎಂದು ಕೇಳಿದೆ. ಅವರು ಗೃಹಮಂಡಳಿ ಎಂದರು.

"ಕೆ.ಎಸ್. ನರಸಿಂಹ ಸ್ವಾಮಿ ಅವರ ಹೆಸರು ಕೇಳಿದ್ದೀರಾ?" ಎಂದು ಪ್ರಶ್ನಿಸಿದಾಗ, "ಗೊತ್ತಿಲ್ಲದೆ ಏನು. ಅವರು ನನ್ನ ಗುರುಗಳು. ಅವರು ನಿಮಗೆ ಪರಿಚಯವೇ?" ಎಂದು ಉಲ್ಲಾಸದಿಂದ ಕೇಳಿದರು.

"ನಾನು ಅವರ ಮಗ" ಎಂದೆ.

ತಕ್ಷಣ ಭಾವುಕರಾಗಿ "ಮೊದಲೇ ಏಕೆ ಹೇಳಲಿಲ್ಲ. ಇದು ಮುಚ್ಚಿಡುವ ವಿಷಯವೇ? ನೀವು ಬೇಕಾದ ಬಾಡಿಗೆ, ಮುಂಗಡ ಕೊಡಿ" ಎನ್ನುತ್ತಾ ಅವರ ಹೆಂಡತಿಗೆ ಕಾಫಿ ತರಲು ಹೇಳಿದರು.

ನಾವು ಅವರ ಮನೆಯಲ್ಲಿ ಬಾಡಿಗೆಗೆ ಇರುವವರೆಗೂ ನಮ್ಮನ್ನು ಮನೆಯವರಂತೇ ಕಂಡರು. ಆಗಾಗ್ಗೆ ಮನೆಗೆ ಬಂದು ನಮ್ಮ ತಂದೆಯವರ ಒಡನಾಟದ ರಸನಿಮಿಷಗಳನ್ನು ಹಂಚಿಕೊಳ್ಳುತ್ತಿದ್ದರು. ನಮ್ಮ ತಂದೆಯವರು ಹಲವು ಬಾರಿ ಪದ್ಯದ ಕರಡು ರೂಪ ಸಿದ್ಧಪಡಿಸಿ, ಟೇಬಲ್ ಮೇಲೆ ಇರಿಸಿ ಅತ್ತಿತ್ತ ಹೋದಾಗ, ನರಸಿಂಹಯ್ಯನವರು ಬಂದು ಪದ್ಯವನ್ನು ಓದಿ, ಕಂಠಪಾಠ ಮಾಡಿಕೊಂಡು ಕಚೇರಿಯವರ ಹತ್ತಿರವೆಲ್ಲ ವಾಚಿಸುತ್ತಿದ್ದರಂತೆ. ಒಮ್ಮೆ ನಮ್ಮ ತಂದೆಯವರಿಗೆ ಇದು ಗೊತ್ತಾಗಿ, "ಏನೋ ನರಸಿಂಹಯ್ಯ, ಇನ್ನೂ ಪದ್ಯ ಪೂರ್ತಿ ಆಗಿಲ್ಲ. ಊರಿಗೆಲ್ಲ ಟಾಂಟಾಂ ಮಾಡ್ತೀಯಲ್ಲೋ?" ಎಂದು ಗದರಿದ್ದಾಗಿ ಸಂಭ್ರಮದಿಂದಲೇ ಹೇಳುತ್ತಿದ್ದರು.

ನಮ್ಮ ತಂದೆಯವರಿಗೆ, "ಹೌಸಿಂಗ್ ಬೋರ್ಡ್‌ನಲ್ಲಿ ನಿಮ್ಮ ಜತೆ ಕೆಲಸ ಮಾಡುತ್ತಿದ್ದ ನರಸಿಂಹಯ್ಯನವರು ಗೊತ್ತೆ?" ಎಂದು ಒಮ್ಮೆ ಕೇಳಿದೆ.

"ಓಹೋ ಗೊತ್ತಿಲ್ಲದೆ ಏನು? ಅವನ ಹೆಸರು ವೆಂಕಟನರಸಿಂಹಯ್ಯ, ಅವನ ಸ್ವಂತ ಊರು ತಲಕಾಡು, ಬಹಳ ಅಭಿಮಾನಿ. ನಿನಗೆ ಹೇಗೆ ಪರಿಚಯ?" ಎಂದು ಪ್ರಶ್ನಿಸಿದರು.

ಅವರ ಮನೆಯಲ್ಲಿ ಬಾಡಿಗೆಗೆ ಇರುವ ವಿಷಯ ತಿಳಿಸಿದೆ.

"ಒಂದು ಸಾರಿ ಕರೆದುಕೊಂಡು ಬಾ, ಮಾತನಾಡಿಸೋಣ" ಎಂದರು.

ಆದರೆ ನರಸಿಂಹಯ್ಯನವರು ನನ್ನ ಹತ್ತಿರ ವಿಳಾಸ ಪಡೆದು, ತಾವೇ ಕುಟುಂಬ ಸಮೇತ ಹೋಗಿ, ನಮ್ಮ ತಂದೆಯವರನ್ನು ಭೇಟಿ ಮಾಡಿ ಸಂತಸಪಟ್ಟರು.

ಕವಿನೆನಪು
35

ಅಪ್ಪ, ಮಗ ಇಬ್ಬರಿಂದಲೂ ನೆರವು

ನಾನು ಜಯನಗರದಲ್ಲಿದ್ದ ನಮ್ಮ ಬ್ಯಾಂಕಿನ ಗೃಹ ಹಣಕಾಸು ಶಾಖೆಯಲ್ಲಿ ಕೆಲಸ ಮಾಡುತ್ತಿದ್ದಾಗ ಒಮ್ಮೆ ಶಾಖೆಯ ಮುಖ್ಯಸ್ಥರು ಇಂಟರ್ಕಾಮ್ ಮಾಡಿ, "ಒಬ್ಬ ಗ್ರಾಹಕರನ್ನು ಪರಿಚಯ ಮಾಡಬೇಕಿದೆ ಬನ್ನಿ" ಎಂದರು.

ನಾನು ಅವರತ್ತ ಹೋದೆ. ಸುಮಾರು ಎಪ್ಪತ್ತು ವರ್ಷ ವಯಸ್ಸಿನ ಹಿರಿಯ ಪ್ರಜೆಯೊಬ್ಬರು ಅವರ ಮುಂದೆ ಕುಳಿತಿದ್ದರು. ನ್ಯೂಜೆರ್ಸಿಯಲ್ಲಿ ಸಿವಿಲ್ ಇಂಜಿನಿಯರ್ ಆಗಿದ್ದ ಅವರ ಮಗನಿಗೆ ಮನೆ ಕಟ್ಟಲು ಸಾಲ ಬಯಸಿ ಬಂದಿದ್ದರು. ಮಾತಿನ ಮಧ್ಯೆ ಅವರು ತಾವು ಹೌಸಿಂಗ್ ಬೋರ್ಡ್‌ನಲ್ಲಿ ಕೆಲಸದಲ್ಲಿದ್ದು, ನಿವೃತ್ತರಾದವರೆಂದು ಹೇಳಿದರು. ನಾನು ನಮ್ಮ ತಂದೆಯವರ ಹೆಸರು ಹೇಳಿ, "ಅವರು ನಿಮಗೆ ಗೊತ್ತೆ?" ಎಂದು ಕೇಳಿದೆ.

"ಓಹೋ, ಗೊತ್ತಿಲ್ಲದೆ ಏನು? ನನ್ನ ಗುರುಸಮಾನರು, ಮಾರ್ಗದರ್ಶಕರು, ನಿಮಗೆ ಹೇಗೆ ಪರಿಚಯ?" ಎಂದು ಮರುಪ್ರಶ್ನಿಸಿದರು.

"ನಾನು ಅವರ ಮೂರನೆಯ ಮಗ" ಎಂದೆ.

ಅವರು ಮತ್ತೊಮ್ಮೆ ನನ್ನತ್ತ ಕೂಲಂಕಶವಾಗಿ ನೋಡಿ. "ಹೌದೆ, ಬಹಳ ಸಂತಸದ ವಿಷಯ" ಎಂದು ಸಂಭ್ರಮಿಸಿದರು. "ನಿಧನರಾದ ಸುದ್ದಿ ತಿಳಿಯಿತು. ಮನೆ ವಿಳಾಸ ತಿಳಿದಿರಲಿಲ್ಲ, ಹಾಗಾಗಿ ಬರಲಾಗಲಿಲ್ಲ" ಎಂದು ವ್ಯಥೆಪಟ್ಟುಕೊಂಡರು.

ತಮ್ಮ ಮಾತು ಮುಂದುವರೆಸುತ್ತ ಅವರು, "ನಿಮ್ಮ ತಂದೆ ನನಗೆ ಮಾಡಿರುವ ಉಪಕಾರಗಳನ್ನು ಎಂದೂ ಮರೆಯಲಾರೆ. ಜಯನಗರ ಒಂಬತ್ತನೆಯ ವಿಭಾಗದಲ್ಲಿ ಹೌಸಿಂಗ್ ಬೋರ್ಡ್ ಬಡಾವಣೆ ನಿರ್ಮಾಣವಾದಾಗ, ನನಗೂ ಮನೆ ಮಂಜೂರಾಗಿದ್ದರೂ ತೆಗೆದುಕೊಳ್ಳಳು ಹಿಂದೇಟು ಹಾಕಿದೆ, ರಾಗಿಗುಡ್ಡಕ್ಕೆ ಹೋಗುವ ದಾರಿಯಲ್ಲಿದ್ದ, ಕಾಡಿನಂತಿದ್ದ ಆ ಜಾಗದಲ್ಲಿ ಹೋಗಲು ಯಾರಿಗೂ ಆಗ ಇಷ್ಟವಿರಲಿಲ್ಲ. ಆಗ ನಿಮ್ಮ ತಂದೆ, "ವೆಂಕಟರಾಮಯ್ಯ, ಇಂದು ಇದ್ದ ಹಾಗೇ ನಾಳೆ ಇರುವುದಿಲ್ಲ. ಮುಂದೆ ಆ ಬಡಾವಣೆ ಅಭಿವೃದ್ಧಿಯಾದಾಗ ಕೊಳ್ಳಲು ಒಂದು ಅಡಿ ಜಾಗವೂ ನಿನಗೆ ಸಿಗದೆ ಹೋಗಬಹುದು" ಎಂದು ಬಲವಂತ ಮಾಡಿ ಒಪ್ಪಿಸಿದರು. ಈಗ ಅವರ ಮಾತು ಎಷ್ಟು ನಿಜ ಎನ್ನಿಸುತ್ತದೆ" ಎಂದರು.

"ನಾನು ಎಲ್‌ಎಲ್‌ಬಿ ಮಾಡಲು ಬಯಸಿ ಕಚೇರಿಯಿಂದ ಅನುಮತಿ ಕೋರಿದಾಗ ಅವರು ನಿರಾಕರಿಸಿದರು. ಆಗ ನಿಮ್ಮ ತಂದೆ ಅಧ್ಯಕ್ಷರೊಡನೆ ಮಾತನಾಡಿ "ಸಂಸ್ಥೆಯಲ್ಲಿ ವಿದ್ಯಾವಂತರು, ಅದರಲ್ಲೂ ಕಾನೂನು ಜ್ಞಾನ ಇರುವವರು ಬೇಕು" ಎಂದು ವಾದಿಸಿ ಅನುಮತಿ ದೊರಕಿಸಿಕೊಟ್ಟಿದ್ದರು. ನಾನು ಕಾನೂನು ಪದವಿ ಪಡೆದು, ನಿವೃತ್ತನಾದ ಬಳಿಕ ವಕೀಲಿ ವೃತ್ತಿ ನಡೆಸಿ, ಸ್ವಲ್ಪಕಾಲ ಗೃಹಮಂಡಳಿಗೂ ಕಾನೂನು ಸಲಹೆಗಾರನಾಗಿದ್ದೆ. ಇಂಥ ವ್ಯಕ್ತಿಯ ಮಗ ನನಗೆ ಪರಿಚಯವಾದದ್ದು ಸಂತಸ" ಎಂದು ಸ್ಮೃತಿಕೋಶ ಅನಾವರಣಗೊಳಿಸಿದರು.

ಆಗ ವ್ಯವಸ್ಥಾಪಕರು, "ನಿಮಗೆ ಪರಿಚಿತರೆಂದ ಮೇಲೆ ಅವರ ಸಾಲದ ಪ್ರಸ್ತಾವ ನೀವೇ ಪರಿಗಣಿಸುವುದು ಒಳ್ಳೆಯದು" ಎಂದು ಸಲಹೆ ನೀಡಿದರು.

ಆ ಪ್ರಸಂಗದಲ್ಲಿ ವರಮಾನ, ಹಕ್ಕುಪತ್ರ ಇತ್ಯಾದಿಗಳ ವಿಷಯಗಳಲ್ಲಿ ಯಾವುದೇ ತೊಡಕು ಇರಲಿಲ್ಲ. ಸಾಲ ಮಂಜೂರಾತಿ ಪ್ರಕ್ರಿಯೆ, ಸಾಕಷ್ಟು ಬೇಗ ಆಯಿತು.

ವೆಂಕಟರಾಮಯ್ಯನವರು, "ಅಪ್ಪ, ಮಗ ಇಬ್ಬರಿಂದಲೂ ಉಪಕಾರ ಪಡೆದ ಕುಟುಂಬ ನಮ್ಮದು" ಎಂದು ಸಂತಸ ವ್ಯಕ್ತಪಡಿಸಿದರು.

ಇಷ್ಟೆಲ್ಲ ಅಭಿಮಾನಿಗಳು ಇದ್ದರೂ ಯಾವುದೋ ಸಣ್ಣ ಕಾರಣಕ್ಕಾಗಿ ನಮ್ಮ ತಂದೆಯವರ ಬಗ್ಗೆ ದ್ವೇಷ ಕಾರಿದ್ದ ಒಬ್ಬ ಸಹೋದ್ಯೋಗಿ ಇದ್ದ. ಮುಖ್ಯಮಂತ್ರಿಗಳ ವಿವೇಚನಾಧಿಕಾರದಡಿ ಮಂಜೂರಾಗಿದ್ದ ನಿವೇಶನ ದೊರಕದಿರುವಂತೆ ಮಾಡಲು ಮೂಗರ್ಜಿ ಹಾಕಿದ್ದ. ಆದರೆ, ಆಗಿನ ಮುಖ್ಯಮಂತ್ರಿ ರಾಮಕೃಷ್ಣ ಹೆಗಡೆಯವರಿಗೆ ವಿಷಯ ತಿಳಿದು, ಅವರೆದುರು ಆತನ ಆಟ ನಡೆಯಲಿಲ್ಲ.

ಕವಿನೆನಪು
36

ಪ್ರಶಸ್ತಿಗಾಗಿ ಜೀವ ಇಟ್ಟುಕೋ ಅಂತೀಯಾ

ಪ್ರಶಸ್ತಿ, ಮನ್ನಣೆ, ಪುರಸ್ಕಾರಗಳತ್ತ ಗಮನ ಹರಿಸದೆ ತಮ್ಮ ಪಾಡಿಗೆ ತಾವು ಕಾವ್ಯ, ಗದ್ಯ ಅನುವಾದಗಳತ್ತ ಗಮನ ಹರಿಸಿದ್ದ ನಮ್ಮ ತಂದೆಯವರಿಗೆ ಬಹುಪಾಲು ಎಲ್ಲ ಪ್ರಮುಖ ಗೌರವಗಳೂ ಅರಸಿ ಬಂದವು. ಅರ್ಜಿ ಹಾಕುವುದು, ಒಬ್ಬರ ಹತ್ತಿರ ಶಿಫಾರಸು ಮಾಡಿಸುವುದು ತಮ್ಮ ಸ್ವಾಭಿಮಾನಕ್ಕೆ ಪೆಟ್ಟು ಎಂದೇ ಭಾವಿಸಿದ್ದರು. ಆ ಕಾಲದ ಬಹುತೇಕ ಸಾರಸ್ವತ ಗಣ್ಯರು ಹೀಗೇ ಇದ್ದರು. 1972ರಲ್ಲಿ 'ರಾಜ್ಯೋತ್ಸವ ಪ್ರಶಸ್ತಿಗೆ ಅರ್ಜಿ ಕೊಡಿ' ಎಂದು ಮನೆಗೆ ಬಂದ ಸರಕಾರಿ ಇಲಾಖೆಯ ನೌಕರನಿಗೆ ಶರ್ಬತ್ ಮಾಡಿಸಿ ಕಳುಹಿಸಿದ ಪ್ರಸಂಗ ಇದು.

ಬಂದ ಆ ವ್ಯಕ್ತಿ, "ರಾಜ್ಯೋತ್ಸವ ಪ್ರಶಸ್ತಿಗೆ ನಿಮ್ಮ ಅರ್ಜಿ ಬರೆದುಕೊಡಿ" ಎಂದ. "ನಾನು ಶಿಕ್ಷಣ ಇಲಾಖೆಯಲ್ಲಿದ್ದೇನೆ. ನಿಮ್ಮಿಂದ ಅರ್ಜಿ ಬರೆಸಿಕೊಂಡು ಬರಲು ಸಾಹೇಬರು ಹೇಳಿದ್ದಾರೆ" ಎಂದು ಸರಕಾರಿ ಭಾಷೆಯಲ್ಲೇ ಮಾತನಾಡಿದ.

ನಮ್ಮ ತಂದೆ, "ಯಾರು ನಿಮ್ಮ ಸಾಹೇಬ?" ಎಂದು ತಣ್ಣಗೆ ಕೇಳಿದರು. ಅವನು ಹೆಸರು, ಹುದ್ದೆ ಎಲ್ಲ ತಿಳಿಸಿದ.

"ಅರ್ಜಿ ಕೊಟ್ಟು ಪ್ರಶಸ್ತಿ ತಗೊಳ್ಳೋ ದುಸ್ಥಿತಿ ಇನ್ನೂ ಬಂದಿಲ್ಲವಂತೆ ನಾಡಿನ ಕವಿಗಳಿಗೆ ಅಂತ ಅವರಿಗೆ ಹೇಳು ಹೋಗು" ಎಂದು ಖಾರವಾಗಿ ಹೇಳಿದರು.

ಅವನು ಮತ್ತೊಮ್ಮೆ ವಿನಂತಿಸಿದ. ಆಗಲೂ ಅದೇ ಉತ್ತರ. ವಿಧಿಯಿಲ್ಲದೆ ಕಚೇರಿಗೆ ಹೋದ ಆತ, ನಡೆದದ್ದನ್ನು ವರದಿ ಮಾಡಿದ.

ವಾಸ್ತವವೆಂದರೆ ಆಗ ಮುಖ್ಯಮಂತ್ರಿಗಳಾಗಿದ್ದ ದೇವರಾಜು ಅರಸು ಅವರೇ ನಮ್ಮ ತಂದೆ ಹೆಸರು ಪ್ರಶಸ್ತಿಗೆ ಸೂಚಿಸಿದ್ದರಂತೆ. ಮೈಸೂರಿನ ಶೈಕ್ಷಣಿಕ ದಿನಗಳಿಂದ ಹಾಗೂ ಅವರು ಪೌರಾಡಳಿತ ಸಚಿವರಾಗಿದ್ದ ಕಾಲದಿಂದ (ನಮ್ಮ ತಂದೆಯವರೂ ಸ್ವಲ್ಪ ಸಮಯ ಇಲಾಖೆಯಲ್ಲಿ ಕೆಲಸ ಮಾಡಿದ್ದರು) ಪರಿಚಿತರೇ. ಅರಸು ಅವರಿಗೂ ವಿಷಯ ತಿಳಿದು, "ಇಂಥ ವಿಷಯದಲ್ಲಿ ಅವನು ನಿಜಕ್ಕೂ ನರಸಿಂಹನೇ, ಅರ್ಜಿ ಅಂತ ಕೇಳಬೇಡಿ, ಬಯೋಡೇಟಾ ನೀವೇ ಬರೆದುಕೊಂಡು ಸಹಿ ತೆಗೆದುಕೊಳ್ಳಿ" ಎಂದು ಸೂಚಿಸಿದರಂತೆ.

ಕಚೇರಿಯವರು ಹಾಗೇ ಮಾಡಿದರು. ಅದೇ ವರ್ಷ ರಾಜ್ಯೋತ್ಸವ ಪ್ರಶಸ್ತಿ ಬಂತು. ಪ್ರಶಸ್ತಿ ಪ್ರದಾನ ಮಾಡಿದ ಅರಸು ಅವರು ನಮ್ಮ ತಂದೆಯತ್ತ ನೋಡಿ ಒಂದು ಸಾರಿ ನಕ್ಕು, "ನಿಧಾನವಾಗಿ ಮಾತನಾಡೋಣ" ಎಂದರಂತೆ.

2003ರ ಡಿಸೆಂಬರ್‌ನಲ್ಲಿ ಜ್ಞಾನಪೀಠ ಪ್ರಶಸ್ತಿಯ ಸಲಹಾ ಸಮಿತಿಯ ಸದಸ್ಯರಾಗಿದ್ದ ಪ್ರೊ. ಎನ್. ಬಸವಾರಾಧ್ಯ ನಮ್ಮ ಮನೆಗೆ ಬಂದು ನಮ್ಮ ತಂದೆಯವರನ್ನು ಮಾತನಾಡಿಸಿ, "ನರಸಿಂಹಸ್ವಾಮಿ ಆರೋಗ್ಯ ಸುಧಾರಿಸಬೇಕು. ನಿನ್ನ ಹೆಸರು ಜ್ಞಾನಪೀಠ ಪ್ರಶಸ್ತಿಗೆ ಶಿಫಾರಸು ಆಗ್ತಾ ಇದೆ" ಎಂದರು. (ಜ್ಞಾನಪೀಠ ಪ್ರಶಸ್ತಿ ಮರಣೋತ್ತರವಾಗಿ ನೀಡಲಾಗುವುದಿಲ್ಲ) ಆಗ ನಮ್ಮ ತಂದೆ ವಿಷಾದದಿಂದ ನಕ್ಕು, "ನನ್ನ ಪರಿಸ್ಥಿತಿ ನೀನೇ ನೋಡ್ತಾ ಇದ್ದೀಯೆ. ಪ್ರಶಸ್ತಿಗಾಗಿ ಜೀವ ಇಟ್ಟುಕೋ ಅಂತೀಯಾ" ಎಂದರು. ಅದೇ ತಿಂಗಳು 27ರಂದು ನಮ್ಮ ತಂದೆ ನಿಧನರಾದರು. 2004 ಜನವರಿಯಲ್ಲಿ ಜ್ಞಾನಪೀಠ ಪ್ರಶಸ್ತಿ ಪ್ರಕಟವಾಗಿ, ಒಬ್ಬ ಕಾಶ್ಮೀರಿ ಲೇಖಕನಿಗೆ ಸಂದಿತ್ತು.

ಕವಿನೆನಪು
37

ನನಗೆ ಜನ ಪ್ರೀತಿ ಸಾಕು

ಬಾಲ್ಯದ ದಿನಗಳ ನೆನಪುಗಳ ಬಗ್ಗೆ ಯಾರಾದರೂ ನಮ್ಮ ತಂದೆಯವರ ಹತ್ತಿರ ವಿಚಾರಿಸಿದರೆ, "ಎಲ್ಲರಂತೆ ನನ್ನ ಬಾಲ್ಯವೂ ಕಳೆಯಿತು, ಅದರಲ್ಲೇನೂ ವಿಶೇಷವಿಲ್ಲ. ಬಹಳ ಸಾಧಾರಣವಾದ ಜೀವನ" ಎನ್ನುತ್ತಿದ್ದರು. "ಯಾರಾದರೂ ಬಾಲ್ಯಸ್ನೇಹಿತರಿದ್ದರೆ?" ಎಂದು ಕೇಳಿದರೆ, "ನೆಪೋಲಿಯನ್, ಶುದ್ಧೋದನ ಎನ್ನುವವರಿದ್ದರು" ಎಂದರೂ ಅವರಿಬ್ಬರ ಬಗ್ಗೆ ಹೆಚ್ಚಿನ ವಿವರ ದೊರೆಯುತ್ತಿರಲಿಲ್ಲ.

ಎಸ್‌ಎಸ್‌ಎಲ್‌ಸಿ ಪರೀಕ್ಷೆಯಲ್ಲಿ ಪ್ರಥಮ ದರ್ಜೆಯಲ್ಲಿ ಪಾಸಾದ ಕೆಎಸ್‌ನ, ಪಿಯುಸಿಯಲ್ಲಿ 'ಸೈನ್ಸ್ ಲೀಡಿಂಗ್ ಟು ಇಂಜಿನಿಯರಿಂಗ್' ವಿಭಾಗಕ್ಕೆ ಸೇರಿಕೊಂಡರು. ಮುಂದೆ ಇಂಜಿನಿಯರಿಂಗ್ ಓದಬಯಸುವವರು ಆಗ ಈ ವಿಭಾಗಕ್ಕೆ ಸೇರಿಕೊಳ್ಳಬೇಕಾಗಿತ್ತು. 1933ರಲ್ಲಿ ಈ ಪರೀಕ್ಷೆಯಲ್ಲಿ ಪಾಸಾದರು.

ಈ ಅವಧಿಯಲ್ಲಿ ಎ.ಆರ್.ಕೃ, ಕುವೆಂಪು, ತೀನಂಶ್ರೀ ಅವರ ಪ್ರೋತ್ಸಾಹದಿಂದ ಕಾವ್ಯಾಸಕ್ತಿ ಬೆಳೆದು, ಕೆಲವು ಕವನಗಳು 'ಪ್ರಬುದ್ಧ ಕರ್ಣಾಟಕ' ಪತ್ರಿಕೆಯಲ್ಲಿ

ಪ್ರಕಟವಾಗತೊಡಗಿದರಿಂದ, ಕವಿ ಬಿ.ಎ. ಪದವಿಗೆ ಸೇರಬಯಸಿದರು. ಆದರೆ ಕನ್ನಡ ಅಥವಾ ಇಂಗ್ಲಿಷ್ ಐಚ್ಛಿಕ ವಿಷಯವಾಗದೆ ಸಂಸ್ಕೃತವನ್ನು ಐಚ್ಛಿಕ ಭಾಷೆಯಾಗಿ ಓದಿದ್ದರಿಂದ ಪ್ರವೇಶ ಸಾಧ್ಯವಿಲ್ಲವೆಂದು ಮಹಾರಾಜ ಕಾಲೇಜಿನ ಪ್ರಿನ್ಸಿಪಾಲ್ ಜೆ.ಸಿ. ರಾಲೋ ಅವರು ತಿಳಿಸಿ, ಬೆಂಗಳೂರು ವಿಶ್ವವಿದ್ಯಾಲಯದಲ್ಲಿ ಹೊಸದಾಗಿ ಆರಂಭವಾಗಿದ್ದ ಇಂಗ್ಲಿಷ್, ಫಿಸಿಕ್ಸ್, ಮ್ಯಾಥಮೆಟಿಕ್ಸ್ (ಇಪಿಎಂ) ಕೋರ್ಸ್‌ಗೆ ಸೇರಲು ಸಲಹೆ ನೀಡಿದರು. ಅದರಂತೆ ಬೆಂಗಳೂರಿಗೆ ಬಂದು ಇಪಿಎಂ ಕೋರ್ಸ್‌ಗೆ ಸೇರಿಕೊಂಡರು. ಹೀಗೆ ಕವಿಗೆ ಆಗ ಅಲ್ಲಿ ಪ್ರಾಧ್ಯಾಪಕರಾಗಿದ್ದ ಬಿಎಂಶ್ರೀ ಅವರ ಶಿಷ್ಯನಾಗುವ ಯೋಗ ಬಂದಿತು. ಕೆಎಸ್‌ನ ಅವರ ತಂದೆ ಸುಬ್ಬರಾವ್ ಅವರಿಗೆ ಮಗ ಸಂಗೀತ ಕಲಿಯಲೆಂಬ ಆಸೆಯಿತ್ತು. (ಅವರೂ ಆ ಕಾಲದ ಪ್ರಸಿದ್ಧ ವಯೋಲಿನ್ ವಾದಕರೇ. ವಾಸುದೇವಾಚಾರ್ಯ ಅವರ ಕಛೇರಿಗೆ ಪಕ್ಕವಾದ್ಯ ನುಡಿಸುತ್ತಿದ್ದರು) ಆದರೂ ಮಗನ ಕಾವ್ಯಾಸಕ್ತಿಗೆ ಅಡ್ಡಿ ಬರಲಿಲ್ಲ.

ಆದರೆ ಕವಿಗೆ ಮೊದಲನೆಯ ವರ್ಷದ ಪದವಿ ಮುಗಿಸುವ ಹೊತ್ತಿಗೆ ತಂದೆ ಸುಬ್ಬರಾವ್ ತೀರ ಅಸ್ವಸ್ಥರಾಗಿ, ದುಡಿಯುವ ಸಾಮರ್ಥ್ಯವನ್ನು ಕಳೆದುಕೊಂಡರು. ಅವರ ಚಿಕ್ಕಪ್ಪನವರ ಸಲಹೆಯಂತೆ ಓದನ್ನು ಅಲ್ಲಿಗೇ ನಿಲ್ಲಿಸಲು ತೀರ್ಮಾನಿಸಿ, ಬಿಎಂಶ್ರೀಯವರಿಗೆ ಈ ವಿಷಯ ತಿಳಿಸಿದರು. ಅವರು, "ನೀನು ಹೇಳುವುದನ್ನು ಕೇಳಿದರೆ ಮನಸ್ಸಿಗೆ ನೋವಾಗುತ್ತದೆ. ಧೈರ್ಯವಾಗಿರು" ಎಂದು ಆಶೀರ್ವದಿಸಿದರು. ಕವಿ ಕಣ್ಣೀರೊರೆಸಿಕೊಂಡು ಮೈಸೂರಿನತ್ತ ಪ್ರಯಾಣ ಬೆಳೆಸಿದರು.

ಮುಂದೆ ಅವರು ತಮ್ಮ ತಂದೆಯವರು ಕೆಲಸ ಮಾಡುತ್ತಿದ್ದ ಚಿನ್ನ, ಬೆಳ್ಳಿ ಸೆಟ್ಟರ ಅಂಗಡಿಯಲ್ಲೇ ದುಡಿಯತೊಡಗಿದರು. ಅದೇ ವರ್ಷ ಅವರ ತಂದೆ ತೀರಿಕೊಂಡರು. ತಾಯಿ ಹಾಗೂ ತಮ್ಮನನ್ನು ನೋಡಿಕೊಳ್ಳುವ ಜವಾಬ್ದಾರಿಯೂ ಆಗ ಸೇರಿಕೊಂಡಿತು.

ನಂತರ ರೆವೆನ್ಯೂ ಇಲಾಖೆಯಲ್ಲಿ ಕೆಲಸಕ್ಕೆ ಸೇರಿ ಮೈಸೂರು, ನಂಜನಗೂಡುಗಳಲ್ಲಿ ಸೇವೆ ಸಲ್ಲಿಸಿದರು. 1954ರಲ್ಲಿ ಮೈಸೂರು ಗೃಹಮಂಡಳಿ ಸ್ಥಾಪನೆಯಾದಾಗ ಅಲ್ಲಿಗೆ ಶಾಶ್ವತ ಪ್ರತಿನಿಯುಕ್ತಿಯಾಗಿ (permanent deputation) ಬೆಂಗಳೂರಿಗೆ ಬಂದು 1970ರ ಜನವರಿಯಲ್ಲಿ ನಿವೃತ್ತರಾದರು.

ವಿಶ್ವವಿದ್ಯಾಲಯ ಪದವಿಗಳು ಇಲ್ಲದ್ದರಿಂದ ಅಕಾಡೆಮಿಕ್ ವಲಯದ ಹುದ್ದೆ, ಪದವಿಗಳನ್ನು ನಿರ್ವಹಿಸುವ ಅವಕಾಶಗಳಿಂದ ವಂಚಿತರಾಗಬೇಕಾಯಿತು. ಇದೇ ಕಾರಣದಿಂದ, ಕೆಲವು ವಿಮರ್ಶಕರು ಕೆಎಸ್‌ನ ಅವರನ್ನು ಪ್ರಧಾನ ಕವಿ (ಮೇಜರ್ ಪೊಯೆಟ್) ಎಂದು ಪರಿಗಣಿಸಲೂ ತಾರತಮ್ಯ ತೋರಿದರು.

ಈ ಸಂಗತಿಯನ್ನು ಅವರ ಅಭಿಮಾನಿಗಳು ನಮ್ಮ ತಂದೆಯವರ ಹತ್ತಿರ ಪ್ರಸ್ತಾಪಿಸಿದಾಗ, "ಏನು ಮಾಡುವುದು. ಆ ಸಮಯದಲ್ಲಿ ನಾನು ತೆಗೆದುಕೊಂಡ ನಿರ್ಧಾರ ಸರಿಯಿತ್ತು. ಕಾವ್ಯರಚನೆಯಿಂದ ಯಾರಿಗೂ ಸಿಕ್ಕದ ಜನಪ್ರೀತಿ ನನಗೆ ಸಿಕ್ಕಿದೆ. ನನಗಷ್ಟೇ ಸಾಕು" ಎಂದು ಒಮ್ಮೆ ಉತ್ತರಿಸಿದ್ದರು.

ಕವಿನೆನಪು
38

ಎರವರ ಪಾಲಾಯಿತು

ಪ್ರೊ. ಜಿವಿಯವರು ನಮ್ಮ ತಂದೆ ಭಾಗವಹಿಸಿದ್ದ ಒಂದು ಸಮಾರಂಭದಲ್ಲಿ ಮಾತನಾಡುತ್ತ, "ಈ ನರಸಿಂಹಸ್ವಾಮಿಯ ಕಾವ್ಯವೆಲ್ಲ ಸೊಗಸು: ಆದರೆ ಕಾಪಿರೈಟ್ ವ್ಯವಹಾರ ಮಾತ್ರ ಹೊಲಸು" ಎಂದಿದ್ದರು. ಕೆಎಸ್‌ನ ತಮ್ಮ 'ಮೈಸೂರ ಮಲ್ಲಿಗೆ' ಹಾಗೂ ಇತರ ಎರಡು ಕೃತಿಗಳ ಗ್ರಂಥಸ್ವಾಮ್ಯ ಹಕ್ಕನ್ನು ಮಾರಾಟ ಮಾಡಿದುದರ ಬಗ್ಗೆ ಅವರು ಹೀಗೆ ತಮ್ಮ ಅಸಮಾಧಾನ ವ್ಯಕ್ತಪಡಿಸಿದ್ದರು.

ಆ ನಿಟ್ಟಿನಲ್ಲಿ ಮೊದಲ ಸಾಲಿನಲ್ಲಿ ಬರುವುದು 'ಮೈಸೂರ ಮಲ್ಲಿಗೆ' ಗ್ರಂಥಸ್ವಾಮ್ಯದ ಮಾರಾಟದ ಪ್ರಸಂಗ. 1945ರಲ್ಲಿ ತಮ್ಮ ಅನಾರೋಗ್ಯದ ಖರ್ಚುಗಳು ಹಾಗು ಇತರ ಕುಟುಂಬದ ವೆಚ್ಚಗಳಿಗಾಗಿ ಕೃತಿಯ ಗ್ರಂಥಸ್ವಾಮ್ಯದ ಹಕ್ಕನ್ನು ಎಂಟುನೂರು ರೂಪಾಯಿಗಳಿಗೆ, ಮೈಸೂರಿನ ಡಿವಿಕೆ ಮೂರ್ತಿ ಎನ್ನುವವರಿಗೆ ಮಾರಾಟ ಮಾಡಬೇಕಾಯಿತು. ಇದು ಮತ್ತಿಬ್ಬರ ಕೈ ಬದಲಾಗಿ ಅಂತಿಮವಾಗಿ ಬೆಂಗಳೂರಿನ ಸ್ಟಾಂಡರ್ಡ್ ಬುಕ್ ಡಿಪೋನವರ ಸುಪರ್ದಿಗೆ ಬಂದಿತು.

ಮೂವತ್ತಕ್ಕೂ ಹೆಚ್ಚು ಬಾರಿ ಮರುಮುದ್ರಣವಾಗಿದ್ದರೂ ಕವಿಗೆ ರಾಯಧನ ಇರಲಿ, ಒಂದು ಗೌರವ ಪ್ರತಿಯೂ ಲಭ್ಯವಾಗುತ್ತಿರಲಿಲ್ಲ. ಹೀಗೆ ತನಗೆ ಅಪಾರವಾದ

ಕೀರ್ತಿ ತಂದುಕೊಟ್ಟ ಕೃತಿ ಕಂಡವರ ಮನೆಯ ಗಳಿಕೆಯ ಸಾಧನವಾದುದ್ದನ್ನು ಕಣ್ಣಿಂದ ನೋಡುವುದಷ್ಟೇ ಕವಿಗೆ ಸಿಕ್ಕ ಭಾಗ್ಯ. ಇದರ ಜತೆಗೆ ವಿಷಯ ತಿಳಿಯದ ಅಜ್ಞಾನಿಗಳು, "ಅವರಿಗೇನು ಬಡತನ? ಆ ಪುಸ್ತಕದಿಂದ ಬೇಕಾದಷ್ಟು ದುಡ್ಡು ಬರುತ್ತೆ" ಎನ್ನುವ ಪೊಳ್ಳು ಮಾತುಗಳನ್ನಾಡುತ್ತಿದ್ದರು. ಅವಕ್ಕೆ ಬರವಿರಲಿಲ್ಲ.

ಒಮ್ಮೆ ನಮ್ಮ ಬಾಲಸುಬ್ರಹ್ಮಣ್ಯ ನಮ್ಮ ತಂದೆಯವರನ್ನು, "ಹೀಗೇಕೆ ಮಾರಾಟ ಮಾಡಿದಿರಿ? ಅದೊಂದು ನಮ್ಮ ಬಳಿ ಇದ್ದಿದ್ದರೆ, ಎಷ್ಟೋ ತಾಪತ್ರಯಗಳು ನೀಗುತ್ತಿದ್ದವು" ಎಂದು ಪ್ರಶ್ನಿಸಿದಾಗ, "ಆ ಕೃತಿ ಅಷ್ಟೊಂದು ಮಾರಾಟ ಆಗುತ್ತೆ ಅಂತ ಯಾರಿಗೆ ಗೊತ್ತಿತ್ತಯ್ಯ?" ಎಂದು ಉತ್ತರಿಸಿದ್ದರು.

'ಮೈಸೂರ ಮಲ್ಲಿಗೆ' ಗ್ರಂಥಸ್ವಾಮ್ಯದ ಹಕ್ಕು 2003ರಲ್ಲಿ ನಮ್ಮ ತಂದೆಯವರು ನಿಧನರಾಗುವ ಆರು ತಿಂಗಳ ಮೊದಲು, ಅವರ ಹಿತೈಷಿಗಳ ಹಾಗೂ ಅಭಿಮಾನಿಗಳ ಅವಿರತ ಹೋರಾಟದ ಫಲವಾಗಿ ವಾಪಸು ಬಂತು. ಆದರೆ ಪ್ರಕಾಶಕರು ಪ್ರತಿಬಾರಿಯೂ ತಾವೇ ಮರುಮುದ್ರಣ ಮಾಡಬೇಕೆಂದೂ, ರಾಯಧನದ ಮೊತ್ತ ಹಾಗೂ ಪ್ರತಿಗಳ ಸಂಖ್ಯೆ ತಮ್ಮ ನಿರ್ಧಾರದಂತೆ ಆಗಬೇಕೆಂದು ಷರತ್ತು ಹಾಕಿದ್ದರು. ಗ್ರಂಥಸ್ವಾಮ್ಯದ ಹಕ್ಕು ವಾಪಸು ಬಂದಿರುವುದರಿಂದ ಕವಿಗೆ ಭಾವನಾತ್ಮಕ ಸಂತೋಷ ಉಂಟಾಗಿದೆ. ಆದ್ದರಿಂದ ಈ ವಿಷಯವನ್ನು ದೊಡ್ಡದು ಮಾಡುವುದು ಬೇಡ ಎಂದು ಹಿತೈಷಿಗಳು ಸಲಹೆ ನೀಡಿದರು.

ಇಂದು 'ಮೈಸೂರ ಮಲ್ಲಿಗೆ' ಕೃತಿಯ ತಾಂತ್ರಿಕ ಪುಟದಲ್ಲಿ ಗ್ರಂಥಸ್ವಾಮ್ಯದ ಹಕ್ಕು ಲೇಖಕರದು ಎಂದು ನಮೂದಾಗಿದೆ ಮತ್ತು ರಾಯಧನ ಶೇ.10 ಅಥವಾ 15 ಬರುತ್ತಿದ್ದು, ನಮ್ಮ ಕುಟುಂಬದವರು ನಿರ್ವಹಿಸುತ್ತಿರುವ ಕೆಎಸ್‌ನ ಟ್ರಸ್ಟ್‌ಗೆ ಸಂದಾಯವಾಗುತ್ತಿದೆ. ಜತೆಗೆ ಪ್ರತಿ ಮರುಮುದ್ರಣವಾದಾಗ ಹತ್ತು ಪ್ರತಿಗಳನ್ನು ನೀಡುತ್ತಿದ್ದಾರೆ.

ಅದೇರೀತಿ 1945ರಲ್ಲಿ ಕುಟುಂಬ ವೆಚ್ಚ ನಿರ್ವಹಣೆಗೆ 'ಐರಾವತ' ಕವನಸಂಕಲನದ ಹಕ್ಕು ಅದೇ ಡಿವಿಕೆ ಮೂರ್ತಿಯವರಿಗೆ ಕೇವಲ ಇನ್ನೂರು ರೂಪಾಯಿಗಳಿಗೆ ಮಾರಾಟವಾಗಿತ್ತು.

ಈ ಪ್ರವೃತ್ತಿಗಳು ನಮ್ಮ ತಂದೆಯವರಿಗೂ ಖೇದ ತಂದಿತ್ತು. 1990ರ ಒಂದು ಸಂದರ್ಶನದಲ್ಲಿ, "ಒಂದಂತೂ ನಿಜ, ಯಾವ ಕಾರಣಕ್ಕೂ ಕಾಪಿರೈಟ್ ಮಾರಬಾರದು ಎಂದು ನನ್ನ ಅನುಭವಕ್ಕೆ ಬಂದಿದೆ" ಎಂದಿದ್ದರು.

ಕವಿನೆನಪು
39

ನಾಟಕದ ಕಹಿ

'ಮೈಸೂರ ಮಲ್ಲಿಗೆ'ಯ ಪ್ರತಿಗಳು ಅರವತ್ತರ ದಶಕದಲ್ಲಿ ಮದುವೆಯ ಉಡುಗೊರೆಯಾಗಿಯೂ ಜನಪ್ರಿಯವಾಯಿತೆಂಬುದು ಎಲ್ಲರಿಗೂ ತಿಳಿದ ವಿಷಯವೇ. 'ರಾಯರು ಬಂದರು' ಭಾವಗೀತೆಯನ್ನು ಎಚ್‌ಎಂವಿ ಸಂಸ್ಥೆಯವರು ಮೊದಲು ಧ್ವನಿಮುದ್ರಣ ಮಾಡಿದರು. ಆಕಾಶವಾಣಿಯ ಮೂಲಕ ಜಯವಂತಿದೇವಿ ಹಿರೇಬೆಟ್ (ಖ್ಯಾತ ಹಾಸ್ಯ ಸಾಹಿತಿ ಪಡುಕೋಣೆ ರಮಾನಂದ ರಾವ್ ಮಗಳು) ಹಾಡಿ ಜನಪ್ರಿಯಗೊಳಿಸಿದ 'ಹತ್ತು ವರುಷದ ಹಿಂದೆ' ಭಾವಗೀತೆ ಅರವತ್ತರ ದಶಕದಲ್ಲಿ ಮನೆಮಾತಾಗಿತ್ತು.

ಆದರೂ 'ಮೈಸೂರ ಮಲ್ಲಿಗೆ'ಯ ಗೀತೆಗಳು ಜನರ ಮನೆಮನೆ ತಲುಪಿದ್ದು ಕ್ಯಾಸೆಟ್ ಸಂಸ್ಕೃತಿ ನೆಲೆಯೂರಿದಾಗ ಎಂಬುದು ಸತ್ಯ. 1982ರಲ್ಲಿ 'ಮೈಸೂರು ಮಲ್ಲಿಗೆ' ಕ್ಯಾಸೆಟ್ ಹೊರಬಂದಾಗ ಅದರ ದನಿ ಎಲ್ಲೆಡೆ ಸ್ವೀಕೃತವಾಯಿತು. ಕರ್ನಾಟಕದ ಮೂಲೆಮೂಲೆಯ ರಸ್ತೆ ಬದಿ ಹೋಟೆಲುಗಳಲ್ಲಿ, ಕಾರುಗಳಲ್ಲಿ, ಮನೆಮನೆಗಳಲ್ಲಿ ಮಲ್ಲಿಗೆಯ ಪರಿಮಳ ಪಸರಿಸಿತು.

'ಮೈಸೂರ ಮಲ್ಲಿಗೆ'ಯ ಗೀತೆಗಳನ್ನು ಬಳಸಿಕೊಂಡು 1991ರಲ್ಲಿ ನಾಗಾಭರಣ ನಿರ್ದೇಶನದಲ್ಲಿ 'ಮೈಸೂರು ಮಲ್ಲಿಗೆ' ಹೆಸರಿನಲ್ಲಿ ಒಂದು ಚಲನಚಿತ್ರವೂ ತೆರೆಕಂಡಿತೆಂದು ಈ ಹಿಂದೆ ತಿಳಿಸಿದ್ದೆ. ಹಿನ್ನಲೆಗೆ ಒಂದು ಯುಕ್ತ ಕಥೆಯನ್ನು ಶೋಧಿಸಿ, ಸ್ವಾತಂತ್ರ್ಯ ಹೋರಾಟದ ಕಥೆಯನ್ನು ಆಧರಿಸಿ ಚಲನಚಿತ್ರ ಮಾಡುವ ತೀರ್ಮಾನಕ್ಕೆ ಚಿತ್ರತಂಡ ಬಂತು. ಅದೇರೀತಿ ಚಿತ್ರ ತಯಾರಾಗಿ, ತೆರೆ ಕಂಡು ಯಶಸ್ವಿಯಾಗಿ, ರಾಷ್ಟ್ರೀಯ ಅತ್ಯುತ್ತಮ ಪ್ರಾದೇಶಿಕ ಚಿತ್ರ ಪ್ರಶಸ್ತಿ ಪಡೆಯಿತು. ನಮ್ಮ ತಂದೆಯರಿಗೆ ಅತ್ಯುತ್ತಮ ಗೀತರಚನೆಕಾರ ಪ್ರಶಸ್ತಿಯೂ ದೊರೆಯಿತು.

ಆದರೆ ಈ ಗೀತೆಗಳನ್ನು ಬಹುಪಾಲು ಕಾವ್ಯಾಭಿಮಾನಿಗಳು ಒಂದು ರಮ್ಯಭಾವದಲ್ಲಿ ಕಲ್ಪಿಸಿ ಸಂತಸಪಡುತ್ತಿದ್ದರು. ಅವರಿಗೆ ಈ ಸ್ವಾತಂತ್ರ್ಯ ಹೋರಾಟದ ಹಿನ್ನೆಲೆ ರುಚಿಸಲಿಲ್ಲ. ಎಲ್ಲಿಯ ಸ್ವಾತಂತ್ರ್ಯ ಹೋರಾಟ? ಮತ್ತು ಎಲ್ಲಿಯ 'ಮೈಸೂರ ಮಲ್ಲಿಗೆ'ಯ ರಮ್ಯಗೀತೆಗಳು? ಎಂದು ಬೇಸರಿಸಿಕೊಂಡರು. ಹಲವರು ನಮ್ಮ ತಂದೆಯವರ ಹತ್ತಿರ ಅಸಮಾಧಾನ ವ್ಯಕ್ತಪಡಿಸಿದರು ಕೂಡ. ಹಾಡುಗಳಿಗೆ ಅನುಮತಿ ಪಡೆದು, ನಂತರ ಚಿತ್ರಕಥೆ ಯೋಜಿತವಾದ ಸಂದರ್ಭದಲ್ಲಿ ಕವಿಯ ಪಾತ್ರವೇನು? "ಹಾಡು ಮಾತ್ರ ನನ್ನದು: ಕಥೆ ಅವರದ್ದು. ನನಗೂ ಅದಕ್ಕೂ ಸಂಬಂಧವಿಲ್ಲ" ಎಂದು ಸಮಜಾಯಿಷಿ ಕೊಡುವುದು ಅವರಿಗೆ ಅನಿವಾರ್ಯವಾಯಿತು.

ಆದರೆ ಈ ಚಲನಚಿತ್ರಕ್ಕಿಂತ ನಮ್ಮ ಕುಟುಂಬ ಸದಸ್ಯರ ಮಾನಸಿಕ ಸ್ಥಿತಿಯ ಮೇಲೆ ಒತ್ತಡ ಬೀರಿದ ಹಾಗೂ ಕೆಲವೊಮ್ಮೆ ಕಸಿವಿಸಿ ತಂದ ಪ್ರಸಂಗ, ನಮ್ಮ ತಂದೆಯವರ ನಿಧನಾನಂತರ ರಂಗದ ಮೇಲೆ ಬಂದ 'ಮೈಸೂರು ಮಲ್ಲಿಗೆ' ನಾಟಕ. ಎಲ್ಲ ಮನೆಗಳಲ್ಲೂ ಸರ್ವೇಸಾಧಾರಣವಾಗಿ ಇರಬಹುದಾದ, ನಮ್ಮ ಕುಟುಂಬದ ವಿದ್ಯಮಾನಗಳನ್ನು, ಸಂಗತಿಗಳನ್ನೂ ಏನೋ ಹೊಸದಾಗಿ ಸಂಶೋಧಿಸಿದ್ದೇವೆಂದು ಭಾವಿಸಿ, ನಾಟಕದಲ್ಲಿ ತಂದು ಅದಕ್ಕೆ 'ಕಾಲ್ಪನಿಕ ನಾಟಕ' ಎಂಬ ಗುರಾಣಿ ಹಿಡಿದ ನಾಟಕಕಾರ, ನಿರ್ದೇಶಕ ನಮ್ಮ ಕುಟುಂಬದ ಸದಸ್ಯರ ಮೇಲೆ ಎಬ್ಬಿಸಿರುವ ಅವಾಂತರ ವರ್ಣನಾತೀತ.

ನಾಟಕ ಮೊದಲ ಬಾರಿ ನೋಡಿದ ನನ್ನ ಪರಿಚಿತರೆಲ್ಲ, "ಹೌದೇ? ನಿಜವೇ? ಸುಳ್ಳಿದ್ದರೆ ಏಕೆ ಸುಮ್ಮನಿದ್ದೀರಿ?" ಎಂಬ ಪ್ರಶ್ನೆ, ಅನುಮಾನಗಳ ಬಾಣವನ್ನೇ ಸುರಿಸಿದರು. ಇದೇ ಅನುಭವ ನನ್ನ ಇಬ್ಬರು ಅಣ್ಣಂದಿರು ಹಾಗೂ ತಮ್ಮನಿಗೂ ಆಗಿದೆ. ದುರದೃಷ್ಟವೆಂದರೆ ನಾಟಕ ರಚಿಸಿದ ರಾಜೇಂದ್ರ ಕಾರಂತ ಹಾಗೂ ನಿರ್ದೇಶಿಸಿದ ಬಿ.ವಿ. ರಾಜಾರಾಂ ಇಬ್ಬರೂ ನನ್ನ ಆತ್ಮೀಯ ಸ್ನೇಹಿತರೇ.

ನಮ್ಮ ಅಣ್ಣ ಇಬ್ಬರನ್ನೂ ಕಂಡು ಇದರ ಬಗ್ಗೆ ಕಟುವಾಗಿ ಖಂಡಿಸಿದಾಗ, "ಇದು ಕಾಲ್ಪನಿಕ ಕಥೆ, ಏನಾದರೂ ಸಾಮ್ಯತೆಯಿದ್ದರೆ ಅದು ಕಾಕತಾಳೀಯ"

ಎಂಬ ಸಿನಿಮಾ ಸಂಭಾಷಣೆಯನ್ನೇ ಉಲಿದರಂತೆ. "ಕವಿಯ ಹಾಡುಗಳನ್ನು ಬಳಸಿಕೊಂಡು, 'ಮೈಸೂರು ಮಲ್ಲಿಗೆ' ಹೆಸರಿಟ್ಟು ಕಾಲ್ಪನಿಕ ಎಂದು ಹೇಗೆ ಹೇಳುತ್ತೀರಿ" ಎಂದು ವಾದಿಸಿದಾಗ, ಅಂಥ ಕೆಲವು ದೃಶ್ಯ ಬದಲಿಸುವುದಾಗಿ ಒಪ್ಪಿಕೊಂಡರು.

ನಾನು ಮೊದಲ ಬಾರಿ ನಾಟಕ ನೋಡಿದ್ದು 2015ರ ಜನವರಿಯಲ್ಲಿ. ಬಹುಶಃ ಬದಲಾವಣೆ ಮಾಡಿದ್ದರು ಎಂದು ತೋರುತ್ತದೆ. ಆದರೆ ಸೂಕ್ಷ್ಮವಾಗಿ ನೋಡಿದಾಗ ಒಂದೆರಡು ಕಡೆ ಕುಹಕದ ಮಾತುಗಳು ಉಳಿದಿವೆ. ಹೊಸದಾಗಿ ನೋಡಿದವರು ಇಂದೂ ಅದರ ಬಗ್ಗೆ ಕೇಳುತ್ತಿರುತ್ತಾರೆ. ಈಗ ನಾವೂ ಆ ನಾಟಕದಿಂದ ಅಂತರವನ್ನು ಕಾಯ್ದುಕೊಳ್ಳುತ್ತಿದ್ದೇವೆ.

ಆದರೂ ಜನ ಬಹಳ ಅಭಿಮಾನದಿಂದ ಹಾಗೂ ಕುತೂಹಲದಿಂದ ನಾಟಕವನ್ನು ಆಸ್ವಾದಿಸುತ್ತಿದ್ದಾರೆ. ಆ ಕಾರಣಕ್ಕಾಗಿ ನಿರ್ದೇಶಕರು ಹಾಗು ರಚಿಸಿದವರು ಅಭಿನಂದನಾರ್ಹರೇ.

ಕವಿನೆನಪು
40

ಅದರ ಚಿಂತೆ ನನಗಿರಲಿ

ನನ್ನ ಅಪ್ಪ-ಅಮ್ಮ ಶಾಂತ ನದಿ ಹಾಗೂ ಅಬ್ಬರಿಸುವ ಸಮುದ್ರಗಳ ಅಪೂರ್ವ ಸಂಗಮ. ನಮ್ಮ ಕುಟುಂಬವನ್ನು ಒಂದು ಇಣುಕಿನಲ್ಲಿ ಗ್ರಹಿಸಿದವರು ಕೆಎಸ್‌ನ ಕೇವಲ ಬರವಣಿಗೆಯಲ್ಲೇ ತೊಡಗಿಕೊಂಡಿದ್ದರು. ಹಾಗೂ ನನ್ನ ಅಮ್ಮ ಮನೆಯ ಸಂಪೂರ್ಣ ಜವಾಬ್ದಾರಿ ತೆಗೆದುಕೊಂಡಿದ್ದರು ಎಂದುಕೊಂಡಿದ್ದರು. ನಮ್ಮ ತಂದೆಯವರೂ ಕೆಲವು ಸಂದರ್ಶನ ಹಾಗೂ ಮಾತುಕತೆಗಳಲ್ಲಿ ಸೌಜನ್ಯಕ್ಕಾಗಿ ಮನೆಯ ನಿರ್ವಹಣೆಯ ಶ್ರೇಯವನ್ನು ಅಮ್ಮನಿಗೇ ನೀಡಿದ್ದುಂಟು. ಮತ್ತು ನಮ್ಮ ತಂದೆಯವರ ಜೀವನದ ಕೊನೆಯ ಹತ್ತು ವರುಷಗಳಲ್ಲಿ ಅಮ್ಮ ಸಂಸಾರದಲ್ಲಿ ಕ್ರಿಯಾಶೀಲ ಪಾತ್ರ ವಹಿಸುವುದು ಅನಿವಾರ್ಯವಾಗಿತ್ತು.

ಆದರೆ ವಾಸ್ತವದಲ್ಲಿ ಇದು ಕೇವಲ ಅರ್ಧಸತ್ಯ. ನಾನು ಬಾಲ್ಯದಿಂದ ಗಮನಿಸಿದಂತೆ ನಮ್ಮ ತಂದೆ ಕುಟುಂಬ ಸದಸ್ಯರ ಯಾವುದೇ ಅಗತ್ಯಗಳನ್ನು ತಾವೇ ತಿಳಿದುಕೊಂಡೋ ಅಥವಾ ನಾವು ಹೇಳಿದಾಗ ತಿಳಿದುಕೊಂಡೋ ಅದನ್ನು ಪೂರೈಸಲು ತಕ್ಷಣ ತೊಡಗುತ್ತಿದ್ದರು. ಶಿಕ್ಷಣ, ಆರೋಗ್ಯ, ಉದ್ಯೋಗ

ಇಂಥ ಯಾವುದೇ ಸಮಸ್ಯೆಯನ್ನು, "ಅದರ ಚಿಂತೆ ನನಗಿರಲಿ" ಎನ್ನುತ್ತ ತಮಗೆ ಪರಿಚಿತರಿದ್ದ ಅಧಿಕಾರಸ್ಥರನ್ನೋ, ಸ್ನೇಹಿತರನ್ನೋ ಸಂಪರ್ಕಿಸಿ, ಅಗತ್ಯವಿದ್ದರೆ ಅವರನ್ನು ಮುಖತಃ ಭೇಟಿ ಮಾಡಿ ಪರಿಹಾರಕ್ಕೆ ಯತ್ನಿಸುತ್ತಿದ್ದರು.

ನಾನು ಕಾಲೇಜು ಸೇರುವಾಗ ಬೇಡವೆಂದರೂ ನನ್ನ ಜತೆ ವಿಜಯಾ ಕಾಲೇಜಿಗೆ ಬಂದು ಪ್ರೊ. ಜಿವಿಯವರಿಗೆ ಪರಿಚಯಿಸಿದರು. 1978ರಲ್ಲಿ ನಾನು ಸಿಂಡಿಕೇಟ್ ಬ್ಯಾಂಕ್‌ನಲ್ಲಿ ತರಬೇತಿಗೆ ಮಣಿಪಾಲಕ್ಕೆ ಹೊರಟಾಗ ಬಂದು ಉಡುಪಿಯಲ್ಲಿ ನನ್ನ ವಾಸದ ವ್ಯವಸ್ಥೆ ಮಾಡಿಕೊಟ್ಟು, ಮಣಿಪಾಲದಲ್ಲಿ ಬ್ಯಾಂಕ್‌ನ ಉನ್ನತ ಅಧಿಕಾರಿಗಳನ್ನು ಕಂಡು ನನ್ನ ವಿಷಯ ತಿಳಿಸಿದರು.

ಪ್ರೌಢಶಾಲೆಯಲ್ಲಿ ಓದುವಾಗ ಹಲವು ಗಣಿತದ ಸಮಸ್ಯೆ ಬರದಿದ್ದಾಗ, ಸಂಸ್ಕೃತದಲ್ಲಿ ಏನಾದರೂ ಅನುಮಾನಗಳಿದ್ದಾಗ ಅದನ್ನು ಬಿಡಿಸಲು ಸಹಾಯ ಮಾಡುತ್ತಿದ್ದರು.

ರೇಷನ್ ತರಲು ಚೀಲ ಹಿಡಿದು ಹೊರಟು ಕ್ಯೂ ನಿಲ್ಲಲೂ ಸೈ. ಏಕೆಂದರೆ ಆಗಿನ ಕಾಲದ ಜನಸಾಮಾನ್ಯರಿಗೆ ಇವರು ಯಾರೆಂದೇ ತಿಳಿದಿರಲಿಲ್ಲ. ಅದರೆ ಮನೆಗೆ ಅವರ ಕಾವ್ಯವಲಯದ ಸ್ನೇಹಿತರು ಬಂದಾಗ ಅಥವಾ ಅವರು ಬರೆಯಲು ಕೂತಾಗ, ನಾವುಗಳು ಮಧ್ಯಪ್ರವೇಶ ಮಾಡುವುದು ನಿಷಿದ್ಧವಾಗಿತ್ತು.

ಬೆಳಗಿನ ಹೊತ್ತು ಕಚೇರಿಗೆ ಹೋಗುವ ಮುನ್ನ ನೆಲದ ಮೇಲೆ ಕುಳಿತು, ಒಂದು ಕೈಯಲ್ಲಿ ನಶ್ಯದ ಚಿಟಿಕೆ ಹಿಡಿದುಕೊಂಡು ಬರೆಯುತ್ತಿದ್ದರು. ಕನಿಷ್ಠ ನಾಲ್ಕೈದು ಬಾರಿ ಬರೆದದ್ದನ್ನು ಉಂಡೆ ಕಟ್ಟಿ ಬಿಸಾಡುತ್ತಿದ್ದರು. ಬರವಣಿಗೆ ಶೈಲಿ ಸ್ಫುಟವಾಗಿ, ಬಹಳ ಆಕರ್ಷಕವಾಗಿತ್ತು.

ಒಂಬತ್ತೂವರೆಗೆ ಬೇಗ ಬೇಗ ಬಿಸಿಯಡುಗೆ ಊಟ ಮಾಡಿ ಕಚೇರಿಗೆ ಹೊರಟು, ಸಾಯಂಕಾಲ ವಿಸೀ ಅವರ ಮನೆಗೋ, ಮತ್ತಾವುದಾದರೂ ಕಾರ್ಯಕ್ರಮಕ್ಕೋ ಹೋಗಿ ಮನೆಗೆ ಬರುತ್ತಿದ್ದುದು ಸಾಯಂಕಾಲ ಎಂಟಕ್ಕೆ.

ಮನೆಯ ಮಕ್ಕಳ ಮದುವೆ ಮತ್ತು ಇತರ ಸಮಾರಂಭಗಳ ವ್ಯವಸ್ಥೆಗಳಲ್ಲಿ ನಮ್ಮ ದೊಡ್ಡ ಭಾವ ರಾಮಸ್ವಾಮಿಯವರ ಸಕ್ರಿಯ ಸಹಕಾರವನ್ನು ಪಡೆಯುತ್ತಿದ್ದರು. ಅವರ ವ್ಯವಹಾರ ಜ್ಞಾನ ಹಾಗೂ ವಿಚಕ್ಷಣೆಯ ಬಗ್ಗೆ ನಮ್ಮ ತಂದೆಯವರಿಗೆ ಅಪಾರ ಮೆಚ್ಚುಗೆ ಹಾಗೂ ವಿಶ್ವಾಸವಿತ್ತು.

ಮನೆಯಲ್ಲಿನ ಸಂಪನ್ಮೂಲದ ಕೊರತೆ ಹಾಗೂ ಕಷ್ಟಕಾರ್ಪಣ್ಯಗಳ ಕಾವು ನಮಗೆ ತಟ್ಟದಂತೆ ಅವರು ವಹಿಸಿದ ಎಚ್ಚರ ಮತ್ತು ಪಟ್ಟ ಶ್ರಮ ಕಂಡಾಗ ನಮಗೆ ಧನ್ಯತೆಯ ಭಾವ ಉಂಟಾಗುತ್ತದೆ.

ಕವಿನೆನಪು
41

ಅಚ್ಚಣ್ಣ ಇದಾನೇನು?

ನಾನು ಬಾಲಕನಾಗಿದ್ದಾಗ ಒಮ್ಮೆ ನಮ್ಮ ಮನೆಗೆ ಬಂದ ತಂದೆಯ ಚಿಕ್ಕಪ್ಪ ಪುಟ್ಟರಾಮಯ್ಯ ಬಾಗಲ ಹತ್ತಿರ ನಿಂತಿದ್ದ ನನ್ನನ್ನು ಕಂಡು, "ಅಚ್ಚಣ್ಣ ಮನೇಲಿ ಇದಾನೇನು?" ಎಂದು ಕೇಳಿದರು. ನನಗೆ ಅವರು ಯಾರನ್ನು ಕೇಳುತ್ತಿದ್ದಾರೆಂದು ಸ್ಪಷ್ಟವಾಗಲಿಲ್ಲ. "ಯಾರು?" ಎಂದು ಕೇಳಿದೆ.

"ಅದೇ ಕಣೋ ನಿಮ್ಮಪ್ಪ. ನಾವೆಲ್ಲ ಕೂಗೋದು ಅಚ್ಚಣ್ಣ ಅಂತಲೇ" ಅಂತ ವಿವರಿಸಿದರು.

ಹೌದು ನಮ್ಮ ತಂದೆಯವರ ನೆಂಟರ ವಲಯದಲ್ಲಿ ಅವರನ್ನು ಅಚ್ಚಣ್ಣ ಎಂದೇ ಕರೆಯುತ್ತಿದ್ದರು. ನಮಗೆಲ್ಲಾ ಅಚ್ಚಣ್ಣನ ಮಗ, ಸೊಸೆ, ಮಗಳು, ಅಳಿಯ ಎಂಬ ಅಭಿದಾನವೇ ಶಾಶ್ವತವಾಗಿತ್ತು. (ಇಂದು ಕೂಡ)

ನಮ್ಮ ತಂದೆಗೆ ಸ್ವಂತ ತಮ್ಮ ಒಬ್ಬರೇ ಸತ್ಯನಾರಾಯಣ. ಆದರೆ ಸೋದರ ಸಂಬಂಧಿಗಳು ಬಹಳ ಜನ ಇದ್ದರು. ಅವರಲ್ಲಿ ನಮ್ಮ ತಂದೆಯ

ಚಿಕ್ಕಪ್ಪ ನಾರಾಯಣರಾವ್ ಅವರ ಮಕ್ಕಳಾದ ಸುಬ್ಬನರಸಿಂಹಯ್ಯ ಹಾಗೂ ಲಕ್ಷ್ಮೀನಾರಾಯಣ ಮನೆಗೆ ಆಗಾಗ್ಗೆ ಬಹಳ ವಿಶ್ವಾಸದಿಂದ ಬಂದು ಹೋಗುತ್ತಿದ್ದರು. ಸುಬ್ಬನರಸಿಂಹಯ್ಯ ಮಿಲಿಟರಿ ಶಾಲೆಯಲ್ಲಿ ಶಿಕ್ಷಕರಾಗಿ ದೇಶದ ಹಲವೆಡೆ ಸೇವೆ ಸಲ್ಲಿಸಿ ನಿವೃತ್ತಿಯ ನಂತರ ಬೆಂಗಳೂರಿನಲ್ಲಿ ನೆಲೆಸಿದವರು. ಲಕ್ಷ್ಮೀನಾರಾಯಣ ಹೈಸ್ಕೂಲು ಶಿಕ್ಷಕರಾಗಿ ಮುಖ್ಯ ಶಿಕ್ಷಕರಾಗಿ ಮತ್ತು ಡಿಎಸ್ಇಆರ್‌ಟಿಯಲ್ಲಿ ಸಂಪನ್ಮೂಲ ಅಧಿಕಾರಿಯಾಗಿ ನಿವೃತ್ತರಾಗಿ ಈಗ ನಾಗಮಂಗಲದಲ್ಲಿ ನೆಲೆಸಿದ್ದಾರೆ.

ಸದಾ ಮೌನಕ್ಕೆ ಶರಣಾಗಿರುತ್ತಿದ್ದ ನಮ್ಮ ತಂದೆ ಇವರಿಬ್ಬರೂ ಬಂದರೆಂದರೆ ಇದ್ದಕ್ಕಿದ್ದಂತೆ ವಾಚಾಳಿಗಳಾಗಿ ಬಿಡುತ್ತಿದ್ದರು. ಮೂರು ತಲೆಮಾರಿನ ನೆಂಟರಿಷ್ಟರ ಯೋಗಕ್ಷೇಮ, ಅವರ ಮನೆ ಪರಿಸ್ಥಿತಿ, ಸ್ವಭಾವಗಳು ಎಲ್ಲ ವಿಷಯಗಳ ಪಾತಾಳಗರಡಿಯಾಗುತ್ತಿತ್ತು. ಲವಲವಿಕೆ ಮನೆಯ ವಾತಾವರಣವನ್ನು ಆವರಿಸಿಬಿಡುತ್ತಿತ್ತು. ಇಂದೂ ತಮ್ಮ 94ನೆಯ ವರ್ಷದವರೆಗೆ ಕ್ರಿಯಾಶೀಲವಾಗಿದ್ದ ಚಿಕ್ಕಪ್ಪ ಲಕ್ಷ್ಮೀನಾರಾಯಣ. ಈಗ ದಿವಂಗತರು.

ನಮ್ಮ ತಂದೆಯವರು ಅದೇ ಬಗೆಯಲ್ಲಿ ಮಾತಿಗೆ ತೊಡಗುತ್ತಿದ್ದುದು ನಮ್ಮ ತಾಯಿಯ ಏಕೈಕ ತಮ್ಮ ಹಾಗೂ ನಮ್ಮ ಸೋದರಮಾವ ರಂಗನಾಥರಾವ್ ನಾಡಿಗ್ ಅವರೊಂದಿಗೆ. ಅವರು ಶಿಕ್ಷಣ ತಜ್ಞರು. ಪಾಂಡವಪುರದ ವಿಜಯಾ ಹೈಸ್ಕೂಲಿನಲ್ಲಿ ಮುಖ್ಯ ಶಿಕ್ಷಕರಾಗಿ ಹಾಗೂ ವಿಜಯಾ ಜೂನಿಯರ್ ಕಾಲೇಜಿನ ಪ್ರಿನ್ಸಿಪಾಲರಾಗಿದ್ದವರು. ಗಣಿತದ ಪಠ್ಯಪುಸ್ತಗಳನ್ನೂ ಬರೆದಿದ್ದಾರೆ.

"ಭಾವಾ"ಎಂದು ಕೂಗುತ್ತಲೇ ಮನೆಯೊಳಗೆ ಬಂದು, ಚಾಪೆಯ ಮೇಲೆ ಕುಳಿತು ಬರೆಯುತ್ತಿದ್ದ ನಮ್ಮ ತಂದೆಯ ಪಕ್ಕದಲ್ಲೇ ಕುಳಿತುಕೊಳ್ಳುತ್ತಿದ್ದರು. ನಮ್ಮ ತಾಯಿ ಅವರಿಗೆ ಕಾಫಿ ಕೊಟ್ಟಾಗ, "ಅಕ್ಕ ಭಾವನಿಗೆ ಕಾಫಿ ಕೊಟ್ಟೆಯಾ?" ಎಂದು ಕೇಳುತ್ತಿದ್ದರು.

ಅದಕ್ಕೆ ಅಮ್ಮ, "ಬಂದವರ ಜತೆಯಲ್ಲಾ ಸಮಾರಾಧನೆ ಆಗ್ತಾ ಇದೆ. ಅದಕ್ಕೇನು ಬರವಿಲ್ಲ" ಎನ್ನುತ್ತಿದ್ದರು.

ಭಾವ ಭಾವಮೈದುನರಿಬ್ಬರೂ ಮಾತನಾಡಲು ತೊಡಗಿದರೆ ಸೂರ್ಯನಡಿಯ ಎಲ್ಲ ವಿಚಾರಗಳೂ ಚರ್ಚೆಯ ಪರಿಧಿಯಲ್ಲಿ ಸಿಕ್ಕಿಬಿಡುತ್ತಿತ್ತು. ತಾವೇ ಶಿಕ್ಷಕರಾಗಿದ್ದರೂ ನಮ್ಮ ತಂದೆಯವರ ಮಾತುಗಳನ್ನ "ಕೇಳು ಜನಮೇಜಯ" ರೀತಿಯಲ್ಲಿ ಆಲಿಸುತ್ತಿದ್ದರು. ಆಪತ್ಕಾಲದ ಸನ್ನಿವೇಶಗಳಲ್ಲಿ ನೆರವಿಗೆ ಬರುತ್ತಿದ್ದ ಭಾವಮೈದುನನ ಬಗ್ಗೆ ನಮ್ಮ ತಂದೆಯವರಿಗೆ ಅಪಾರ ಮೆಚ್ಚುಗೆ ಇತ್ತು.

ಅದೇರೀತಿ ನಮ್ಮ ತಾಯಿಯ ನೆಂಟರಿದ್ದ ಶಿವಮೊಗ್ಗ, ಭದ್ರಾವತಿ, ಲಕ್ಕವಳ್ಳಿ ಮುಂತಾದ ಕಡೆಗಳಿಂದಲೂ ಹಲವರು ನೆಂಟಸ್ತಿಕೆಯ ಜತೆಗೆ ಕವಿಯ ಮೇಲಿನ ಅಭಿಮಾನದಿಂದ ಮನೆಗೆ ಬರುತ್ತಿದ್ದರು. ನಾವು ಅವರ ಮನೆಗಳಿಗೆ ಹೋದಾಗಲೂ ಅದೇ ಬಗೆಯ ಪ್ರೀತಿ, ವಿಶ್ವಾಸ ತೋರಿಸುತ್ತಿದ್ದರು. ಅವರ ಮಕ್ಕಳು, ಮೊಮ್ಮಕ್ಕಳೂ ಇಂದೂ ಅದೇ ಬಗೆಯ ಭಾವನೆ ಹೊಂದಿದ್ದಾರೆ.

കവിನೆನಪು

42

ಕವಿತ್ವ, ಕಪಿತ್ವ

ಮದುವೆಯಾದಾಗಿನಿಂದ ನಮ್ಮ ತಂದೆಯ ಕೊನೆಯ ಕಾಲದವರೆಗೂ ಜತೆಯಾಗಿದ್ದ ನಮ್ಮ ಅಮ್ಮ ವೆಂಕಮ್ಮನವರ ಪ್ರಸ್ತಾಪವಿಲ್ಲದೆ ಈ ಕವಿನೆನಪಿನ ಸರಣಿಗೆ ಪೂರ್ಣತೆಯಿಲ್ಲ.

ನಮ್ಮ ತಾಯಿಯ ತಂದೆ ನಾಡಿಗ ಭೀಮರಾವ್ ಸರಕಾರಿ ಹುದ್ದೆಯಲ್ಲಿ, ಹಳೆಯ ಮೈಸೂರಿನ ಹಲವೆಡೆ ಸೇವೆ ಸಲ್ಲಿಸಿ ಅಮಲ್ದಾರ್ ಆಗಿ ನಿವೃತ್ತರಾದವರು. ನಮ್ಮ ತಾಯಿಯ ತಾಯಿಯವರ ಹೆಸರು ಸೀತಮ್ಮ. ಅವರಿಗೆ ಇಬ್ಬರೇ ಮಕ್ಕಳು. ನಮ್ಮ ತಾಯಿ ವೆಂಕಮ್ಮ ಹಾಗೂ ಅವರ ತಮ್ಮ ರಂಗನಾಥರಾವ್ ನಾಡಿಗ್.

ಭೀಮರಾವ್ ಅವರಿಗೆ ನಮ್ಮ ತಂದೆಯವರ ಕಾವ್ಯರಚನೆಯ ಚಟುವಟಿಕೆ ಅಷ್ಟಾಗಿ ಇಷ್ಟವಿರಲಿಲ್ಲ. "ಏನೋ ಸರಕಾರಿ ಕೆಲಸದಲ್ಲಿ ಇದ್ದಾನೇ ಅಂತ ಮಗಳನ್ನು ಕೊಟ್ಟಿದ್ದೇನೆ. ಈ ಕವಿತ್ವ, ಕಪಿತ್ವಗಳಿಂದ ಸಂಸಾರ ನಡೆಯುವುದಿಲ್ಲ" ಎನ್ನುತ್ತಿದ್ದರು.

ನಮ್ಮ ತಂದೆ ತಾಯಿ ಮದುವೆ 1936ರಲ್ಲಿ ತಿಪಟೂರಿನಲ್ಲಿ ನಡೆಯಿತು. ಕವಿತ್ವದ ವಿಚಾರದಲ್ಲಿ ಅಳಿಯನ ಮೇಲೆ ಮುನಿಸು ಇದ್ದರೂ, ಸಂಸಾರಕ್ಕೆ ಒತ್ತಾಸೆ ನೀಡಿದವರು ಭೀಮರಾವ್. ನಮ್ಮ ದೊಡ್ಡ ಅಕ್ಕ ಹಾಗೂ ಅಣ್ಣನನ್ನು ಹಲವು ವರ್ಷ ಸಾಕಿದರು.

ಇತ್ತ ನಮ್ಮ ತಂದೆ ಮನೆಯಲ್ಲೂ ಅಣ್ಣ ತಮ್ಮ ಇಬ್ಬರೇ ಇದ್ದ ಪುಟ್ಟ ಸಂಸಾರ.

ಸರಕಾರಿ ಅಧಿಕಾರದ ದರ್ಪದ ಹಿನ್ನಲೆಯ ಗುಂಗಿನಿಂದ ಹೊರಬರದಿದ್ದ ನಮ್ಮ ತಾಯಿಯವರಿಗೆ ಮದುವೆಯಾದ ನಂತರವೂ ಅದೇ ಭಾವ ಮುಂದುವರೆದಿದ್ದು ಸಹಜವೇ ಆಗಿತ್ತು. ಕಷ್ಟಗಳ ಉಳಿಪೆಟ್ಟಿಗೆ ಸಿಕ್ಕ ತಂದೆಯವರು ಬಂದದ್ದನ್ನು ಸ್ವೀಕರಿಸುವ ಮನೋಭಾವವನ್ನು ಕರಗತ ಮಾಡಿಕೊಂಡಿದ್ದರು.

ಎಂಟು ಮಕ್ಕಳ ದೊಡ್ಡ ಸಂಸಾರ, ಸೀಮಿತ ವರಮಾನ, ಸಾಹಿತ್ಯ ಸೇವೆಯಿಂದಲೂ ಧನಾತ್ಮಕವಾಗಿ ಪ್ರಯೋಜನವಾಗಿಲ್ಲದ್ದು, ಇವೆಲ್ಲ ಅಮ್ಮನ ಮನೋಸ್ಥಿತಿ ಸ್ವಲ್ಪ ಗಡುಸಾಗಲು ಕಾರಣವಾಯಿತು. ಆದರೆ ನಮ್ಮ ತಂದೆ, “ಅವಳ ಕೋಪಕ್ಕೆ ಕಾರಣ ಇದೆ” ಎನ್ನುತ್ತಿದ್ದುದು ನಮಗೆ ಆಶ್ಚರ್ಯ ಉಂಟುಮಾಡುತ್ತಿತ್ತು.

ಅಮ್ಮನೂ ಅಷ್ಟೆ. ಯಾರಾದರೂ ಮಕ್ಕಳು ತಂದೆಯವರಿಗೆ ಎದುರು ವಾದಿಸಿದರೆ, “ಅಪ್ಪನಿಗೆ ಎದುರುತ್ತರ ಕೊಡುತ್ತೀಯಾ? ಬೇರೆಯವರಾಗಿದ್ದರೆ ಮನೆ ಬಿಟ್ಟು ಓಡಿಸುತ್ತಿದ್ದರು” ಎಂದು ಗದರುತ್ತಿದ್ದರು.

ಮನೆಗೆ ಯಾರು ಬಂದರೂ ಅಡುಗೆಮನೆಯಿಂದ ಹೊರಬಂದು ಪರಿಚಿತರಿದ್ದರೆ ಕ್ಷೇಮ ಸಮಾಚಾರ ವಿಚಾರಿಸಿ, ಹೊಸಬರಿದ್ದರೆ ಪರಿಚಯ ಮಾಡಿಕೊಂಡು ಕೈಲಾದ ಸತ್ಕಾರ ಮಾಡುತ್ತಿದ್ದರು. “ನರಸಿಂಹಸ್ವಾಮಿಯವರನ್ನು ಸುಮ್ಮನೆ ನೋಡಲು ಹೋಗಬೇಕು, ಮಾತನಾಡಲು ವೆಂಕಮ್ಮನವರಿದ್ದೇ ಇರುತ್ತಾರೆ” ಎಂಬುದು ನಮ್ಮ ಮನೆಯ ಸಂದರ್ಭದಲ್ಲಿ ಒಂದು ಗಾದೆ ಮಾತೇ ಆಗಿಬಿಟ್ಟಿತ್ತು.

ಅಮ್ಮನ ದಿನನಿತ್ಯದ ಗಟ್ಟಿಮಾತಿನ ಸ್ವಗತದ ನಡುವೆ ಹಲವಾರು ಗಾದೆ ಮಾತುಗಳು ಅವಿರತವಾಗಿ ಹರಿಯುತ್ತಿದ್ದವು. ಮನೆಯ ಕೆಲಸದಲ್ಲಿ ಮನೆಯವರ ಸಹಕಾರ ಸಿಗದಿದ್ದಾಗ, “ಮಕ್ಕಳೆಲ್ಲ ಮನೆವಾರ್ತೆ ಮಾಡಿದರೆ ಅಪ್ಪನಿಗೇಕೆ ಇಬ್ಬರು ಹೆಂಡಿರು” ಎನ್ನುತ್ತಿದ್ದರು. ಮನೆವಾರ್ತೆ ಎನ್ನುವುದಕ್ಕೆ ಆಧುನಿಕ ಭಾಷೆಯಲ್ಲಿ house keeping ಎಂಬ ಅರ್ಥವಿದೆಯೆಂದು ಬ್ಯಾಂಕಿಂಗ್ ಕಮ್ಮಟದ ಸಂದಭದಲ್ಲಿ ಪ್ರಾಚಾರ್ಯ ಎಚ್ಚೆಸ್ಕೆಯವರಿಂದ ತಿಳಿಯಿತು.

ನಮ್ಮ ತಂದೆ ತಮ್ಮ ಹಿಂದಿನ ಸಾಧನೆಗಳ ಬಗ್ಗೆ ಹೇಳಿಕೊಳ್ಳುತ್ತಿದ್ದರೆ, “ಸತ್ತೆಮ್ಮೆ ಸೇರು ಹಾಲು ಕೊಡುತ್ತಿತ್ತು ಎನ್ನುವಂತಿದೆ” ಎಂದು ಟೀಕಿಸುತ್ತಿದ್ದರು.

ಯಾರಿಂದಾದರೂ ಸಹಾಯ ಬಯಸಿ, ಅವರು ಸಕಾಲದಲ್ಲಿ ಬರದಿದ್ದರೆ, “ಐಶ್ವರ್ಯವಂತ ಹಗೇವು ತೆಗೆಯೋ ಹೊತ್ತಿಗೆ ಬಡವನ ಪ್ರಾಣ ಹೋಯಿತು” ಎನ್ನುತ್ತಿದ್ದರು.

“ಒಬ್ಬ ತಾಯಿ ಹತ್ತು ಮಕ್ಕಳನ್ನು ಸಾಕಬಹುದು, ಆದರೆ ಹತ್ತು ಮಕ್ಕಳು ಒಬ್ಬ ತಾಯಿಯನ್ನು ಸಾಕಲಾರರು” ಎಂದು ಅವರು ಪದೇಪದೆ ಹೇಳುತ್ತಿದ್ದ ಮಾತು ಕಠೋರ ಹಾಗೂ ಸಾರ್ವಕಾಲಿಕ ಸತ್ಯವನ್ನು ಅನಾವರಣಗೊಳಿಸುವಂತೆ ಇತ್ತು.

ಕವಿನೆನಪು
43

ನಿನ್ನೊಲುಮೆಯಿಂದಲೇ

ಅಮ್ಮನ ನಿರ್ಭಿಡೆಯ ಮಾತುಗಾರಿಕೆ ಕೆಲವು ಸಂದರ್ಭಗಳಲ್ಲಿ ಬಿಕ್ಕಟ್ಟನ್ನೂ ತಂದೊಡ್ಡುತ್ತಿತ್ತು. ಒಮ್ಮೆ ಬೆಂಗಳೂರು ದೂರದರ್ಶನದ ಕಾರ್ಯಕ್ರಮವೊಂದರಲ್ಲಿ ಅಮ್ಮನನ್ನು ಸಂದರ್ಶಿಸುತ್ತಿದ್ದ ನಿರೂಪಕಿ, "ಆಡಂಬರದ ವಿವಾಹದ ಬಗ್ಗೆ ನಿಮ್ಮ ಅಭಿಪ್ರಾಯವೇನು?" ಎಂದು ಕೇಳಿದರು. ಅದಕ್ಕೆ ಅಮ್ಮ, "ಏನು ಹೇಳೋದು. ಮೂರು ಹೆಣ್ಣುಮಕ್ಕಳ ಮದುವೆ ಮಾಡಿ, ಬೀಗರನ್ನು ಸಹಿಸಿ ನಾವೇ ದಣಿದಿದ್ದೀವಿ. ಹೆಣ್ಣು ಹೆತ್ತವರ ಕಷ್ಟ ಅರ್ಥವಾಗದವರೇ ಜಾಸ್ತಿ" ಎಂದು ಉತ್ತರಿಸಿದರು. ಇದನ್ನು ಕೇಳಿದ, ಕಳೆದ ವರ್ಷವಷ್ಟೇ ವಿವಾಹವಾಗಿದ್ದ ತಂಗಿಯ ಅತ್ತೆ-ಮಾವಂದಿರು ಕೋಪಗೊಂಡರು. ನಮ್ಮ ತಂಗಿ ಅಮ್ಮನ ಹತ್ತಿರ ಈ ವಿಷಯ ಹೇಳಿದಾಗ, "ಆ ಕ್ಷಣದಲ್ಲಿ ನನಗೆ ತೋಚಿದ್ದು ಹೇಳಿದೆ ಅಷ್ಟೆ" ಎಂದುಬಿಟ್ಟರು. ಆದರೆ ಅಂದು ಆಡಿದ ಮಾತಿನ ಪರಿಣಾಮ ಬಹಳ ಕಾಲದವರೆಗೆ ಇತ್ತು.

ಅಮ್ಮನ ಮತ್ತೊಂದು ವಿಶೇಷವೆಂದರೆ ಪರಿಚಿತರಿರಲಿ, ಇಲ್ಲದಿರಲಿ ಪ್ರತಿಯೊಬ್ಬರನ್ನೂ ವರ್ಗಬೇಧವಿಲ್ಲದೆ ಮಾತನಾಡಿಸುವ ಛಾತಿ. ಮನೆಯ ಮುಂದೆ

ವೃತ್ತಪತ್ರಿಕೆ ಓದುತ್ತಾ ಕುಳಿತಾಗ ಯಾರಾದರೂ ಹಸುಮಗುವನ್ನೆತ್ತಿಕೊಂಡು ಬಂದರೆ ಅವಳ ಬಾಣಂತನದ ಬಗ್ಗೆ, ಆರೋಗ್ಯದ ಬಗ್ಗೆ ಕಳಕಳಿಯಿಂದ ವಿಚಾರಿಸುತ್ತಿದ್ದರು. ತಾಯಿ, ಮಗುವನ್ನು ಒಳಗೆ ಕರೆದು ಅದರ ನೆತ್ತಿಗೆ ಕೊಬ್ಬರಿಎಣ್ಣೆ ಸವರಿ, ಬಾಯಿಗೆ ಸಕ್ಕರೆ ಇಟ್ಟು ಹರಸುತ್ತಿದ್ದರು. ಅಮ್ಮನ ಪ್ರೇರಣೆಯಿಂದ ನಮ್ಮ ಮನೆಯಲ್ಲಿ ಯಾರಾದರೂ ಮೊದಲ ಬಾರಿ ಮಗುವನ್ನು ಕರೆದುಕೊಂಡು ಬಂದಾಗ ಇದೇ ಸಂಪ್ರದಾಯ ಮುಂದುವರೆದಿದೆ.

ಅಮ್ಮನ ಸಾಂಘಿಕ ಜೀವನ ಮತ್ತೊಂದು ಅದ್ಭುತ ನಿದರ್ಶನವೆಂದರೆ ಗೌರಿಹಬ್ಬದ ಸನ್ನಿವೇಶ. ನಮ್ಮ ಬೀದಿಯ ಹಾಗೂ ಪಕ್ಕದ ಬೀದಿಯ ಹಲವಾರು ಮಹಿಳೆಯರು ನಮ್ಮ ಮನೆಗೆ ಗೌರಿಪೂಜೆಗೆ ಬರುತ್ತಿದ್ದರು. ಎಂದೂ ದೇವರ ಪೂಜೆಗೆ ಗಮನ ಕೊಡದಿದ್ದ ನಮ್ಮ ತಂದೆ ಅಂದು ಶುಭ್ರಸ್ನಾತರಾಗಿ, ಮಗುಟ ಉಟ್ಟುಕೊಂಡು ಶ್ರದ್ಧೆಯಿಂದ ಪೂಜೆ ಮಾಡಿಸುತ್ತಿದ್ದರು. ನಮ್ಮ ತಂದೆಯವರಿಗೆ ಪ್ರತಿಯೊಬ್ಬರೂ ಉಪಾಯನ ದಾನವನ್ನು ನೀಡಿ ನಮಸ್ಕರಿಸುತ್ತಿದ್ದರು.

ಒಬ್ಬ ಪ್ರಸಿದ್ಧ ಕವಿ ಗೌರಿಪೂಜೆ ಮಾಡಿಸಿದರೆಂಬ ಹೆಮ್ಮೆ ಅವರಿಗೆ. ಆ ಸಮಯದಲ್ಲಿ ಅಮ್ಮ ತನ್ನ ಜೋರುದನಿಯಲ್ಲಿ ಹಾಡುತ್ತಿದ್ದ "ಅಂದು ದಕ್ಷಯಜ್ಞದೊಳು" ಎಂದು ಆರಂಭವಾಗುವ (ನಮ್ಮ ಕೆಆರ್‌ಎಸ್ ಮೂರ್ತಿಯವರ ತಾಯಿ ವಾಗೀಶ್ವರಿಶಾಸ್ತ್ರಿ ಅವರ ರಚನೆ) ಗೌರಿ ಕುರಿತ ಮಂಗಳಾಷ್ಟಕ ಇಂದೂ ನನ್ನ ನೆನಪಿನಲ್ಲಿ ಹಸಿರಾಗಿದೆ.

ಅಮ್ಮನ ಮತ್ತೊಂದು ಪ್ರಿಯವಾದ ಹವ್ಯಾಸ ತೋಟಗಾರಿಕೆ. ಯಾವುದೇ ಬಾಡಿಗೆಮನೆಗೆ ಹೋಗಲಿ. ಇದ್ದ ಜಾಗದಲ್ಲೇ ಒಂದಿಷ್ಟು ಹೂವು, ಹಣ್ಣುಗಳ ಗಿಡ ಬೆಳೆವ ಉತ್ಸಾಹ. ಆಗೆಲ್ಲ ಲಾಲ್‌ಬಾಗ್‌ನವರು ಮನೆಮನೆಗೆ ಬಂದು ಬೀಜಗಳನ್ನು ಉಚಿತವಾಗಿ ಕೊಟ್ಟು ಪ್ರೋತ್ಸಾಹಿಸುತ್ತಿದ್ದರು. ಈ ತೋಟಗಾರಿಕೆಗೆ ನಾನೂ ಸಹಾಯ ಮಾಡುತ್ತಿದ್ದರಿಂದ ಅಮ್ಮನಿಗೆ ನನ್ನ ಬಗ್ಗೆ ಮೆಚ್ಚುಗೆ ಇತ್ತು.

ನಾನು ಬೇರೆ ಊರುಗಳಲ್ಲಿದ್ದಾಗ, ನಮ್ಮ ಮನೆಗೆ ಭೇಟಿ ಕೊಟ್ಟಾಗಲೆಲ್ಲ ಅಮ್ಮ ಐದು ನಿಮಿಷಗಳಲ್ಲಿ ಕಾಫಿ ತಂದುಕೊಡುತ್ತಿದ್ದರು. ಊಟ, ಉಪಹಾರ ಏನೇ ಇರಲಿ ನನಗೆ ಕಾಫಿ ಮೊದಲ ಪ್ರೀತಿಯೆಂದು ಅವರಿಗೆ ಚೆನ್ನಾಗಿ ಗೊತ್ತಿತ್ತು.

ಒಮ್ಮೆ ಹಾಗೆ ಹೋದಾಗ, "ಅಮ್ಮ ಇನ್ನು ಮೇಲೆ ಕಾಫಿಗೆ ಸಕ್ಕರೆ ಹಾಕಬೇಡ" ಎಂದೆ. ಅದಕ್ಕೆ ಅಮ್ಮ, "ಅಯ್ಯೋ ನಿನಗೂ ಸಕ್ಕರೆ ಕಾಯಿಲೆ ಬಂತೇನೋ? ನೀನೇನು ಜಾಸ್ತಿ ಸಿಹಿ ತಿನ್ನುತ್ತಾ ಇರಲಿಲ್ಲ. ಹುಷಾರು" ಎಂದು ಪರಿತಪಿಸಿದರು.

ಕೊನೆಯ ದಿನಗಳಲ್ಲಂತೂ ಸದಾ ತಂದೆಯವರನ್ನು ನೋಡಿಕೊಳ್ಳುವ ಧಾವಂತ, ಬಂದು ಹೋಗುವವರನ್ನು ಗಮನಿಸುವ ಕಾಯಕಗಳಿಂದ ಸ್ವಂತ ಆರೋಗ್ಯದೆಡೆ

ಲಕ್ಷ್ಯ ವಹಿಸಲಾಗದೆ ಅಮ್ಮ ನಿತ್ರಾಣರಾದರು. ಆದರೆ ಜೀವನೋತ್ಸಾಹ ಹಾಗೂ ಮನೋಬಲಗಳಿಂದ ಚಟುವಟಿಕೆಯಿಂದಲೇ ಇರುತ್ತಿದ್ದರು.

ಕವಿಪತ್ನಿ, ಕವಿಯ ಪ್ರೇಮ ಕವನಗಳ ರಚನೆಗೆ ಸ್ಫೂರ್ತಿಯಾದರೋ ಇಲ್ಲವೋ ಎಂಬುದು ಚರ್ಚೆಯ ವಿಷಯವಾದರೂ, ಒಟ್ಟಾರೆ ಸಾಹಿತ್ಯ ರಚನೆಗೆ ಪೂರಕ ಶಕ್ತಿಯಾಗಿದ್ದರೆಂಬುದು ನಿಸ್ಸಂದೇಹ.

ಇದರ ಮಹತ್ವವನ್ನು ಮನಗಂಡು ಸರ್ಕಾರ ಸ್ಥಾಪಿಸಿರುವ ಕೆಎಸ್‌ನ ಟ್ರಸ್ಟ್ ಪ್ರತಿವರ್ಷ ಒಬ್ಬ ಕವಿಪತ್ನಿಗೆ, 'ನಿನ್ನೊಲುಮೆಯಿಂದಲೇ' ಎಂಬ ಗೌರವ ಪ್ರಶಸ್ತಿ ನೀಡುತ್ತಿದೆ. ಆಂಥ ಮೊದಲ ಗೌರವ ಪಡೆದವರು ಶ್ರೀಮತಿ ಸತ್ಯಭಾಮಾ ಚಂದ್ರಶೇಖರ ಕಂಬಾರ ಅವರು.

ಕವಿನೆನಪು
44

ಕೆಎಸ್‌ನ 'ಸಚಿವ ಸಂಪುಟ'

ಕುಟುಂಬದ ಸದಸ್ಯರ ಪರಿಚಯವು ಈ ಲೇಖನ ಮಾಲಿಕೆಯ ಭಾಗವೆಂದು ಭಾವಿಸಿ, ಅವರ ಸಂಕ್ಷಿಪ್ತ ಪರಿಚಯ ಮಾಡಿಕೊಡಲು ಬಯಸುತ್ತೇನೆ

#1. **ದೊಡ್ಡ ಅಕ್ಕ ಶ್ರೀಮತಿ ನಾಗಲಕ್ಷ್ಮೀ ಕೆ.ಆರ್.**: ಪತಿ ದಿವಂಗತ ರಾಮಸ್ವಾಮಿ. ಎಲ್ಲರಿಗಿಂತ ಹಿರಿಯವರು. ಈಗ 81 ವರ್ಷ. ಬೆಂಗಳೂರಿನ ರಾಜಾಜಿನಗರದಲ್ಲಿ ವಾಸ. ಅಮ್ಮನಿಗಿಂತ ಹೆಚ್ಚಾಗಿ ತಮ್ಮ, ತಂಗಿಯರ ಸಾಕಿ ಸಲಹಿದ ವಾತ್ಸಲ್ಯಮೂರ್ತಿ. ಈಗ ದಿವಂಗತರು

#2. **ದೊಡ್ಡ ಅಣ್ಣ ಶ್ರೀ ಕೆ.ಎನ್. ಹರಿಹರ:** ಬಿಎ ಹಾಗೂ ಮುದ್ರಣ ತಂತ್ರಜ್ಞಾನದಲ್ಲಿ ಡಿಪ್ಲೊಮೋ. ಪ್ರಜಾವಾಣಿ ಕಚೇರಿ, ಕರ್ನಾಟಕ ವಿಶ್ವವಿದ್ಯಾಲಯದ ಪ್ರಸಾರಾಂಗ ಹಾಗೂ ಇಸ್ರೋ ಸಂಸ್ಥೆಗಳಲ್ಲಿ ಕೆಲಸ ಮಾಡಿ ನಿವೃತ್ತ. ಸಂಗೀತ, ಸಾಹಿತ್ಯಗಳಲ್ಲಿ ಆಸಕ್ತ. ಕೆಎಸ್‌ನ ಕುಟುಂಬ ಟ್ರಸ್ಟ್ ಆರಂಭಿಸಿದವರು. ಮುದ್ರಣ ಹಾಗೂ ಪ್ರಕಟಣೆ ಉದ್ಯಮದಲ್ಲಿ ಗಣನೀಯ ಸೇವೆ. ISO audit, ABC auditಗಳ ಸದಸ್ಯನಾಗಿ ಕಾರ್ಯನಿರ್ವಹಣೆ. ಈಗ ದಿವಂಗತರು.

#3. ಎರಡನೇ ಅಕ್ಕ ತುಂಗಭದ್ರ (ವೀಣಾ ವೆಂಕಟೇಶ್): ಪತಿ ಮೈಸೂರು ಬ್ಯಾಂಕ್‌ನಲ್ಲಿ ಮುಖ್ಯ ವ್ಯವಸ್ಥಾಪಕರಾಗಿ ನಿವೃತ್ತರಾದ ಜಿ.ವಿ. ವೆಂಕಟೇಶ್. ಇಬ್ಬರೂ ಸಾಹಿತ್ಯಾಸಕ್ತರು. ಬೆಂಗಳೂರಿನ ಹನುಮಂತನಗರದ ಮೈಸೂರು ಬ್ಯಾಂಕ್ ಕಾಲನಿಯಲ್ಲಿ ವಾಸ. ನಮ್ಮ ತಂದೆಯವರ ಸ್ಮರಣೆಯಲ್ಲಿ ಹಲವಾರು ಗೀತಗಾಯನ ಕಾರ್ಯಕ್ರಮಗಳನ್ನು ಆಯೋಜಿಸಿದ್ದಾರೆ. ಇವರ ಮಗಳು ಡಾ. ಮೇಖಲಾ. ಸರ್ಕಾರದ ಕೆಎಸ್‌ನ ಟ್ರಸ್ಟ್‌ನ ಸದಸ್ಯೆ. ಕೆಎಸ್‌ನರ ಹಲವಾರು ಕವನಗಳನ್ನು ಇಂಗ್ಲಿಷ್‌ಗೆ ಅನುವಾದ ಮಾಡಿರುವ ಪ್ರತಿಭಾವಂತೆ.

#4. ಎರಡನೇ ಅಣ್ಣ ಕೆ.ಎನ್. ಬಾಲಸುಬ್ರಹ್ಮಣ್ಯ: ಬಿ.ಎಸ್ಸಿ. ರಕ್ಷಣಾ ಸಂಸ್ಥೆ ಎಲ್‌ಆರ್‌ಡಿಇಯಲ್ಲಿ ಹಿರಿಯ ಅಧಿಕಾರಿಯಾಗಿ ನಿವೃತ್ತ. 68 ವರ್ಷ. ಸಂಸ್ಕೃತ, ವೇದೋಪನಿಷತ್ ಅಧ್ಯಯನದಲ್ಲಿ ವಿಶೇಷ ಆಸಕ್ತಿ. ತನ್ನ 19ನೆಯ ವಯಸ್ಸಿನಲ್ಲಿ ಕೆಲಸಕ್ಕೆ ಸೇರಿ ಕುಟುಂಬದ ನಿರ್ವಹಣೆಗೆ ಸಹಕರಿಸಿದ ತ್ಯಾಗಜೀವಿ. ಬೆಂಗಳೂರಿನ ಸಚ್ಚಿದಾನಂದನಗರದಲ್ಲಿ ವಾಸ.

#5. ಕೆ ಎನ್ ಮಹಾಬಲ (ಈ ಕೃತಿಯ ಲೇಖಕ): ಎಂ.ಕಾಂ. ಭಾರತೀಯ ಸ್ಟೇಟ್ ಬ್ಯಾಂಕ್‌ನಲ್ಲಿ ಸೇವೆ ಸಲ್ಲಿಸಿ ನಿವೃತ್ತ. 64 ವರ್ಷ. ಸಾಹಿತ್ಯಾಸಕ್ತ. ಒಂದು ಕವನ ಸಂಕಲನ 'ಇಂದೂ ಇದ್ದಾರೆ' ಹಾಗೂ ಹಾಸ್ಯಲೇಖನ 'ಹಾಸ್ಯಬಂಧ' ಪ್ರಕಟ. ಸುನೀತಗಳ ಸಂಕಲನ 'ಬೊಗಸೆ ತುಂಬ ಹೂವು'. ಅನುವಾದವೂ ಮೆಚ್ಚಿನ ಕ್ಷೇತ್ರವೇ. ಸಹಧರ್ಮಿಣಿ ಡಾ. ಕೆ.ಆರ್. ಶ್ರೀಲಕ್ಷ್ಮಿ. ಬೆಂಗಳೂರಿನ ಜಯನಗರದ ಸರಕಾರಿ ಕಾಲೇಜಿನಲ್ಲಿ ಸಹ ಪ್ರಾಧ್ಯಾಪಕರಾಗಿದ್ದಾರೆ. ಬೆಂಗಳೂರಿನಲ್ಲಿ ವಾಸ.

#6. ಮೊದಲ ತಂಗಿ ದಿವಂಗತ ವಿಜಯಲಕ್ಷ್ಮಿ (ವಿಜಯ ರಮೇಶ್): 1957ರಲ್ಲಿ ಜನನ. ವಸ್ತ್ರವಿನ್ಯಾಸದಲ್ಲಿ ಡಿಪ್ಲೊಮೋ ಮಾಡಿದ್ದವಳು. ಉತ್ತಮ ಗೃಹಿಣಿ ಹಾಗೂ ಪಾಕತಜ್ಞೆ, ದುರದೃಷ್ಟವಶಾತ್ 2015ರ ಫೆಬ್ರವರಿಯಲ್ಲಿ H1NI ಸೋಂಕಿನಿಂದ ತೀರಿಕೊಂಡಳು.

#7. ಎರಡನೆಯ ತಂಗಿ ಕೆ.ಎನ್. ಉಮಾದೇವಿ (ಉಮಾ ಕೂದವಳ್ಳಿ): 66 ವರ್ಷ. ಬಿ.ಎಸ್ಸಿ. ರಕ್ಷಣಾ ಲೆಕ್ಕಪತ್ರ ಇಲಾಖೆಯಲ್ಲಿ ಹಿರಿಯ ಲೆಕ್ಕಪರಿಶೋಧಕಿಯಾಗಿ ನಿವೃತ್ತಳು. ಪತಿ ಅನಿಲ್ ಕುಮಾರ್ ಸ್ವಯಂ ಉದ್ಯಮಿಯಾಗಿದ್ದವರು. ಬೆಂಗಳೂರಿನ ಬನಶಂಕರಿ ಮೂರನೇ ಹಂತದಲ್ಲಿ ವಾಸ.

#8. ಕೊನೆಯ ತಮ್ಮ ಕೆ.ಎನ್. ಬದರೀನಾಥ್: 59 ವರ್ಷ. ಬಿ.ಎಸ್ಸಿ. ಪತ್ರಕರ್ತನಾಗುವ ಹಂಬಲವಿದ್ದರೂ ಸಾಧ್ಯವಾಗದೆ, ಬೆಂಗಳೂರಿನ ಪ್ರಸಿದ್ಧ ಲೆಕ್ಕಪರಿಶೋಧಕರ ಸಂಸ್ಥೆಯಲ್ಲಿ ಉದ್ಯೋಗ. ನಿಸರ್ಗ ಬಡಾವಣೆಯಲ್ಲಿ ಪತ್ನಿ ಸುಮಾ ಹಾಗೂ ಪುತ್ರ ಪವನ್ ಜೊತೆಗೆ ವಾಸ.

ಇದು ನಮ್ಮ ಕುಟುಂಬ ಸದಸ್ಯರ ವಿವರ. ಎಲ್ಲರನ್ನೂ ದಡ ಸೇರಿಸಲು ತಂದೆ-ತಾಯಿಗಳಿಗೆ ಸಾಧ್ಯವಾದದ್ದೇ ಒಂದು ಪವಾಡವೆನ್ನಿಸುತ್ತದೆ.

ಕವಿನೆನಪು
45

ಊರಿಗೆ ಊರೇ ಹಸೆಯಲಿ ನಿಂತರೆ..

ನಾನು ನಮ್ಮ ಬ್ಯಾಂಕಿನ ಮಂಡ್ಯ ಶಾಖೆಯಲ್ಲಿ ಕೆಲಸ ಮಾಡುತ್ತಿದ್ದಾಗ ಒಮ್ಮೆ ಸ್ಥಳೀಯ ನ್ಯಾಯಾಲಯದಲ್ಲಿ ಬ್ಯಾಂಕ್ ಸಾಲ ಪ್ರಕರಣದಲ್ಲಿ ಸಾಕ್ಷಿ ನುಡಿಯಬೇಕಾದ ಪ್ರಸಂಗದಲ್ಲಿ ಕಟಕಟೆಯಲ್ಲಿ ನನ್ನ ಹೆಸರು ವಯಸ್ಸು, ಹಾಗೂ ತಂದೆಯ ಹೆಸರು ಹೇಳುತ್ತಿರುವಾಗ ಬ್ಯಾಂಕ್‌ನ ವಕೀಲರು, "ಮಹಾಸ್ವಾಮಿ, ಇವರು ಪ್ರಸಿದ್ಧ ಕವಿ ಕೆಎಸ್‌ನ ಅವರ ಮಗ" ಎಂದು ತಿಳಿಸಿದರು. ಆಗ ನ್ಯಾಯಾಧೀಶರು ಕಲಾಪದ ಶಿಷ್ಟಾಚಾರದ ನಡುವೆಯೂ, "ಸಂತೋಷ. ನಾನು ಅವರ ಅಭಿಮಾನಿ. ಅವರಿಗೆ ನನ್ನ ನಮಸ್ಕಾರ ತಿಳಿಸಿ" ಎಂದರು.

ನಾನು ಆ ಶಾಖೆಯಲ್ಲಿದ್ದ ಮೂರು ವರ್ಷವೂ ಅಲ್ಲಿನ ಜನ ನನ್ನನ್ನು ಗುರುತಿಸುತ್ತಿದ್ದುದು, "ನಮ್ಮ ಜಿಲ್ಲೆಯ ಕವಿ ಕೆಎಸ್‌ನ ಅವರ ಮಗ" ಎಂದೇ.

ಕೆ.ಆರ್. ನಗರದ ಸಾಹಿತ್ಯ ಸಂಘಟಕ, ಸಮಾಜಸೇವಕ ಹಾಗೂ ನನ್ನ ಆತ್ಮೀಯ ಮಿತ್ರ ಡಾ. ಭೇರ್ಯ ರಾಮಕುಮಾರ್ ಅವರು ಪ್ರತಿವರ್ಷ ಕೆಎಸ್‌ನ ಸ್ಮಾರಕ ರಾಜ್ಯಮಟ್ಟದ ಕವನ ಸ್ಪರ್ಧೆ ಏರ್ಪಡಿಸಿ ಮೈಸೂರಿನಲ್ಲಿ ಭಾರಿ ಪ್ರಶಸ್ತಿ ವಿತರಣಾ

ಸಮಾರಂಭ ಏರ್ಪಡಿಸುತ್ತಾರೆ. ನಾನೂ ಬಿಡುವಿದ್ದಾಗಲೆಲ್ಲ ಕಾರ್ಯಕ್ರಮದಲ್ಲಿ ತಪ್ಪದೆ ಭಾಗವಹಿಸುತ್ತೇನೆ. ಸಭಾ ಕಾರ್ಯಕ್ರಮ ಮುಗಿದ ನಂತರ ರಾಜ್ಯದ, ಹೊರನಾಡಿನ ಮೂಲೆಮೂಲೆಗಳಿಂದ ಬಂದ ಉದಯೋನ್ಮುಖ ಕವಿ, ಕವಯತ್ರಿಯರು ನನ್ನೊಂದಿಗೆ ಸೆಲ್ಫಿ ತೆಗೆಸಿಕೊಳ್ಳಲು ಮುನ್ನುಗ್ಗುತ್ತಾರೆ. ನಾನು ಬಹಳ ಸಂಕೋಚದಿಂದ, “ನನ್ನ ಜತೆ ಫೋಟೊ ಏಕೆ? ನಾನು ಆ ಕವಿಯಲ್ಲ” ಎನ್ನುತ್ತೇನೆ. ಅದಕ್ಕೆ ಉತ್ತರವಾಗಿ ಒಮ್ಮೆ ಒಬ್ಬ ಮಹಿಳಾಮಣಿ, “ಅಯ್ಯೋ, ನಿಮ್ಮ ಫೋಟೊ ಯಾರಿಗೆ ಬೇಕು? ನಾನು ನಿಮ್ಮ ಮೂಲಕ ಕಾಣುತ್ತಿರುವುದು ನಿಮ್ಮ ತಂದೆಯವರನ್ನು” ಎಂದು ನಿಜದರ್ಶನ ಮಾಡಿಸಿದಳು. ಹೌದು. ಅದಲ್ಲವೇ ವಾಸ್ತವ!

ಒಮ್ಮೆ ವಿನಾಯಕ ಹೆಸರಿನ ಒಬ್ಬ ಪೋಲಿಸ್ ಪೇದೆ ರಸ್ತೆ ಮಧ್ಯೆ ಕೆಟ್ಟು ಹೋದ ತನ್ನ ಸೈಕಲ್ ಅನ್ನು ಫುಟ್‌ಪಾತ್‌ಗೆ ಒರಗಿಸಿಕೊಂಡು ರಿಪೇರಿ ಮಾಡುತ್ತಿದ್ದಾಗ, ನಿಮಿಷಕ್ಕೊಬ್ಬರು ಬಂದು “ನಮಸ್ಕಾರ ವಿನಾಯಕ” ಎಂದೋ, “ಕಾಪಾಡು ವಿನಾಯಕ” ಎಂದು ವಂದಿಸಿ ಹೋಗುತ್ತಿದ್ದರಂತೆ. ಇವನಿಗೋ ಬಲು ಸಂತೋಷ. ತನ್ನ ಹುದ್ದೆ ಬಗ್ಗೆ, ತನ್ನ ಬಗ್ಗೆ ಹೆಮ್ಮೆ ಪಡುತ್ತಿದ್ದನಂತೆ. ನಮಸ್ಕಾರಗಳ ಹಾವಳಿ ವಿಪರೀತವಾದಾಗ ಒಬ್ಬನಿಗೆ, “ನನ್ನ ಸೈಕಲ್ ರಿಪೇರಿ ಮಾಡಲು ಬಿಡಿ. ಈ ನಮಸ್ಕಾರ ಸಾಕಾಯಿತು” ಎಂದು ಬೇಡಿದನಂತೆ. ಅದಕ್ಕೆ ಅವನು, “ನಿನಗ್ಯಾರು ನಮಸ್ಕಾರ ಮಾಡಿದ್ದು ಹಿಂದೆ ತಿರುಗಿ ನೋಡು” ಎಂದನಂತೆ.

ಹಿಂದೆ ತಿರುಗಿ ನೋಡಿದಾಗ ಅಲ್ಲೊಂದು ಪುಟ್ಟ ಗಣಪತಿಯ ಗುಡಿ ಇತ್ತಂತೆ. ಇದುವರೆಗಿನ ನಮಸ್ಕಾರವೆಲ್ಲ ಸಂದಿದ್ದು ಗಣಪತಿಗೆ. ನಮ್ಮ ಕುಟುಂಬದವರ ಪರಿಸ್ಥಿತಿಯೂ ಹಾಗೇ.

ಪರಿಚಯವಾದ ಪ್ರತಿಯೊಬ್ಬರೂ ಕೇಳುವ ಮೊದಲ ಪ್ರಶ್ನೆ, “ನೀವೂ ಬರೆದಿದ್ದೀರಾ? ಕವನಸಂಕಲನ ಹೊರತಂದಿದ್ದೀರಾ?” ಎಂದೆ. ಹಿಂದೆ ಕವನ ಸಂಕಲನ ಹೊರತರದಿದ್ದ ದಿನಗಳಲ್ಲಿ ಒಮ್ಮೆ ಉತ್ತರವಾಗಿ ನಾನು, “ಊರಿಗೆ ಊರೇ ಹಸೆಯಲಿ ನಿಂತರೆ, ಆರತಿ ಬೆಳಗಲು ಜನರೆಲ್ಲಿ” ಎಂಬ ಹಿಂದಿನ ಸಾಲಿನ ಹುಡುಗರು ಪದ್ಯದ ಸಾಲನ್ನು ಹೀಗೆ ಪ್ರಶ್ನೆ ಕೇಳಿದ ಒಬ್ಬರಿಗೆ ಹೇಳಿದೆ. ಅವರಿಗೆ ಸ್ವಲ್ಪ ಬೇಸರವಾಯಿತು.

ಸಾಹಿತ್ಯ ಮಾರ್ಗದರ್ಶನದಲ್ಲಿ ನನ್ನ ಹಿರಿಯಕ್ಕನಂತಿರುವ ಡಾ. ಲತಾ ರಾಜಶೇಖರ್ ಒಮ್ಮೆ, “ನಿಮ್ಮ ಕೃತಿಗಳನ್ನೂ ಹೊರತರಬೇಕು ಮಹಾಬಲ. ಆಗಲೇ ಈ ನಾಮ ಪ್ರಭಾವದಿಂದ ತಪ್ಪಿಕೊಳ್ಳಲು ಸಾಧ್ಯ” ಎಂದಿದ್ದರು.

ನಮ್ಮ ತಂದೆಯವರಿಗೂ ಇದೇ ರೀತಿ ಪ್ರಶ್ನೆ ಎದುರಾಗುತ್ತಿತ್ತು. "ನಿಮ್ಮ ಮಕ್ಕಳಲ್ಲಿ ಯಾರಿಗಾದರೂ ಸಾಹಿತ್ಯಾಸಕ್ತಿ ಇದೆಯೇ?" ಎಂದು ಸಂದರ್ಶಕರು ಪ್ರಶ್ನಿಸುವುದು ಸರ್ವೇಸಾಧಾರಣವಾಗಿತ್ತು.

ಅಶ್ಚರ್ಯವೆಂದರೆ ಬಿ.ಆರ್. ಲಕ್ಷ್ಮಣರಾವ್ ಅವರು 'ಸುಧಾ' ವಾರಪತ್ರಿಕೆಗೆ ನಮ್ಮ ತಂದೆಯವರ ಸಂದರ್ಶನ ಮಾಡುತ್ತಾ ಇದೇ ಪ್ರಶ್ನೆ ಕೇಳಿದಾಗ, "ಬ್ಯಾಂಕಿನಲ್ಲಿ ಕೆಲಸದಲ್ಲಿರುವ ನನ್ನ ಮೂರನೇ ಮಗ ಮಹಾಬಲ, ಸಾಹಿತ್ಯಾಸಕ್ತ" ಎಂದಿದ್ದರು.

ನಿಧನರಾಗಿ ಇಪ್ಪತ್ತು ವರ್ಷಗಳಾದರೂ ಇನ್ನೂ ತಂದೆಯವರ ನಾಮದ ಪ್ರಭಾವಳಿ ಇಷ್ಟು ಪ್ರಖರವಾಗಿರುವುದು ಅಚ್ಚರಿಯ ಹಾಗೂ ಅಭಿಮಾನದ ಸಂಗತಿಯಾಗಿದೆ. ನಾವು ಅದರಿಂದ ಹೊರಬರುವ ಯತ್ನಗಳನ್ನು ನಮ್ಮ ಪ್ರತಿಭೆ, ಪರಿಶ್ರಮಗಳ ಮೂಲಕವೇ ಮಾಡಬೇಕಾಗಿದೆ.

ಕವಿನೆನಪು

46

ಇದು ಸ್ಪೆಷಲ್ ಬರ್ತ್ ಡೇ

"ಇವರ ಹುಟ್ಟುಹಬ್ಬವನ್ನು ದೇಶಾದಾದ್ಯಂತ ಆಚರಿಸಲಾಗುತ್ತದೆ. ಏಕೆಂದರೆ ಇವರು ಹುಟ್ಟಿದ್ದು ಜನವರಿ 26" ಎಂದು ಪ್ರೊ. ಎಚ್ಚೆಸ್ಕೆಯವರು 'ಸುಧಾ' ವಾರಪತ್ರಿಕೆಯ 'ವಾರದ ವ್ಯಕ್ತಿ' ಅಂಕಣದಲ್ಲಿ ಕೆಎಸ್‌ನ ಅವರನ್ನು ಕುರಿತು ಬರೆದ ಲೇಖನದ ಮೊದಲ ಸಾಲು.

ಹೌದು. ಇಂಗ್ಲಿಷ್ ಪಂಚಾಂಗದ ಪ್ರಕಾರ ಅಂದು ನಮ್ಮ ತಂದೆಯವರ ಹುಟ್ಟಿದ ದಿನ. ಆ ದಿನ ನಮ್ಮ ಕುಟುಂಬ ವಲಯದಲ್ಲಿ ಸಂಭ್ರಮದ ಸಂಚಲನವನ್ನು ಉಂಟು ಮಾಡುತ್ತಿದುದು ನಿಜ. ನಾವು ಉದ್ಯೋಗನಿಮಿತ್ತ ಬೇರೆ ಬೇರೆ ಊರುಗಳಲ್ಲಿ ಇದ್ದ ಸಂದರ್ಭಗಳಲ್ಲೂ ಆ ದಿನ ಬೆಂಗಳೂರಿಗೆ ಬರುವ ಪ್ರಯತ್ನ ಮಾಡುತ್ತಿದ್ದೆವು. ಸಂಭ್ರಮಾಚರಣೆಗಳ ಬಗ್ಗೆ ಎಂದೂ ಅಷ್ಟಾಗಿ ತಲೆಕೆಡಿಸಿಕೊಳ್ಳದ ನಮ್ಮ ತಂದೆ ತಮ್ಮ ಚಿಪ್ಪಿನಿಂದ ಹೊರಬಂದು ಲವಲವಿಕೆಯಿಂದ ಇರುತ್ತಿದ್ದ ದಿನವದು.

ಅಮ್ಮನಿಗೆ ಅಂದು ಬೆಳಿಗ್ಗೆ ಮತ್ತು ಸಾಯಂಕಾಲ ಎರಡು ಬಾರಿ ಉಪಹಾರ ತಯಾರಿಸುವ ಲಗುಬಗೆಯ ಕಾಯಕ. ನಮ್ಮ ಅಕ್ಕಂದಿರು, ತಂಗಿಯರು ಮತ್ತು ಮನೆ ಸೊಸೆಯರ ಸಹಾಯ ಇದ್ದೇ ಇರುತ್ತಿತ್ತು. ಒಂದು ರೀತಿಯಲ್ಲಿ ಆ ದಿನ ನಮ್ಮ ಕುಟುಂಬದ ಸ್ನೇಹಮಿಲನದ ದಿನವು ಹೌದು.

ತಂದೆಯವರು ಅಂದು ಎಲ್ಲರಿಗಿಂತ ಮೊದಲೇ ಸ್ನಾನ ಮಾಡಿ, ಬಿಳಿ ಜುಬ್ಬಾ, ಬಿಳಿ ಪಂಚೆ ಧರಿಸಿ, ಒಂದು ಕೈಯಲ್ಲಿ ನಶ್ಯದ ಚಿಟಿಕೆ ಹಿಡಿದು ಹಾಲ್‌ನಲ್ಲಿದ್ದ ದಿವಾನದ ಮೇಲೆ ಕುಳಿತುಕೊಳ್ಳುತ್ತಿದ್ದರು. ಪಕ್ಕದಲ್ಲಿ ತನಗೆ ಯಾವುದೇ ಕೆಲಸವಿಲ್ಲದಿದ್ದರೂ ವಿರಾಜಮಾನವಾಗಿರುತ್ತಿದ್ದ ಆ ಚರಿತ್ರಾರ್ಹ ವಾಕಿಂಗ್ ಸ್ಟಿಕ್. ಆ ದಿನ ಯಾವ ಆಹ್ವಾನ ನೀಡದಿದ್ದರೂ ಒಬ್ಬೊಬ್ಬರಾಗಿ ಅಥವಾ ತಂಡಗಳಲ್ಲಿ ಕಾವ್ಯಮಿತ್ರರು ಹಾಗೂ ಹಿತೈಷಿಗಳು ಬಂದು ಶುಭ ಹಾರೈಸುತ್ತಿದ್ದರು.

ಅಮ್ಮ ಆಗಾಗ್ಗೆ ಅಡುಗೆಮನೆಯಿಂದ ಹೊರಬಂದು ಅಪ್ಪನ ಕೈಲಿದ್ದ ನಶ್ಯದ ಬಗ್ಗೆ ಜರಿದು, "ನಿಮ್ಮ ತಲೆ ಕೆದರಿದೆ, ಬಂದವರು ಏನೆಂದುಕೊಂಡಾರು" ಎನ್ನುತ್ತ ತಲೆ ಬಾಚಿ ಒಳಗೆ ಹೋಗುತ್ತಿದ್ದರು.

"ಲೇ, ಶಿವರುದ್ರಪ್ಪ ಬಂದರು", "ವ್ಯಾಸ ಬಂದ", "ನಾಗಾಭರಣ ಬಂದರು", "ಭಟ್ಟರು ಬಂದರು" ಎಂದು ಅಪ್ಪ ಅಡುಗೆಮನೆಯತ್ತ ದಿಟ್ಟಿಸಿ ಉತ್ಸಾಹದಿಂದ ಹೇಳುತ್ತಿದ್ದಾಗ ಅಮ್ಮ ಹೊರಬಂದು ಅವರೊಡನೆ ಉಭಯ ಕುಶಲೋಪರಿ ನಡೆಸಿ ಉಪಹಾರದ ವ್ಯವಸ್ಥೆಗೆ ಮುಂದಾಗುತ್ತಿದ್ದರು.

"ಲೋ, ಇವತ್ತು ಹೊರಗಡೆ ಎಲ್ಲೂ ಹೋಗಬೇಡ, ಮನೇಲಿ ಕೆಲಸ ಇರುತ್ತೆ" ಎಂಬ ಎಚ್ಚರಿಕೆ ನನಗೆ. ಆ ಸಂದರ್ಭದಲ್ಲಿ ನಾನು ಅವರ ಜತೆ ನೀಡುವುದನ್ನು ಮರೆಯುತ್ತಿರಲಿಲ್ಲ.

ರಾತ್ರಿ ಹತ್ತು ಗಂಟೆಯವರೆಗೂ ಇದೇ ಸಂಭ್ರಮ. ಮನೆ ತುಂಬ ಹಣ್ಣು, ಒಣಹಣ್ಣು, ಗಂಧದ ಹಾರ, ಮಲ್ಲಿಗೆ ಹಾರಗಳದ್ದೇ ದರ್ಬಾರು. ಆ ಹಣ್ಣುಗಳಲ್ಲೇ ರಸಾಯನ ಮಾಡಿ ಸಾಯಂಕಾಲ ಬಂದವರಿಗೆ ನೀಡಿ, ಉಳಿದಿದ್ದನ್ನು ಬೀದಿಯವರಿಗೆ ಹಂಚಿಬಿಡುತ್ತಿದ್ದೆವು. ಮನೆಗೆಲಸದವಳೂ ಅಂದು ಅಭಿಮಾನದಿಂದ ದಿನಪೂರ್ತಿ ಇದ್ದು ತಟ್ಟೆ, ಲೋಟಗಳ ಶುಚಿಗೆ ಸಹಕರಿಸುತ್ತಿದ್ದಳು.

ಒಮ್ಮೆ ನಮ್ಮ ಪಕ್ಕದ ಮನೆಯಲ್ಲಿ ವಾಸವಾಗಿದ್ದ ಶಾಮಸುಂದರ ಕಥಾವಟೆ ಎಂಬ ಕೃಷಿ ಇಲಾಖೆಯ ನಿವೃತ್ತ ಅಧಿಕಾರಿ ತಮ್ಮ ಸುಂದರ ಕೈಬರಹದಲ್ಲಿ, ಬಣ್ಣಬಣ್ಣದ ಶಾಯಿ ಬಳಸಿ ಒಂದು ಆಕರ್ಷಕ ಶುಭಾಶಯ ಪತ್ರ ಬರೆದು ತಂದು, ವಾಚಿಸಿ ನಮ್ಮ ತಂದೆಗೆ ಅರ್ಪಿಸಿ, "ನಿಮ್ಮ ನೆರೆಯಲ್ಲಿರುವುದು ನಮ್ಮ ಭಾಗ್ಯ" ಎಂದದ್ದು ಹೃದಯಸ್ಪರ್ಶಿಯಾಗಿತ್ತು.

ಇಂದು ಆ ಜೀವಂತ ಕ್ಷಣಗಳ ವೈಭವ ಇಲ್ಲದಿದ್ದರೂ, ನಾಡಿನ ಜನ ಜನವರಿ 26ರಂದು ಕವಿಯ ಸವಿಸ್ಮರಣೆಯನ್ನು ಸಮಾರಂಭ ಏರ್ಪಡಿಸುವ ಮೂಲಕ ಆಚರಿಸುತ್ತಿದ್ದಾರೆ. ಆಹ್ವಾನವಿದ್ದೆಡೆ ನಾನೂ ಅಂಥ ಸಮಾರಂಭದಲ್ಲಿ ಭಾಗವಹಿಸಿ ನಮ್ಮ ಕುಟುಂಬ ವರ್ಗದ ಪರವಾಗಿ ಅವರಿಗೆ ಕೃತಜ್ಞತೆಗಳನ್ನು ಸಲ್ಲಿಸುತ್ತೇನೆ.

ಕವಿನೆನಪು

47

ನನ್ನ ಮನಿ ಒಳಗೇ ಇದ್ದಾರೆ

1976ರ ಡಿಸೆಂಬರ್‌ನಲ್ಲಿ ಶಿವಮೊಗ್ಗೆಯಲ್ಲಿ ನಡೆದ ಅಖಿಲ ಭಾರತ ಕನ್ನಡ ಸಾಹಿತ್ಯ ಸಮ್ಮೇಳನದಲ್ಲಿ ಭಾಗವಹಿಸುವ ಸುದೈವ ನನಗೆ ದೊರಕಿತ್ತು. ಅಧ್ಯಕ್ಷತೆ ವಹಿಸಿದ್ದವರು ಕನ್ನಡದ ವಿಮರ್ಶಕ 'ಹೆಗ್ಗಡೆ' ಎಂಬ ಕೀರ್ತಿಗೆ ಪಾತ್ರರಾಗಿದ್ದ ಪ್ರೊ. ಎಸ್.ವಿ. ರಂಗಣ್ಣನವರು.

ಸಾಮಾನ್ಯವಾಗಿ ಇಂಥ ಸಮ್ಮೇಳನಗಳಿಗೆ ನಮ್ಮ ತಂದೆಯವರ ಜತೆ ನಮ್ಮ ತಾಯಿ ಹೋಗುತ್ತಿದ್ದುದು. ಆ ಬಾರಿ ಏನೋ ಕಾರಣದಿಂದ ನಮ್ಮ ತಾಯಿ ಬರುವುದಿಲ್ಲವೆಂದು ಹೇಳಿ, ಅವರ ಬದಲು ನನ್ನನ್ನು ಕರೆದುಕೊಂಡು ಹೋಗಲು ಶಿಫಾರಸು ಮಾಡಿದರು.

ನಮ್ಮ ಅಪ್ಪ ಒಲ್ಲದ ಮನಸ್ಸಿನಿಂದ ಒಪ್ಪಿದರು. ಅದರ ಹಿಂದಿನ ತಿಂಗಳಷ್ಟೇ 'ತೆರೆದ ಬಾಗಿಲು' ಸಂಕಲನ ಬಿಡುಗಡೆಯಾಗಿತ್ತು. ಆಗ ಕರ್ಣಾಟಕ ಬುಕ್ ಸ್ಟಾಲ್ ನಡೆಸುತ್ತಿದ್ದ ಡಾ. ಸುಮತೀಂದ್ರ ನಾಡಿಗರು ತಮ್ಮ ಸ್ಟಾಲ್‌ನಲ್ಲಿ ಈ ಪುಸ್ತಕ

ಮಾರಾಟದ ವ್ಯವಸ್ಥೆ ಮಾಡಿದ್ದರು. ಬೇಕಾದರೆ ಅವರಿಗೆ ಸಹಾಯ ಮಾಡುತ್ತೇನೆ ಎಂದೆ.

"ಏನೂ ಅಗತ್ಯವಿಲ್ಲ. ಅವನೇ ಎಲ್ಲಾ ನೋಡಿಕೊಳ್ಳುತ್ತಾನೆ" ಎಂದು ತೀರ್ಮಾನ ನೀಡಿದಂತೆ ನುಡಿದರು ನಮ್ಮ ತಂದೆ.

ಸಮ್ಮೇಳನದ ಸ್ವಾಗತಕಾರರು ನನ್ನ ಹೆಸರೂ ನೊಂದಾಯಿಸಿಕೊಂಡು, ಊಟ, ಉಪಹಾರ, ಕಾಫಿ ಕೂಪನ್ ಇದ್ದ ಎರಡು ಪುಸ್ತಕಗಳನ್ನು ನೀಡಿದರು. ಅದರಲ್ಲಿ ಒಂದನ್ನು ಅಪ್ಪ ನನ್ನ ಕೈಗಿತ್ತರು. ಅಷ್ಟೇ ಅಲ್ಲ, ಅಲ್ಲಿ ಬಂದ ಕೆ.ವಿ. ಸುಬ್ಬಣ್ಣ ಅವರೊಂದಿಗೆ ಮಾತನಾಡುತ್ತ ಅಲ್ಲಿಂದ ಚದುರಿದರು.

ನಾನು ಸಾಮಾನ್ಯವಾಗಿ ಏಕಾಂತಪ್ರಿಯ. ಯಾರಾದರೂ ಜತೆಯಲ್ಲಿ ಇದ್ದಾಗಲೂ ಈ ಏಕಾಂತ ವ್ರತ ಸಾಧಿಸಹೊರಟು ಅವರಿಂದ (ವಿಶೇಷವಾಗಿ ನನ್ನ ಹೆಂಡತಿಯಿಂದ) ಬೈಸಿಕೊಳ್ಳುವುದು ಉಂಟು. ಅಲ್ಲೇ ಒಂದು ಆಯಕಟ್ಟಿನ ಜಾಗದ ಕುರ್ಚಿ ನೋಡಿ ಕುಳಿತೆ.

ಸ್ವಲ್ಪ ಹೊತ್ತಿನ ನಂತರ ಇಬ್ಬರು ತರುಣರು ಒಂದು ಪಕ್ಕದಲ್ಲಿ ಕೂತರು. ನಡೆ, ನುಡಿ, ವೇಷ, ಭೂಷಣ ಎಲ್ಲಾ ಅವರು ಉತ್ತರ ಕರ್ನಾಟಕದವರೆಂದು ಸೂಚಿತವಾಗುತ್ತಿತ್ತು. ನನ್ನತ್ತ ತಿರುಗಿ, ವಿವರಗಳನ್ನು ತಿಳಿದುಕೊಂಡರು. ಒಬ್ಬನು ತನ್ನ ಹೆಸರನ್ನು ಎಡ್ವರ್ಡ್ ಚಿಲ್ಲಾಳನೆಂದೂ, ಮತ್ತೊಬ್ಬ ತನ್ನನ್ನು ಶಿವಾನಂದ ಜಿತೂರಿ ಎಂದೂ ಪರಿಚಯಿಸಿಕೊಂಡರು. ಎಡ್ವರ್ಡ್ ಚಿಲ್ಲಾಳ 'ಕರ್ಮವೀರ', 'ಕಸ್ತೂರಿ' ಮುಂತಾದ ಉತ್ತರ ಕರ್ನಾಟಕ ನೆಲೆಯ ಪತ್ರಿಕೆಗಳಿಗೆ ಚಿಕ್ಕಚಿಕ್ಕ ರಸವಾರ್ತೆ, ಸುದ್ದಿ ಸ್ವಾರಸ್ಯ ಮುಂತಾದ ಲೇಖನ ಕಳುಹಿಸಿ, ಹಲವು ಪ್ರಕಟಣೆಯೂ ಆಗಿದ್ದವು. ಶಿವಾನಂದ ಜಿತೂರಿಯ ಸಾಹಿತ್ಯಾಸಕ್ತಿಯೂ ಕಡಿಮೆಯೇನಲ್ಲ. ತಮ್ಮ ಗೆಳೆಯ ಸರಜೂ ಕಾಟಕರ, ಕೆಎಸ್‌ನ ಅಧ್ಯಕ್ಷತೆಯಲ್ಲಿ ನಡೆಯಲಿರುವ ಕವಿಗೋಷ್ಠಿಯಲ್ಲಿ ಕವನ ಓದುವ ಬಗ್ಗೆ ಹೆಮ್ಮೆಯಿಂದ ತಿಳಿಸಿದರು.

'ನಿಂದೇನಪಾ ಸಾಹಿತ್ಯ ಸೇವೆ?' ಚಿಲ್ಲಾಳನ ಪ್ರಶ್ನೆ. ಇಷ್ಟು ಬೇಗ ಏಕವಚನಕ್ಕೆ ತಿರುಗಿತೇ ಸ್ನೇಹ ಎಂದು ಸಂತಸಪಟ್ಟೆ, ನನ್ನ ಸಾಹಿತ್ಯಾಸಕ್ತಿ ಬಗ್ಗೆ ಹೇಳಿದೆ. ಅದೇಕೋ ನನ್ನ ಅಪ್ಪನ ಪ್ರವರ ತಿಳಿಸದಿರಲು ನಿರ್ಧರಿಸಿದ್ದೆ.

ಈ ಆಕ್ರಮಣಶೀಲ ಜನರ ಸತ್ಸಂಗದಲ್ಲಿ ಮೂರು ದಿನ ಕಳೆದಿದ್ದೇ ಗೊತ್ತಾಗಲಿಲ್ಲ. ಒಟ್ಟಿಗೇ ಊಟ, ತಿಂಡಿ, ಕಾಫಿ. "ಸಾಯಂಕಾಲ ಯಾವುದಪ್ಪಾ ನಿನ್ನ ಬಿಡಾರ?" ಎಂದು ಮೊದಲ ದಿನ ಕೇಳಿದರು. "ಇಲ್ಲೇ ದುರ್ಗಾ ಲಾಡ್ಜ್ ಹತ್ತಿರ ನಮ್ಮ ಚಿಕ್ಕಮ್ಮನ ಮನೆ ಇದೆ. ಅಲ್ಲಿಗೆ ಹೋಗ್ತೀನಿ" ಎಂದೆ.

ಆದರೆ ಹೋಗುತ್ತಿದ್ದುದು ದುರ್ಗಾ ಲಾಡ್ಜ್‌ಗೇ. ಆ ಹೋಟೆಲು. ರಂ.ಶ್ರೀ. ಮುಗಳಿ, ಎಸ್.ವಿ. ಪರಮೇಶ್ವರಭಟ್ಟ, ಬಿ.ಎ. ಇದಿನಬ್ಬ, ನಮ್ಮ ತಂದೆ ಇಂಥ ಸಾರಸ್ವತ ಗಣ್ಯರಿಂದಲೇ ತುಂಬಿಹೋಗಿತ್ತು.

ಕವಿಗೋಷ್ಠಿಯೂ ಅತ್ಯಂತ ಯಶಸ್ವಿಯಾಗಿ ನಡೆಯಿತು. ಕತೆಗಾರ್ತಿ ವೈದೇಹಿ ಗೋಷ್ಠಿಯ ನಿರ್ವಹಣೆಯ ಜವಾಬ್ದಾರಿ ಹೊತ್ತಿದ್ದರು. ದಲಿತ ಕವಿ ಸಿದ್ಧಲಿಂಗಯ್ಯನವರ, "ಇಕ್ರಲಾ, ವದೀರ್ಲಾ" ಪದ್ಯವಾಚನ ಬಹಳ ಪರಿಣಾಮಕಾರಿಯಾಗಿತ್ತು. ಅವರು ಪದ್ಯವಾಚನ ಮುಗಿಸಿ ತಮ್ಮ ಸ್ಥಾನಕ್ಕೆ ವಾಪಸ್ಸು ಬಂದು ಕುಳಿತಾಗ ಎಸ್.ವಿ. ಪರಮೇಶ್ವರ ಭಟ್ಟರು ಎದ್ದು ಹೋಗಿ ಮೆಲುನಗೆಯಿಂದ ಸಿದ್ಧಲಿಂಗಯ್ಯನವರಿಗೆ ಹಸ್ತಲಾಘವ ಮಾಡಿ ಮೆಚ್ಚುಗೆ ವ್ಯಕ್ತಪಡಿಸಿದರು. ಇದನ್ನು ಕಂಡು ನೆರೆದಿದ್ದ ಹತ್ತು ಸಾವಿರ ಸಾಹಿತ್ಯಾಸಕ್ತರಲ್ಲಿ ವಿಶೇಷ ಸಂಚಲನ ಉಂಟಾಯಿತು.

ಸರಜೂ ಕಾಟಕರ ಪದ್ಯವಾಚನ ಮಾಡಲು ಬಂದಾಗ ಗೆಳೆಯರಿಬ್ಬರೂ ಜೋರಾಗಿ ಸೀಟಿ ಹಾಕಿ ಹುರಿದುಂಬಿಸಿದರು. "ನೀನೂ ಸೀಟಿ ಹಾಕಲೆ, ನಮ್ ಉತ್ತರ ಕರ್ನಾಟಕದ ಮಂದಿ ಅಂದ್ರ ನಿಮಗೆ ಕಿಮ್ಮತ್ತಿಲ್ಲೇನು?" ಎಂದು ಜಬರಿಸಿದರು. "ಸೀಟಿ ಹೊಡೆಯೋಕ್ಕೆ ಬರಲ್ಲ" ಎಂದೆ. "ಬರಲ್ಲಾ ಮತ್ತ, ನೀ ಎದಕ್ಕ ಸಾಲಿ, ಕಾಲೇಜಿಗೆ ಹೋದೆ ಮತ್ತೆ?" ಎಂದು ತಮಾಷೆ ಮಾಡಿದರು.

ಎಲ್ಲರ ಕವಿತಾ ವಾಚನ, ಅಧ್ಯಕ್ಷ ಭಾಷಣ ಮುಗಿದು ಕವಿಗೋಷ್ಠಿ ಸಮಾಪನಗೊಂಡಿತು. ವೇದಿಕೆಯ ಕೌರವನ ಒಡ್ಡೋಲಗದ ಸದಸ್ಯರೆಲ್ಲ ಪ್ರೇಕ್ಷಕ ವರ್ಗದ ಮುಂದಿನ ಸಾಲಿಗೆ ಸ್ಥಾನಾಂತರಗೊಂಡರು.

ಇದ್ದಕ್ಕಿದ್ದಂತೆ ಚಿಲ್ಲಾಳ ಹಾಗೂ ಜಿತೂರಿ ದಢಬಢ ಎದ್ದು, "ಅಲ್ನೋಡಲೆ, ಕೆಎಸ್‌ನ... ನಶ್ಯ ಹಾಕ್ಕೋತಾ ಒಬ್ಬರೇ ಕುಂತಾರೆ. ಆಟೋಗ್ರಾಫ್ ತೊಗೊಳೋಣ, ಬಾ" ಎಂದು ತಾವು ಕೊಂಡಿದ್ದ 'ಮೈಸೂರ ಮಲ್ಲಿಗೆ' ಪುಸ್ತಕ ಹಿಡಿದು ಹೊರಟರು.

"ನೀನೂ ಬಾರಪಾ, ಪ್ರತ್ಯೇಕ ಹೇಳಬೇಕೇನು" ಎಂದ ಜಿತೂರಿ.

"ಸಿಕ್ತಾರೆ, ಬಿಡಪ್ಪ, ಏನ ಅರ್ಜೆಂಟು" ಎಂದೆ. "ಏನೂ, ಅಷ್ಟು ದೊಡ್ಡ ಬೆಂಗಳೂರಾಗ ನೀ ಅವರ ಮನೆ ಪತ್ತೆ ಮಾಡ್ತೀ? ನಿಮ್ ಮನಿ ಹತ್ರ ಅದಾರೇನು?" ಏಕೋ ಅವನು ಬಿಡುವಂತೆ ತೋರಲಿಲ್ಲ.

"ಮನಿ, ಹತ್ರ ಏನೂ, ಮನಿ ವಳಗೇ ಇದ್ದಾರೆ" ಎಂದು ಸ್ವಲ್ಪ ಒಗಟನ್ನು ಒಡೆಯುವವನಂತೆ ಹೇಳಿದೆ.

"ಏನ, ನಿನ್ನ ಮನಿ ವಳಗೇ ಇದ್ದಾರಾ? ಖರೇ ಹೇಳು ಮಗನಾ, ನಿನಗೆ ಏನಾಗಬೇಕು ಅವರು?"

ಅವರಿಬ್ಬರೂ ಒಟ್ಟಿಗೇ ಕಿರುಚಿದರು. “ನನ್ನ ಅಪ್ಪ” ಎಂದು ಹೇಳಲೇ ಬೇಕಾಯ್ತು. “ಲೇ, ಜಿತೂರಿ ಮಾರಿ ನೋಡಿದಾಗ್ಲೇ, ಪತ್ತೆ ಹಚ್ಚಬಹುದಿತ್ತು. ಒಟ್ಟಿ ಮೋಸ ಹೋದ್ವಿ, ಹೇಳು ಯಾಕ್ ಹೀಗ್ ಮಾಡ್ದಿ?” ಎಂದು ಕುತ್ತಿಗೆ ಪಟ್ಟಿ ಹಿಡಿದು ಕೇಳಿದರು. “ಸ್ವಲ್ಪ ನನ್ನ ಮಾತನ್ನು ಕೇಳ್ರಪ್ಪ. ನಾನು ಅಂದೇ ಹೇಳಿದ್ದಿದ್ದರೆ, ನಿಮ್ಮ ಏಕವಚನದ ಸಲುಗೆ ಸ್ನೇಹ ದೊರಕುತ್ತಿರಲಿಲ್ಲ. ನನ್ನನ್ನು ನಿಮ್ಮ ಮನೆಯವರಂತೇ ಕಾಣುತ್ತಿರಲಿಲ್ಲ. ಸಾಹಿತ್ಯ ಕುರಿತ ಭಿನ್ನದೃಷ್ಟಿಯ ಚರ್ಚೆಯ ಲಾಭ ಸಿಕ್ತಿರಲಿಲ್ಲ. ನನ್ನನ್ನು ಒಂದು ಉತ್ಸವಮೂರ್ತಿ ಮಾಡ್ತಿದ್ರಿ”.

“ಸರಿ, ಸರಿ, ಒಟ್ಟ ನೀ ಮಾಡಿದ್ದು ದಗಾ” ಹೀಗೇ ನಡೆದಿತ್ತು ಅವರ ಮಾತು. ಅವರಿಬ್ಬರನ್ನು ನಮ್ಮ ತಂದೆಯವರು ಹತ್ತಿರ ಕರೆದುಕೊಂಡು ಹೋಗಿ ಪರಿಚಯಿಸಿದೆ. ಅವರೂ ಒಂದೆರಡು ಪ್ರೋತ್ಸಾಹದ ಮಾತನ್ನಾಡಿ ಆಟೋಗ್ರಾಫ್ ಹಾಕಿಕೊಟ್ಟರು.

ಇಬ್ಬರ ಗೆಳೆಯರ ಹಿಗ್ಗೂ ಮುಗಿಲು ಮುಟ್ಟಿತು. ಆಲಂಗಿಸಿ ಬೀಳ್ಕೊಟ್ಟರು. "ಮತ್ತಾವಾಗ ಸಿಕ್ತೀರಿ?" ಎಂದು ಕೇಳಿದ ಚಿಲ್ಲಾಳ.

ನಾನು, “ಇನ್ನೊಮ್ಮೆ ಬಹುವಚನ ಉಪಯೋಗಿಸಿದ್ರೆ, ಝಾಡಿಸಿ ಒದೀತೀನಿ ಅಷ್ಟೆ” ಎಂದೆ. ಅವರಿಗೆ ಮತ್ತಷ್ಟು ಸಂತಸವಾಯಿತು.

ಆ ಇಬ್ಬರು ಗೆಳೆಯರನ್ನೂ ಹಿಂದೆ ಭೇಟಿಯಾಗಿರಲಿಲ್ಲ. ನನ್ನ ಜೀವನದಲ್ಲಿ ಮುಂದೆ ಒಮ್ಮೆಯೂ ಕಾಣಲಿಲ್ಲ. ಆದರೂ ಅವರು ದಯಪಾಲಿಸಿದ ಸ್ನೇಹ, ಸಲುಗೆ, ಇಂದೂ ನನ್ನ ಚಿತ್ತಭಿತ್ತಿಯಲಿ ಅನುರಣಿಸುತ್ತಿದೆ.

ಕವಿನೆನಪು

48

'ವಾರದ ವ್ಯಕ್ತಿ' ಬಂದರು

ಪ್ರಾ. ಎಚ್ಚೆಸ್ಕೆಯವರ ಗದ್ಯಶೈಲಿಯನ್ನು ಅವರ 'ಸುಧಾ' ವಾರಪತ್ರಿಕೆಗಳ ಬರಹಗಳ ಮೂಲಕ ಮೆಚ್ಚಿದ ನಮ್ಮ ತಂದೆಯವರು ಇದೂ ಗದ್ಯರೂಪದ ಕಾವ್ಯವೇ ಎಂದಿದ್ದರು. 'ವಾರದ ವ್ಯಕ್ತಿ' ಅಂಕಣದಲ್ಲಿ ಎಚ್ಚೆಸ್ಕೆಯವರು ತಮ್ಮ ಬಗ್ಗೆ ಬರೆದುದನ್ನು ಅಭಿಮಾನದಿಂದ ಸ್ಮರಿಸುತ್ತಿದ್ದರು.

ಎಚ್ಚೆಸ್ಕೆಯವರು 1969ರಲ್ಲಿ ಒಮ್ಮೆ ಬೆಂಗಳೂರಿನ ಜಯನಗರದ ಮಾಧವನ್ ಪಾರ್ಕ್ ಬಳಿ ಇದ್ದ ನಮ್ಮ ಮನೆಗೆ ಅನಿರೀಕ್ಷಿತವಾಗಿ ಬಂದು ಸಂತಸ ಉಂಟು ಮಾಡಿದ ಸನ್ನಿವೇಶ ಚಿರಸ್ಮರಣೀಯ. 'ಸುಧಾ' ವಾರಪತ್ರಿಕೆ ಕಚೇರಿಗೆ ಹೋಗಿ ನಮ್ಮ ತಂದೆಯವರ ವಿಳಾಸ ಕೇಳಿದಾಗ, ಸಂಪಾದಕರು ಅಲ್ಲಿಯೇ ಮುದ್ರಣ ವಿಭಾಗದಲ್ಲಿ ಕೆಲಸ ಮಾಡುತ್ತಿದ್ದ ನಮ್ಮ ಅಣ್ಣ ಹರಿಹರನನ್ನು ಪರಿಚಯಿಸಿದರು. ಎಚ್ಚೆಸ್ಕೆಯವರು ನಮ್ಮ ಮನೆಗೆ ಬರುವ ಅಭಿಲಾಷೆ ವ್ಯಕ್ತಪಡಿಸಿದಾಗ, ನಮ್ಮ ಅಣ್ಣ ಅವರನ್ನು ಮನೆಗೆ ಕರೆದುಕೊಂಡು ಬಂದ. ನಮ್ಮ ತಂದೆ ಅವರನ್ನು ಸಂತಸದಿಂದ

ಬರಮಾಡಿಕೊಂಡು, "ರಾತ್ರಿ ಊಟ ಇಲ್ಲೇ ಮಾಡಿಕೊಂಡು ಹೋಗಿ" ಎಂದು ಆಗ್ರಹಿಸಿದರು. ಎಚ್ಚೆಸ್ಕೆಯವರು ತಮ್ಮ ಎಂದಿನ ಸಂಕೋಚದಿಂದಲೇ ಸಮ್ಮತಿಸಿದರು.

ನಂತರ ಅವರು ಜೇಬಿನಿಂದ ಒಂದು ಪುಟ್ಟ ಪುಸ್ತಕ ತೆಗೆದು ನಮ್ಮ ತಂದೆಯವರ ಹುಟ್ಟಿದ ದಿನ, ಬಾಲ್ಯ, ತಂದೆ-ತಾಯಿ ವಿವರ, ವಿದ್ಯಾಭ್ಯಾಸ, ವೃತ್ತಿ ಹೀಗೆ ಪ್ರತಿಯೊಂದರ ವಿವರ ಕೇಳಿ ಪಡೆದು, ಸರಸರನೆ ಬರೆದುಕೊಂಡು, ಪುಸ್ತಕವನ್ನು ತಮ್ಮ ಜೇಬಿಗಿರಿಸಿಕೊಂಡು, ಮಾತುಕತೆ ಮುಂದುವರಿಸಿದರು. ನಾನು ಬಾಗಿಲ ಸಂದಿಯಿಂದ ಕುತೂಹಲದಿಂದ ಇಣುಕಿ ನೋಡುತ್ತಿದ್ದೆ. ನಾನು 'ಸುಧಾ' ವಾರಪತ್ರಿಕೆಯನ್ನು ಆರಂಭದ ಸಂಚಿಕೆಯಿಂದ ಓದುತ್ತಿದ್ದೆ. 'ವಾರದ ವ್ಯಕ್ತಿ' ಅಂಕಣದಲ್ಲಿ ಎಚ್ಚೆಸ್ಕೆಯವರ ಹೆಸರಿರುತ್ತಿತ್ತು. ಆದರೆ ವಾರದಿಂದ ವಾರಕ್ಕೆ ಅಂಕಣದಲ್ಲಿ 'ಸಮದರ್ಶಿ' ಎಂದಿರುತ್ತಿತ್ತು. ಅದೂ ಎಚ್ಚೆಸ್ಕೆಯವರೇ ಎಂದು ನಮ್ಮ ಅಣ್ಣ ತಿಳಿಸಿದ್ದ. ಪ್ರಾಚಾರ್ಯರು ಮಾಹಿತಿಗಳನ್ನು ಹೀಗೆ ವ್ಯಕ್ತಿಗಳ ಮುಖತಃ ಭೇಟಿಯಲ್ಲಿ ಹಾಗೂ ಬಲ್ಲ ಎಲ್ಲ ಮೂಲಗಳಿಂದ ಸಂಗ್ರಹಿಸಿ ಬರವಣಿಗೆಗೆ ಬಳಸುತ್ತಿದ್ದರು.

ಅಂದಿನ ಊಟವೂ ತೀರಾ ಸರಳವೇ. ಅನ್ನ, ಸಾರು, ಮಜ್ಜಿಗೆ, ಕೋಸಂಬರಿ ಅಷ್ಟೆ. ಈ ವಿಷಯವನ್ನು ಅಮ್ಮ ಸಂಕೋಚದಿಂದ ತಿಳಿಸಿದಾಗ ಅವರು, "ಇಲ್ಲ, ಅಡುಗೆ ಅಮೃತಸಮಾನವಾಗಿತ್ತು" ಎಂದು ತಮ್ಮ ದೊಡ್ಡತನ ಮೆರೆದರು. ಮುಂದೊಮ್ಮೆ ಅವರನ್ನು ಭೇಟಿಯಾದಾಗಲೂ ಪ್ರಾಚಾರ್ಯರು ಅಂದಿನ ನಮ್ಮ ಮನೆಯ ಅಲ್ಪಾತಿಥ್ಯವನ್ನು ನೆನಪಿಸಿಕೊಂಡಿದ್ದರು.

ನಮ್ಮ ತಂದೆ ಪ್ರಾಚಾರ್ಯರ ಜತೆ ಮೈಸೂರಿನಲ್ಲಿ ಒಂದು ಸಮಾರಂಭದಲ್ಲಿ ಭಾಗವಹಿಸಿದ್ದಾಗ ನನ್ನ ಬಗ್ಗೆ ವಿಚಾರಿಸಿದರಂತೆ. (ಅವರು ಮುನ್ನಡೆಸಿದ್ದ ಬ್ಯಾಂಕಿಂಗ್ ಕಮ್ಮಟ, ಬ್ಯಾಂಕಿಂಗ್ ಪ್ರಪಂಚ ಪತ್ರಿಕೆಯ ಸುವರ್ಣಯುಗವದು) ಮನೆಗೆ ಬಂದಾಗ ತಂದೆಯವರು, "ಎಚ್ಚೆಸ್ಕೆಯವರು ನಿನ್ನ ಬಗ್ಗೆ ಕೇಳಿದರು. ಅವರು ನಿನಗೆ ಹೇಗೆ ಗೊತ್ತು?" ಎಂದು ಕೇಳಿದರು.

ನಾನು ಬ್ಯಾಕಿಂಗ್ ಕಮ್ಮಟ, ಬ್ಯಾಂಕಿಂಗ್ ಪ್ರಪಂಚಗಳ ವಿಷಯ ತಿಳಿಸಿದೆ.

ಎಚ್ಚೆಸ್ಕೆಯವರೂ ಅಷ್ಟೇ. ಪ್ರತಿ ಬಾರಿ ಭೇಟಿಯಾದಾಗಲೂ ಅವರು ಕೇಳುತ್ತಿದ್ದ ಮೊದಲ ಪ್ರಶ್ನೆ, "ತಂದೆಯವರು ಹೇಗಿದ್ದಾರೆ?". ಹೆಚ್ಚು ಬಾರಿ ಭೇಟಿಯಾಗದಿದ್ದರೂ ಇಬ್ಬರೂ ಪರಸ್ಪರ ಗೌರವಪೂರ್ಣ ಸ್ನೇಹಭಾವ ಹೊಂದಿದ್ದರು.

ಕವಿನೆನಪು

49

ಮಗನ ಬ್ಯಾಂಕಿಗೆ

ತಮ್ಮ ಕುಟುಂಬದವರು ಉದ್ಯೋಗದಲ್ಲಿರುವ ಸಂಸ್ಥೆಗಳಲ್ಲಿ ಏರ್ಪಡಿಸುತ್ತಿದ್ದ ಕಾರ್ಯಕ್ರಮಗಳಲ್ಲಿ ನಮ್ಮ ತಂದೆಯವರು ಒಂದು ಬಗೆಯ ಕೃತಜ್ಞತೆಯ ಭಾವದಿಂದ ಭಾಗವಹಿಸುತ್ತಿದ್ದರು. ನಮ್ಮ ದೊಡ್ಡ ಅಣ್ಣ ಕೆಲಸ ಮಾಡುತ್ತಿದ್ದ ಇಸ್ರೋ ಸಂಸ್ಥೆಯ ವಸತಿಗೃಹಗಳ ಕನ್ನಡ ಆಸಕ್ತರು ಕನ್ನಡ ರಾಜ್ಯೋತ್ಸವ ಆಚರಿಸಿದಾಗ ಸಂತಸದಿಂದ ಪಾಲ್ಗೊಂಡಿದ್ದರು.

ಭಾರತೀಯ ಸ್ಟೇಟ್ ಬ್ಯಾಂಕ್‌ನ ವಿವಿಧ ಶಾಖೆಗಳ ಕನ್ನಡ ಸಂಘಗಳು ಏರ್ಪಡಿಸುತ್ತಿದ್ದ ರಾಜ್ಯೋತ್ಸವ ಹಾಗೂ ಇತರ ಸಾಹಿತ್ಯಕ ಕಾರ್ಯಕ್ರಮಗಳಲ್ಲಿ ಭಾಗವಹಿಸಿ ತಮ್ಮ ಸಂಕ್ಷಿಪ್ತ ಭಾಷಣ ಹಾಗೂ ಕಾವ್ಯವಾಚನ ಮಾಡುತ್ತಿದ್ದರು. 1990ರಲ್ಲಿ ಭಾರತೀಯ ಸ್ಟೇಟ್ ಬ್ಯಾಂಕ್ ಬೆಂಗಳೂರು ವೃತ್ತದ ಅಧಿಕೃತ ರಾಜ್ಯೋತ್ಸವ ಸಮಾರಂಭದಲ್ಲಿ ಜಾನಪದ ಜಂಗಮ ಎಸ್.ಕೆ. ಕರೀಂಖಾನ್, ಚಂದ್ರಭಾಗಾದೇವಿ ಹಾಗೂ ಯು.ಎಸ್. ಕೃಷ್ಣರಾವ್ ನೃತ್ಯ ದಂಪತಿ, ಕ್ಯಾನ್ಸರ್ ತಜ್ಞ ಕೃಷ್ಣ ಭಾರ್ಗವ ಅವರೊಡನೆ ಬ್ಯಾಂಕ್‌ನ ಗೌರವ ಪುರಸ್ಕಾರವನ್ನು ಸ್ವೀಕರಿಸಿದ್ದರು.

ನಮ್ಮ ಬ್ಯಾಂಕ್‌ನ ಹಲವು ಉದಯೋನ್ಮುಖ ಕವಿಗಳು ಭೇಟಿಯಾಗಿ ತಮ್ಮ ಕವನಗಳನ್ನು ನಿವೇದಿಸಿದಾಗ, ಕೆಲವು ಪ್ರೋತ್ಸಾಹದ ಮಾತುಗಳನ್ನೂ ಆಡುತ್ತಿದ್ದರು. ಮಿತ್ರ ಕಬ್ಬಿನಾಲೆ ವಸಂತ ಭಾರದ್ವಾಜ್‌ರ ಕವನ ಸಂಕಲನವೊಂದಕ್ಕೆ ಹಾರೈಕೆಯನ್ನೂ ಬರೆದುಕೊಟ್ಟಿದ್ದರು.

ಇವೆಲ್ಲಕ್ಕೂ ಪುಟವಿಟ್ಟಂತೆ ಇದ್ದುದು ಭಾರತೀಯ ಸ್ಟೇಟ್ ಬ್ಯಾಂಕ್ ಬೆಂಗಳೂರು ವಲಯ ಕಚೇರಿಯ ಕನ್ನಡ ಸಂಘದ ವಾರ್ಷಿಕ ಸಾಹಿತ್ಯ ಸಂಚಿಕೆಗೆ ಅವರು ನೀಡಿದ ಒಂದು ಅಪೂರ್ವ ಸಂದರ್ಶನ. ಬ್ಯಾಂಕ್‌ನ ಸಾಹಿತ್ಯಾಸಕ್ತರಾದ ಬಿ.ಎಸ್. ಶ್ರವಣಕುಮಾರಿ, ವೈ.ಎಸ್. ಉಷಾ ಹಾಗೂ ದಿವಂಗತ ಬಿ.ಎನ್. ಉಷಾ ಅವರು ಬಹಳ ಕಾಲ ನಿಲ್ಲುವಂಥ ಈ ಸಂದರ್ಶನವನ್ನು ನಮ್ಮ ಮನೆಗೇ ಬಂದು ನಡೆಸಿಕೊಟ್ಟಿದ್ದರು. (ಸಂದರ್ಶನ ಈ ಕೃತಿಯಲ್ಲಿ ಇದೆ) ಮತ್ತೊಂದು ವಿಶೇಷವೆಂದರೆ 'ಸ್ಪಂದನ' ಸಾಹಿತ್ಯ ಸಂಚಿಕೆಯನ್ನು ಲೋಕಾರ್ಪಣೆ ಮಾಡಿದವರು ಕೆಎಸ್‌ನ ಅವರ ಆಪ್ತಮಿತ್ರರಾದ ಗೋಪಾಲಕೃಷ್ಣ ಅಡಿಗ ಅವರು.

ಹೀಗೆ ಭಾರತೀಯ ಸ್ಟೇಟ್ ಬ್ಯಾಂಕ್‌ನೊಂದಿಗೂ ಸಾರ್ಥಕ ಬಾಂಧವ್ಯ ಹೊಂದಿದ್ದವರು ಕೆಎಸ್‌ನ.

ಬೋನಸ್
ಓದಿಗೆ

ನಮಸ್ಕಾರ ಸರ್

1986ರ ಜನವರಿ 21ರಂದು ಭಾರತೀಯ ಸ್ಟೇಟ್ ಬ್ಯಾಂಕಿನ ಮೂವರು ಸಿಬ್ಬಂದಿ ಶ್ರೀಮತಿ ಬಿ.ಎನ್. ಉಷಾ, ಶ್ರೀಮತಿ ಟಿ.ಎಸ್. ಶ್ರವಣಕುಮಾರಿ ಹಾಗೂ ಶ್ರೀಮತಿ ವೈ. ಎಸ್. ಉಷಾ ಅವರು ಕೆ.ಎಸ್.ನ ಅವರನ್ನು ಸಂದರ್ಶಿಸಲು ಬನಶಂಕರಿ ಮೂರನೇ ಘಟ್ಟದಲ್ಲಿರುವ ನಮ್ಮ ಮನೆಯನ್ನು ಹುಡುಕಿಕೊಂಡು ಸಂಜೆ ಹೊರಟರು. ವಿಳಾಸ ತಾರದೆ, ನೆನಪಿನ ರೇಖೆಗಳನ್ನು ಹಿಡಿದು ಹೊರಟ ಅವರಿಗೆ, ಸಾಕಷ್ಟು ತಿಣುಕಾಟದ ನಂತರ ಮನೆ ಸಿಕ್ಕಿದಾಗ ನಿಧಿ ಸಿಕ್ಕಂತಾಯಿತು. ಆಗ ಆ ಮನೆಯು ನಗರದ ಗಡಿಬಿಡಿಯಿಂದ ದೂರವಾಗಿರುವ ಪ್ರಶಾಂತ ವಲಯದಲ್ಲಿತ್ತು. ಆ ಸ್ಥಳವು ಅವರ ಕವನಗಳಲ್ಲಿ ಕಾಣಸಿಗುವ ಗ್ರಾಮ್ಯ ವಾತಾವರಣವನ್ನು ನೆನಪಿಸುತ್ತಿತ್ತು.

ಸಂದರ್ಶನದ ಉದ್ದೇಶ ಒಂದು ನಿರ್ದಿಷ್ಟ ವಿಷಯಕ್ಕೆ ಸೀಮಿತವಾಗಿರಲಿಲ್ಲ. ಹಲವಾರು ವಿಚಾರಗಳನ್ನು ನಮ್ಮ ನೆಚ್ಚಿನ ಕವಿಯೊಡನೆ ಚರ್ಚಿಸಿ ಅವರ ಅಭಿಪ್ರಾಯ ನಿಲುಮೆ-ಒಲುಮೆಗಳನ್ನು ತಿಳಿಯಲು ನಾವು ಇಚ್ಛೆಪಟ್ಟಿದ್ದೆವು. ಕವಿ ಮತ್ತು ಅವರ ಮನೆಯವರಿಂದ ಸಿಕ್ಕ ಆತ್ಮೀಯ ಸ್ವಾಗತ ನಮ್ಮ ಆಯಾಸವನ್ನು ಕ್ಷಣದಲ್ಲಿ ಪರಿಹರಿಸಿತು.

ಹಿರಿಯ ಜನಪ್ರಿಯ ಕವಿಯೊಡನೆ 'ಏನು ಪ್ರಶ್ನೆ ಕೇಳಿದರೆ ಹೇಗೋ ಏನೋ' ಎಂದು ತುಸು ಅಳುಕುತ್ತಲೇ ಪ್ರಶ್ನಾವಳಿಯನ್ನು ಪ್ರಾರಂಭಿಸಿದಾಗ, ಅವರ ಸ್ನೇಹಪೂರ್ಣ ನಗೆ, ಪ್ರಾಮಾಣಿಕ ಉತ್ತರಗಳು ನಮ್ಮ ಸಂದೇಹಕ್ಕೆ ತಡೆ ಹಾಕಿದವು.

'ಸಂತೋಷವೇ ಸ್ಥಾಯಿ ಭಾವ' ಎಂದು ಒಲವಿನ ವಕಾಲತ್ತು ವಹಿಸುವವರು ಕನ್ನಡ ಸಾಹಿತ್ಯದ ಅಮೂಲ್ಯ ಕವಿ ಶ್ರೀ ಕೆ.ಎಸ್. ನರಸಿಂಹಸ್ವಾಮಿ. ಬದುಕಿನ ಸೂಕ್ಷ್ಮ ಭಾವತರಂಗಕ್ಕೆ ಸ್ಪಂದಿಸುವ ಕವಿ. ದೇಹಕ್ಕೆ ಶ್ರಮವಾದರೂ ಯೌವನದ ಉತ್ಸಾಹದಿಂದ ನಮ್ಮ ಪ್ರಶ್ನೆಗಳಿಗೆ ಉತ್ತರಿಸಿದರು. ತಮ್ಮ 55 ವರ್ಷಗಳ ಸಾರ್ಥಕ ಕಾವ್ಯಜೀವನದ ಪಾಕವನ್ನು 'ಸ್ಪಂದನ' ಓದುಗರಿಗಾಗಿ ಉಣಬಡಿಸಿದರು. 'ಸ್ಪಂದನ' ಕವಿವರ್ಯರಿಗೆ ಕೃತಜ್ಞತೆಗಳನ್ನು ಅರ್ಪಿಸುತ್ತದೆ.

ತಮ್ಮ ಕವನಗಳ ಅಷ್ಟೇ ಸುಂದರ ವ್ಯಕ್ತಿತ್ವ ಶ್ರೀ ಕೆಎಸ್‌ನ ಅವರದ್ದು. ತಾವು ನಂಬಿರುವ ಜೀವನ ಮೌಲ್ಯಗಳ ಬಗ್ಗೆ ದೃಢವಿಶ್ವಾಸ ವ್ಯಕ್ತಪಡಿಸಿದರು. ಪ್ರಶ್ನೆಗಳಿಗೆ ಮುಕ್ತವಾಗಿ, ಸ್ಪಷ್ಟವಾಗಿ, ತಾಳ್ಮೆಯಿಂದ ಉತ್ತರಿಸಿದರು. ಒಲವಿನ ತತ್ವದ ಬಗ್ಗೆ ನಿರ್ದಿಷ್ಟವಾದ ಅಭಿಪ್ರಾಯ ವ್ಯಕ್ತಪಡಿಸಿದರು.

ವೃತ್ತಿಮಾತ್ಸರ್ಯದಿಂದ ಕಲುಷಿತವಾಗುತ್ತಿರುವ ಸಾಹಿತ್ಯ ಪ್ರಪಂಚದಲ್ಲಿ, ತಮ್ಮ ಸಮಕಾಲೀನರಾದ ಕವಿ ಅಡಿಗರನ್ನು ತುಂಬು ಹೃದಯದಿಂದ ಮೆಚ್ಚಿ ನುಡಿದಾಗ, ನಮ್ಮ ಮನಸ್ಸು ತುಂಬಿತು. ಅವರ ಹೃದಯವಂತಿಕೆ ಅವರ ಕಾವ್ಯದಷ್ಟೇ ಅಪೂರ್ವವಾಗಿ ಕಂಡಿತು. ನಮ್ಮ ಗಮನ ಸೆಳೆದ ಮತ್ತೊಂದು ಗುಣವೆಂದರೆ ಕೆಎಸ್‌ನ ಅವರ ಅಪರಿಮಿತ ಆತ್ಮವಿಶ್ವಾಸ ಮತ್ತು ಆಶಾವಾದಿತ್ವ, ಕೋಮಲಭಾವಗಳಿಗೆ, ಮಧುರ ಸ್ಪಂದನಗಳಿಗೆ ವಿದಾಯ ಹೇಳುತ್ತಿರುವ ಇಪ್ಪತ್ತನೆಯ ಶತಮಾನದ ಅಂಚಿನಲ್ಲಿ, ಶ್ರೀ ಕೆಎಸ್‌ನ ಜೀವನ ಸಂತೋಷಕ್ಕೆ ಆಶಾದೀವಿಗೆಯಾಗಿ ಕಂಡರು.

ಕವಿಯ ಮನೆಯ ಆತ್ಮೀಯ ವಾತಾವರಣ, ಅವರ ಸಂತೃಪ್ತ ಬದುಕಿಗೆ ಕನ್ನಡಿಯಂತಿತ್ತು. ಬಹುಶಃ ಇಂತಹ ಸುಖಮಯ ಕೌಟುಂಬಿಕ ಹಿನ್ನೆಲೆಯೇ ಅವರ ಕಾವ್ಯದಲ್ಲಿ ಕಾಣಸಿಗುವ ಆನಂದ ಭಾವಕ್ಕೆ ಕಾರಣವಾಗಿರಬೇಕು.

ಎರಡು ಗಂಟೆಗಳ ಸಂದರ್ಶನ ಎರಡು ಕ್ಷಣದಂತೆ ಸಾಗಿತು. ನಮ್ಮ ಸಂದರ್ಶನ ಮುಗಿಸಿ ಹೊರಟಾಗ ಹೊರಗೆ ಕತ್ತಲು ತುಂಬಿತ್ತು. ಚಂದಿರ ನಗುತ್ತಿದ್ದ. ತಾರೆಗಳು ಹೊಳೆಯುತ್ತಿದ್ದವು. ಕೆಎಸ್‌ನ ಅವರು ಕನ್ನಡಿಗರಿಗೆ ಹಂಚಿರುವ ಸಂತಸ ಅಕ್ಷಯವಾಗಲಿ ಎಂದು ಬಯಸುತ್ತಾ ಗಡಿಬಿಡಿಯ ನಗರದ ಬೆಂನಸಾ. ಬಸ್ಸು ಹಿಡಿಯಲು ಓಡಿದೆವು.

ನಾವು ಮಾಡಿದ ಸಂದರ್ಶನದ ವಿವರಗಳನ್ನು 23-3-1986ರ 'ಸ್ಪಂದನ' ಸಂಚಿಕೆಯಲ್ಲಿ ಪ್ರಕಟಿಸಲಾಯಿತು. ಆ ಸಂಚಿಕೆಯನ್ನು ಶ್ರೀ ಎಂ. ಗೋಪಾಲಕೃಷ್ಣ ಅಡಿಗರು ಕೃಷ್ಣರಾಜ ಪರಿಷನ್ಮಂದಿರದಲ್ಲಿ ಬಿಡುಗಡೆ ಮಾಡಿದರು.

ಸಂದರ್ಶನದ ವಿವರಗಳು ಹೀಗಿವೆ:

ಪ್ರಶ್ನೆ: ನಿಮ್ಮ ಕಾವ್ಯರಚನೆಯ ಆರಂಭ ಯಾವಾಗ? ನಿಮ್ಮ ಮೊದಲ ಕವನಕ್ಕೆ ಸ್ಫೂರ್ತಿ ಹಾಗೂ ಅದಕ್ಕೆ ದೊರೆತ ಪ್ರತಿಕ್ರಿಯೆ ಏನು? ಕಾವ್ಯರಚನೆಗೆ ನೀವು ಯಾರಿಂದ ಪ್ರಭಾವಿತರಾಗಿದ್ದೀರಿ?

ಉತ್ತರ: ನನ್ನ ಮೊದಲನೇ ಕವನ 1931ರಲ್ಲಿ ಹುಟ್ಟಿತು. ಅದು 'ಕಬ್ಬಿಗನ ಕೂಗು', 'ಪ್ರಬುದ್ಧ ಕರ್ಣಾಟಕದಲ್ಲಿ' ಪ್ರಕಟವಾಯಿತು. ಇದಕ್ಕೆ ಸ್ಫೂರ್ತಿ ಶ್ರೀಯುತ ಬಿಎಂಶ್ರೀ ಅವರ 'ಇಂಗ್ಲಿಷ್ ಗೀತೆಗಳು'. ಆ ಕವನವನ್ನು ಶ್ರೀಯುತ ಪುಟ್ಟಪ್ಪನವರಿಗೆ ತೋರಿಸಿದೆ, ಅವರು ಮುಂದುವರೆಸುವಂತೆ ಹೇಳಿದರು. ಹಾಗೆಯೇ ತೀನಂಶ್ರೀ, ಕೃಷ್ಣಶಾಸ್ತ್ರೀ ಹಾಗೂ ವೀಸೀ ಅವರ ಪ್ರೋತ್ಸಾಹ ಮತ್ತು ಅನುಕೂಲಕರ ಪ್ರತಿಕ್ರಿಯೆಯಿಂದ ಕಾವ್ಯರಚನೆಯನ್ನು ಮುಂದುವರಿಸಿದೆ. ನಾನು ಯಾವೊಂದು ವ್ಯಕ್ತಿಯಿಂದಲೂ ಪ್ರಭಾವಿತನಾಗಿಲ್ಲ. ಬರೆಯಬೇಕೆನಿಸಿತು ಬರೆದೆ. ಮೊದಲು ಇಂಗ್ಲಿಷಿನಲ್ಲಿ ಬರೆದೆ. ನಂತರ ಹರಿದು ಹಾಕಿದೆ. ನಂತರ ಕನ್ನಡದಲ್ಲಿ ಪ್ರಾರಂಭಿಸಿದೆ. ಇದೆಲ್ಲಾ ನನ್ನ ಓದು ಮತ್ತು ಅಧ್ಯಯನದಿಂದ ಆದದ್ದು.

ಪ್ರಶ್ನೆ: ಈಗ ನಿಮ್ಮ ಮೊದಲ ಕವನವನ್ನು ಓದಿದಾಗ ಏನನ್ನಿಸುತ್ತದೆ?

ಉತ್ತರ: 50 ವರ್ಷಗಳ ನಂತರ ಆ ಕವನವನ್ನು ಓದಿದಾಗ ಅದರ, ಹಂದರ ಸ್ವಲ್ಪ ತೆಳುವಾಗಿ ಕಾಣಿಸುತ್ತೆ. ಆದರೆ ಮೊದಲನೆಯದೇ ಅಷ್ಟರಮಟ್ಟಿಗೆ ತಪ್ಪಿಲ್ಲದೆ ಬಂದಿದೆಯಲ್ಲ ಅನ್ನಿಸುತ್ತೆ.

ಪ್ರಶ್ನೆ: ಮೊದಲನೇ ಕವನಕ್ಕೆ ಯಾವುದಾದರೂ ಘಟನೆ ಪ್ರಚೋದನೆ ನೀಡಿತ್ತೆ?

ಉತ್ತರ: ಅಂತಹ ಯಾವುದೇ ಘಟನೆಗಳಿಲ್ಲ. ಕವನದ ವಸ್ತು ಆಲೋಚನೆಯಿಂದ ಸಿಕ್ಕಿದ್ದು.

ಪ್ರಶ್ನೆ: 'ಮೈಸೂರ ಮಲ್ಲಿಗೆ' ನಿಮಗೆ ಪ್ರಸಿದ್ಧಿಯನ್ನು ತಂದುಕೊಟ್ಟ ಕೃತಿ. ಅಲ್ಲಿಂದ ಮುಂದೆ 'ಮನೆಯಿಂದ ಮನೆಯವರೆಗೆ' ವಿಮರ್ಶಕರು ನಿಮ್ಮ ಕಾವ್ಯದಲ್ಲಿ ಬೆಳವಣಿಗೆ ಗುರುತಿಸಿದ್ದಾರೆ. ನಿಮಗೆ ಹೆಚ್ಚು ತೃಪ್ತಿ ತಂದುಕೊಟ್ಟ ಕವನಗಳು ಯಾವುವು? 'ಮೈಸೂರ ಮಲ್ಲಿಗೆ'ಯೋ ಅಥವಾ ನಂತರವೋ?

ಉತ್ತರ: 'ಮೈಸೂರ ಮಲ್ಲಿಗೆ' ಮತ್ತು 'ತೆರೆದ ಬಾಗಿಲು' ನನಗೆ ತೃಪ್ತಿ ತಂದುಕೊಟ್ಟ ಕೃತಿಗಳು. 'ಮೈಸೂರ ಮಲ್ಲಿಗೆ' ಬರೆದಾಗ ನನ್ನದು 20–26ರ ಒಳಗಿನ ಸಣ್ಣ ವಯಸ್ಸು. ಬಹುಶಃ, ಆ ಯೌವನದಲ್ಲಿ ಅವುಗಳು ತುಂಬಾ ಪ್ರಿಯವಾಗಿ

ಕಂಡವು. ಈಗಲೂ ಅಷ್ಟೆ. 50 ವರ್ಷಗಳು ಕಳೆದ ಮೇಲೂ ಸಹ. 'ಮೈಸೂರ ಮಲ್ಲಿಗೆ' ಬರೆದಾಗ ಭಾವನೆಗಳು ನಿರ್ಮಲವಾಗಿತ್ತು. ಭಾಷೆ ಅನುಕೂಲಕರವಾಗಿತ್ತು. ತಾತ್ವಿಕವಾಗಿ ಸಂಕೀರ್ಣತೆ ತೆಗೆದುಕೊಂಡರೆ 'ತೆರೆದ ಬಾಗಿಲು' ಶ್ರೇಷ್ಠ ಕವನ ಸಂಗ್ರಹ. ಇದಕ್ಕೆ ಕೇಂದ್ರ ಸಾಹಿತ್ಯ ಅಕಾಡೆಮಿ ಪ್ರಶಸ್ತಿ ಬಂದಿದೆ. ಇದು ಬುದ್ಧಿ ಪ್ರಧಾನವಾದದ್ದು. 'ಮೈಸೂರ ಮಲ್ಲಿಗೆ' ಭಾವಪ್ರಧಾನವಾದದ್ದು. ಬುದ್ಧಿ-ಭಾವ ಎರಡೂ ದೃಷ್ಟಿಯಿಂದ ನನಗೆ ಈ ಎರಡೂ ಕೃತಿಗಳು ಇಷ್ಟ.

ಪ್ರಶ್ನೆ: 'ಉಪವನ', 'ದಮಯಂತಿ', 'ಮಾರಿಯ ಕಲ್ಲು', ಇವು ಮೂರೇ ನಿಮ್ಮ ಗದ್ಯ ಕೃತಿಗಳು. ಆ ನಂತರ ನೀವು ಗದ್ಯ ರಚಿಸದಿರಲು ಕಾರಣವೇನು?

ಉತ್ತರ: ಗದ್ಯ ಬರೆಯಲು ಹೋದರೆ ಪದ್ಯ ಆಗಿಬಿಡುತ್ತೆ. ಕೆಲವರು ನನ್ನ ಗದ್ಯವನ್ನು ಪದ್ಯದ ತರಹ ಇದೆ ಎಂದರು. ಪದ್ಯವೇ ನನಗೆ ಸೂಕ್ತ ಮಾಧ್ಯಮ ಅಂದುಕೊಂಡು ಕಾವ್ಯರಚನೆಯನ್ನೇ ಮುಂದುವರೆಸಿದೆ. ಗದ್ಯ ಚೆನ್ನಾಗಿಲ್ಲ ಅಂತಲ್ಲ. ಆದರೆ ಅದಕ್ಕಿಂತ ಇಲ್ಲಿ ನಾನು ಹೆಚ್ಚು ಸುಲಲಿತವಾಗಿ, ಗಂಭೀರವಾಗಿ ಬರೆಯಬಹುದು. ಗದ್ಯ ಎಲ್ರೂ ಬರೀತಾರೆ. ಕಾವ್ಯ ಬರೆಯುವವರ ಸಂಖ್ಯೆ ಕಡಿಮೆ. ಒಂದು ಕವನದಲ್ಲಿ ಬರೋ ತೃಪ್ತಿ, ಒಂದು ಕಾದಂಬರಿಯಲ್ಲಿ ಬರದಿರಬಹುದು. 'ಮೈಸೂರ ಮಲ್ಲಿಗೆ' ನಲವತ್ತೈದು ಸಾವಿರ ಪ್ರತಿ ಖರ್ಚಾಗಿದೆ. ಈಗಲೂ ಅದು ಜನಪ್ರಿಯವಾಗಿದೆ.

ಪ್ರಶ್ನೆ: ಬದುಕಿಗೆ ತೀರಾ ಹತ್ತಿರುವ ನಿಮ್ಮ ಕಾವ್ಯ ಕೆಲಬಾರಿ ಬದುಕಿನ ನಿಷ್ಠುರತೆ, ಕ್ರೌರ್ಯಗಳನ್ನು ಉದ್ದೇಶಪೂರ್ವಕವಾಗಿಯೇ ಬದಿಗಿರಿಸಿ ಹೊರಬಂದಂತೆ ಭಾಸವಾಗುತ್ತದೆ. ಈ ನಿಟ್ಟಿನಲ್ಲಿ ಕಾವ್ಯದ ಉದ್ದೇಶವೇನು?

ಉತ್ತರ: ಕ್ರೌರ್ಯ, ನಿಷ್ಠುರತೆಯ ಬಗ್ಗೆಯೂ ಬರೆದಿದ್ದೇನೆ. 'ಸಮಗ್ರ ಕಾವ್ಯ' ನೋಡಿ ಗೊತ್ತಾಗುತ್ತೆ. ಕೋಮಲವಾಗಿರುವುದು ಕೆಲವರ ಸ್ವಭಾವ. ಅದರಲ್ಲಿ ಅಂತಹ ಭಾವನೆಯೇ ಹೆಚ್ಚಾಗಿರುತ್ತೆ. ನಾವು ಕಾವ್ಯ ಓದೋದು ಜೀವನ ಸಂಸ್ಕಾರಕ್ಕೋಸ್ಕರ. ಅದು ಹೃದಯವನ್ನು ಮೃದುಗೊಳಿಸುತ್ತದೆ. ಸಂತೋಷ, ದುಃಖ ಅನ್ನುವುದು ಮುಖ್ಯವಲ್ಲ. ಮನುಷ್ಯನ ಹೃದಯವನ್ನು ಹೊಕ್ಕು ಅವನ್ನು ಶುದ್ಧಿ ಮಾಡುವುದು ಕಾವ್ಯದ ಕೆಲಸ. ಅದನ್ನು ಸಂತೋಷದಿಂದ ಮಾಡುವುದಾದರೆ ಯಾಕಾಗಬಾರದು? ಜೀವನದ ಕಷ್ಟ, ನಿಷ್ಠುರಗಳೆಲ್ಲಾ ಕ್ಷಣಿಕ. ಸಂತೋಷವೇ ಸ್ಥಾಯಿ ಭಾವ. ಅದರ ಬಗ್ಗೆ ಜನ ಹೆಚ್ಚಾಗಿ ಬರೆದಿಲ್ಲ. ಜೀವನದ ಬಗ್ಗೆ ವಿಮುಖವಾಗಿ ಬರೆಯುತ್ತಾರೆ. As a protest reaction ನಾನು ಸಂತೋಷನೇ ಹೆಚ್ಚಾಗಿ ಬರೆಯೋದು. ಅದು ತಪ್ಪೇನೂ ಅಲ್ಲ.

ಪ್ರಶ್ನೆ: ಅದು ತಪ್ಪು ಅಂತಲ್ಲ. ಒಟ್ಟಾರೆ ಈಗಿನ ಕಾವ್ಯದಲ್ಲಿ ಆ ಸಂತೋಷ ಕಾಣಿಸುತ್ತಿಲ್ಲ. ಯಾಕೆ?

ಉತ್ತರ: ಅದು ಯಾಕೇಂದ್ರೆ ಜನಗಳಿಗೆ ಭ್ರಮನಿರಸನವಾಗಿದೆ. ಕಾಲ ಎಷ್ಟು ಕೆಟ್ಟಿದೆ ಅಂದ್ರೆ ಕುಡಿಯೋಕೆ ನೀರಿಲ್ಲ. ಇಂತಹ ಪರಿಸ್ಥಿತಿಯಲ್ಲಿ ನಿಷ್ಠುರತೆಯ ಮೇಲೆ ಕಾವ್ಯ ಬರೆದರೆ ಜನಕ್ಕೆ ಏನು ಪ್ರಯೋಜನ? ನಿಜವಾದ ಕವಿ ಜನಗಳ ದುಃಖದಲ್ಲಿ ಸಕ್ರಿಯವಾಗಿ ಭಾಗಿಯಾಗಬೇಕು. ಯಾವುದು ನಿಜವಾದ ಕಾವ್ಯವಾಗುತ್ತೋ ಅದು ಕಡೆಗೆ ಅನಂದವನ್ನೇ ಕೊಡುವುದು. ಕ್ರೌರ್ಯ ಪ್ರಾಸಂಗಿಕವಾಗಿ ಬರಬಹುದು. ಪ್ರಾಣಿಗಳಿಗೂ ಸಹ ಪ್ರೇಮ ಅನ್ನುವುದು ಇದೆ. ಸುಸಂಸ್ಕೃತವಾಗಲಿಕ್ಕೆ ನಾವು ಕಾವ್ಯಾಲಾಪ ಮಾಡೋದು. ಅದು ಬರೀ ಗೋಳುಕರೆಯಾದರೆ ಅದು ಎಲ್ಲರ ಅನುಭವದಲ್ಲಿದೆ. ಎಷ್ಟೇ ಕಷ್ಟ, ನಿಷ್ಠುರಗಳಿದ್ದರೂ ಜನ ಯಾಕೆ ಬದುಕಿದ್ದಾರೆ? ಯಾವುದೋ ಒಂದು ಸಂತೋಷ ಅವರನ್ನು ತಡೆಹಿಡಿದಿದೆ. ಆ ಸಂತೋಷ ಕಾವ್ಯಕ್ಕೆ ಬರಬೇಕು. ಅದೇ ಕಾವ್ಯದ ನಿಜವಾದ ಉದ್ದೇಶ.

ಪ್ರಶ್ನೆ: ಮಹಿಳೆಯರೂ ದುಡಿಯುತ್ತಿರುವ ಈ ಕಾಲದಲ್ಲಿ, ನಿಮ್ಮ ಕಾವ್ಯದಲ್ಲಿ ಕಾಣಿಸುವಂತಹ ಕೋಮಲ ಮೃದು ಭಾವಗಳ ಮಹಿಳೆಯರು ವಿರಳವಾಗುತ್ತಿದ್ದಾರೆ ಎಂಬ ಅನಿಸಿಕೆ ಇದೆ. ಇದರ ಬಗ್ಗೆ ನಿಮ್ಮ ಅಭಿಪ್ರಾಯವೇನು?

ಉತ್ತರ: ದುಡಿಯುವ ಮಹಿಳೆಯು ಮನೆಯಲ್ಲಿ ಒಬ್ಬ ತಾಯಿಯೋ, ಸೋದರಿಯೋ, ಹೆಂಡತಿಯೋ ಆಗಿದ್ದಾಳೆ. ಆಕೆಯ ಮನೋಧರ್ಮದಲ್ಲಿ ಏನೂ ಬದಲಾವಣೆಯಿಲ್ಲ. ಆಡಮ್, ಈವ್ ಕಾಲದಿಂದಲೂ ಇದು ಇದೆ. ನಿಜವಾದ ಸ್ತ್ರೀ–ಪುರುಷರ ಸಂಬಂಧ ಮನೆಯಲ್ಲಿ ಇದ್ದೇ ಇರುತ್ತದೆ. ಹೀಗಾಗಿ ಮಹಿಳೆಯು ಕೋಮಲ ಮನಸ್ಸಿನವಳೇ ಆಗಿರುತ್ತಾಳೆ. ಅವಳಲ್ಲಿ ಮೃದು ಮಧುರ ಭಾವನೆಗಳು ಇದ್ದೇ ಇರುತ್ತವೆ.

ಪ್ರಶ್ನೆ: ಇಂದಿನ ಕಾವ್ಯವನ್ನು ನೋಡಿದರೆ ಬದುಕು ಸಂಕೀರ್ಣವಾಗುತ್ತಿದೆಯೋ ಎಂಬ ಅನುಮಾನ ಬರುತ್ತೆ. ನಿಮ್ಮ ಅನಿಸಿಕೆಯೇನು?

ಉತ್ತರ: ಯಾವ ಕಾಲದಲ್ಲಿ ಸಂಕೀರ್ಣತೆ ಇರಲಿಲ್ಲ? ಮಹಾಭಾರತದ ಕಾಲದಲ್ಲಿ ಇರಲಿಲ್ಲವೇ? ಜೀವನದಲ್ಲಿ ಅಗತ್ಯವಾದ ವಸ್ತುಗಳು ವಿರಳವಾಗಿ ಒಂದು ರೀತಿಯ ಜಂಜಡ ಉಂಟಾಗಿದೆ. ಜೀವನ ಕಷ್ಟಕರವಾಗಿದೆ. ಅದಕ್ಕೆ ಕಾರಣ ಜನಸಂಖ್ಯಾಸ್ಫೋಟವೇ ಹೊರತು ಬೇರೇನೂ ಅಲ್ಲ. ಕಾಲದಿಂದ ಕಾಲಕ್ಕೆ ಸಂಕೀರ್ಣತೆಯ ಸ್ವರೂಪ ಬದಲಾಗುತ್ತಿರುವುದರಿಂದ ಅದು ನಮಗೆ ಹೊಸದಾಗಿ ಕಾಣುತ್ತದೆ ಅಷ್ಟೆ.

ಪ್ರಶ್ನೆ: ಜನಸಾಮಾನ್ಯರನ್ನು ಆಕರ್ಷಿಸುತ್ತಿದ್ದ ಕಾವ್ಯ ಕಾಲಕ್ರಮೇಣ ತನ್ನ ಜನಪ್ರಿಯತೆ ಕಳೆದುಕೊಳ್ಳುತ್ತಿದೆ. ಕಾವ್ಯ ಜನಪ್ರಿಯವಾಗಲು ಏನು ಮಾಡಬೇಕು? ಈಗ ಬರುತ್ತಿರುವ ಭಾವಗೀತೆಗಳ ಧ್ವನಿಮುದ್ರಿಕೆಗಳು ಇದಕ್ಕೆ ನೆರವಾಗುತ್ತಿದೆಯೇ?

ಉತ್ತರ: ಕೆಲವರು ಬರೆಯುವುದು ಹಾಡಿಗೆ ಹೊಂದುತ್ತೆ. ಭಾವಗೀತೆಯಲ್ಲಿ ಒಂದು Lyric ಇರಬೇಕು. ಇಡೀ ಪದ್ಯಕ್ಕೆ ಒಂದು ನಾದ, ತಾಳ, ಛಂದಸ್ಸಿನ ಆಧಾರ ಇರಬೇಕು. ಇಲ್ಲದಿದ್ದರೆ ಅದು ಪದ್ಯವಾಗೋಲ್ಲ. ಗದ್ಯವನ್ನು ತುಂಡು ತುಂಡಾಗಿ ಮಾಡಿದ ಹಾಗಾಗುತ್ತೆ. ಭಾವಗೀತೆಗಳಲ್ಲೇ 'ಗೀತ' ಅನ್ನುವ ಪ್ರಾಕಾರವಿದೆ. ಅದನ್ನು ಒಬ್ಬ ಸಂಗೀತಗಾರ ಸರಿಯಾಗಿ ಹಾಡಿದಾಗ ಸಿಗುವ ಅನುಭವ, ಓದಿಕೆಯಲ್ಲಿ ಆಗುವುದಕ್ಕಿಂತ ಹೆಚ್ಚು ಸಂತೋಷ ತರುತ್ತದೆ.

ಪ್ರಶ್ನೆ: ನವ್ಯ ಕಾವ್ಯದ ಬಗ್ಗೆ ನಿಮ್ಮ ಅಭಿಪ್ರಾಯವೇನು? ಇಂದಿನ ಕಾವ್ಯದ ಹಾದಿ ಯಾವುದು?

ಉತ್ತರ: ಪದ್ಯ ಬರೆಯುವುದು ತುಂಬಾ ಸುಲಭ ಅನ್ನಿಸುವಂತೆ ಮಾಡಿದ್ದು ನವ್ಯಕಾವ್ಯದ ದೊಡ್ಡ ತಪ್ಪು. ಆ ತಪ್ಪನ್ನು ಸರಿಪಡಿಸುವ ಪ್ರಯತ್ನ ಈಗ ನಡೆಯುತ್ತಿದೆ. ಹಿಂದೆ ಯಾವುದನ್ನು ನವೋದಯ ಅಂತ ಕರೆಯುತ್ತಿದ್ದರೋ ಅದರಲ್ಲಿ ಭಾವ ಇತ್ತು. ಭಾಷೆ ಸುಲಭವಾಗಿತ್ತು, ನಾದಮಯವಾಗಿತ್ತು, ಲಯಬದ್ಧವಾಗಿ ಇರುತ್ತಿತ್ತು. ಈಗಿನ ಕವನಗಳಲ್ಲಿ ಮೂಲಭೂತವಾಗಿ ಕಾವ್ಯದ ರೂಪವೇ ಇಲ್ಲ. ಅಸಂಬದ್ಧವಾಗಿ ನಾಲ್ಕಾರು ಘಟನೆಗಳನ್ನು ಹೆಣೆದಿರುತ್ತಾರೆ. ಅದರ ಮೇಲಿನ Protest ಆಗಿ ಈಗ ಕೆಲವರು ಭಾವಗೀತೆಗಳನ್ನು ಬರೆಯುತ್ತಿದ್ದಾರೆ.

ಕಾವ್ಯ ಹೃದಯಕ್ಕೆ ಸಂಬಂಧ ಪಟ್ಟಿರಬೇಕು–ಬುದ್ಧಿಗಲ್ಲ. ಬುದ್ಧಿಗೆ ಶಾಸ್ತ್ರ ವಿಜ್ಞಾನ ಇದೆ. ಕಾವ್ಯ ಕೇಳಿದ ತಕ್ಷಣ ಒಂದು ಸಂತೋಷವೋ ಇಲ್ಲ, ನಿಟ್ಟುಸಿರೋ ಬರಬೇಕು. ಗದ್ಯ ಹೇಗಾದರೂ ಬರೆಯಬಹುದು. ಆದರೆ ಪದ್ಯ ಹಾಗಲ್ಲ. ಹೃದಯ, ಬುದ್ಧಿ ಸಮನಾಗಿ ಕೆಲಸ ಮಾಡಿದೆಯೋ ಅಲ್ಲಿ ಉತ್ಕೃಷ್ಟವಾದ ಕಾವ್ಯ ಬಂದಿದೆ.

ಪ್ರಶ್ನೆ: ನಿಮ್ಮ ರಚನೆಗಳಲ್ಲಿ ಪ್ರಕೃತಿಯ ವರ್ಣನೆಗೇ ಮೀಸಲಾಗಿಟ್ಟ ಕವನಗಳಿಲ್ಲ ಯಾಕೆ?

ಉತ್ತರ: ಹೌದು, ಬರೆದಿಲ್ಲ. ಜೀವನದ ಅಂಗವಾಗಿ ಪ್ರಕೃತಿ ವರ್ಣನೆ ಬರುತ್ತೆ ಅಷ್ಟೆ. ಪುಟ್ಟಪ್ಪ, ಬೇಂದ್ರೆ ಆ ಬಗ್ಗೆ ಬರೆದಿದ್ದಾರೆ. ಅದಕ್ಕೆ ಅವರಿದ್ದ ಮಲೆನಾಡಿನ ಪರಿಸರ ಕಾರಣ. ನಾನು ಹುಟ್ಟಿ ಬೆಳೆದದ್ದು ಮೈಸೂರು. ಹಾಗಾಗಿ ನಾನು ಈ ರೀತಿ ಬರೆದಿದ್ದೇನೆ.

ಪ್ರಶ್ನೆ: ನಿಮ್ಮ ಕಾವ್ಯರಚನೆಯಿಂದ ನಿಮಗೆ ತೃಪ್ತಿ ಸಿಕ್ಕಿದೆಯೇ? ನಿಮ್ಮಿಂದ ಇನ್ನೂ ಹೆಚ್ಚಿನದನ್ನು ನಿರೀಕ್ಷಿಸೋಣವೇ?

ಉತ್ತರ: ತೃಪ್ತಿ ಏನೋ ಸಿಕ್ಕಿದೆ. ಎರಡನೆಯ ಪ್ರಶ್ನೆಗೆ ಉತ್ತರ ನನ್ನ ಕೈಯಲ್ಲಿಲ್ಲ. ಯಾವಾಗ ಮನಸ್ಸಿಗೆ ಅಧೈರ್ಯ ಬರುತ್ತೋ ಆಗ ಕಾವ್ಯ ನಿಂತುಹೋಗುತ್ತದೆ. ನಾನು ಜೀವಂತವಾಗಿದ್ದೇನೆ. ಜನಮೆಚ್ಚುಗೆಯಿದೆ, ಸಂತೋಷ, ತೃಪ್ತಿ, ಸಿಕ್ಕಿದೆ. ನಾನು ಬರೆದಿದ್ದನ್ನು ಜನ ಓದುತ್ತಾರೆ ಎಂಬ ಭರವಸೆಯಿದೆ. ಅದು ಇರುವವರೆಗೂ ಬರೆಯುತ್ತೇನೆ.

ಪ್ರಶ್ನೆ: ಸಮಕಾಲೀನ ಕವಿಗಳಲ್ಲಿ ನಿಮಗೆ ಮೆಚ್ಚಿಗೆಯಾದವರು ಯಾರು? ಯಾವ ಕೃತಿ?

ಉತ್ತರ: ಸಮಕಾಲೀನರಲ್ಲಿ ತೀರಾ ಭಿನ್ನವಾಗಿ ಬರೆಯುವ ಕವಿಗಳಲ್ಲಿ ಅಡಿಗ ಮುಖ್ಯರು. ಅವರ 'ವರ್ಧಮಾನ' ನಾನು ತಿಳಿದಮಟ್ಟಿಗೆ ಅವರ ಕವನಗಳಲ್ಲೇ ಶ್ರೇಷ್ಠವಾದ ಸಂಕಲನ. ಅದರ ರೀತಿಯಲ್ಲಿ ಅದು ಸಮರ್ಪಕವಾಗಿ ಒಂದು ನಿರ್ದಿಷ್ಟ ಫಲ ಕೊಟ್ಟಿದೆ. ಅದು ಗಾತ್ರದಲ್ಲಿ ಚಿಕ್ಕದಾದರೂ, ಹೇಳುವ ಧಾಟಿ. ಬಳಸಿದ ಭಾಷೆ, ಮಾಗಿದ ಅನುಭವಗಳ ಜೋಡಣೆಯಿಂದ ಸೊಗಸಾಗಿದೆ. ಬಹುಪ್ರಾಮಾಣಿಕವಾದ ಬರವಣಿಗೆ ಸಂಗ್ರಹದಲ್ಲಿದೆ ಎಂದು ನನಗನ್ನಿಸುತ್ತೆ. ಅವರೆದುರಿಗೆ ನಾನೆಂದೂ ಈ ಮಾತು ಹೇಳಿಲ್ಲವಾದರೂ, ನಿಜವಾದ ಕವಿ ಆತ. ಭಿನ್ನ ದೃಷ್ಟಿಕೋನಗಳಿದ್ದರೂ ಕಾವ್ಯವೊಂದನ್ನೇ ಉದ್ದೇಶವಾಗಿಟ್ಟುಕೊಂಡು ಜೀವನ ಸಾಗಿಸುತ್ತಿರುವುದು ನಾವಿಬ್ಬರೇನೇ. ಅಡಿಗರ ಕಾವ್ಯಗಳಲ್ಲಿ ಜೀವನಾನುಭವದ ಇನ್ನೊಂದು ಮುಖ ಕಾಣುತ್ತೆ. ಅದೂ ಸಂತೋಷದ ವಿಷಯವೇ. 'ಕೂಪಮಂಡೂಕ', 'ರಾಮನವಮಿಯ ದಿವಸ' ಇವುಗಳಿಂದ ಕವನ, ಕವನಸಂಗ್ರಹ ಶ್ರೇಷ್ಠವಾಗಿದೆ. 'ಭೂಮಿಗೀತ' ತುಂಬಾ ದೊಡ್ಡದು. ಅಲ್ಲಿಂದಾಚೆಗೆ ಅವರು ತುಂಬಾ ಬೆಳೆದಿದ್ದಾರೆ. 'ವರ್ಧಮಾನ' ಬರೆಯುವ ಹೊತ್ತಿಗೆ ಪರಿಪಕ್ವತೆ ಬಂದಿದೆ. ಹಿಂದಿನ ರೊಚ್ಚು ಕಡಿಮೆಯಾಗಿದೆ. 'ವರ್ಧಮಾನ'ದಲ್ಲಿ ನಿಜವಾದ ಕವಿ ಹೇಗೆ ಕೆಲಸ ಮಾಡುತ್ತಾನೆಂದು ಕಾಣಬಹುದು.

ಪ್ರಶ್ನೆ: ನಿಮಗೆ ಯಾವುದಾದರೂ ಒಂದು ಘಟನೆ ಬಗ್ಗೆ ಬರೆಯಲೇಬೇಕೆಂದು ತೀವ್ರವಾಗಿ ಅನ್ನಿಸಿ ಬರೆದ ಕವನಗಳು ಇವೆಯೆ? ಆ ಕವನ ಮತ್ತು ಘಟನೆಗಳು ಯಾವುವು?

ಉತ್ತರ: 'ರೈಲ್ವೆ ನಿಲ್ದಾಣದಲ್ಲಿ'– ಅಂತಹ ಒಂದು ಕವನ. ಆ ದೃಶ್ಯ ನೋಡಿದೆ. ಒಬ್ಬ ತಾಯಿ ತನ್ನ ಮಗಳನ್ನು ರೈಲ್ವೆ ನಿಲ್ದಾಣದಲ್ಲಿ ಬೀಳ್ಕೊಡುತ್ತಿರುವ ದೃಶ್ಯ, ದುಃಖ, ದುಗುಡದಿಂದ ಕೂಡಿದ ಸನ್ನಿವೇಶ. ಅದು ಯಾವ ಕಾಲಕ್ಕೂ ಎಲ್ಲರಿಗೂ ಅನುಭವಕ್ಕೆ ಬರುವ ಸನ್ನಿವೇಶವೆ. ಆ ದೃಶ್ಯ ಮನಸ್ಸಿನಲ್ಲಿ ಬಹಳ ದಿನಗಳಿಂದ ಇತ್ತು. ಅದಕ್ಕೆ ಯಾವಾಗಲೋ ಭಾಷೆ ಒದಗಿಬಂತು. ಕಾವ್ಯ ಆಯಿತು. ಆ ಕವನ ಎಷ್ಟೋ

ಭಾಷೆಗಳಿಗೆ ಅನುವಾದವಾಗಿದೆ. It is a simple poem, but that simplicity is not ordinary.

ಪ್ರಶ್ನೆ: ಕೊನೆಯದಾಗಿ ಒಂದು ಪ್ರಶ್ನೆ. ಒಬ್ಬ ವ್ಯಕ್ತಿ ಯಾವಾಗ ಬರೆಯಲು ಪ್ರಾರಂಭಿಸಬಹುದು? ಒಬ್ಬ ಕವಿಯಾಗಿ ನಿಮ್ಮ ಸಲಹೆ ಏನು?

ಉತ್ತರ: ಬರೆಯುವವನಿಗೆ ಬರವಣಿಗೆ ಕಡೆ ಒಲವಿರಬೇಕು. ಅದಕ್ಕೆ ಸಿದ್ಧತೆಗಳಿರಬೇಕು. ಒಲವು, ಸಿದ್ಧತೆಗಳಿದ್ದಾಗ ವಯಸ್ಸೇನೂ ಕಾರಣ ಆಗಲಾರದು. ಅವನು ಇಪ್ಪತ್ತು ವರ್ಷದಲ್ಲಿ ಬೇಕಾದರೂ ಬರೆಯಬಹುದು. ನಲವತ್ತು ವರ್ಷವಾದರೂ ಬರೆಯಬಹುದು. ಒಲವಿನಿಂದ ಸಿದ್ಧತೆ ಮಾಡಿಕೊಳ್ಳುತ್ತಾನೆ. ಗ್ರಂಥಗಳನ್ನು ನೋಡುತ್ತಾನೆ. ಛಂದಸ್ಸು ಎಂದರೇನು, ಲಯ ಎಂದರೇನು, ಎಂದು ತಿಳಿದುಕೊಳ್ಳುತ್ತಾನೆ. ಈ ರೀತಿ ಮಾನಸಿಕ ಸಿದ್ಧತೆ ನಡೆಸಿದಾಗಲೇ ಕವನ ಪ್ರಾರಂಭವಾಗುತ್ತದೆ.

ನೆನಪುಗಳಿಗೆ ವಿದಾಯ

ಈ ಲೇಖನ ಮಾಲಿಕೆಯ ಮೂಲಕ ಕವಿ ಕೆಎಸ್‌ನ ಅವರನ್ನು ನನ್ನ ತಂದೆಯಾಗಿ ನೋಡಿ ಹಲವು ನೆನಪುಗಳನ್ನು ಹಂಚಿಕೊಂಡಿದ್ದೇನೆ. ಇಲ್ಲಿ ಕೆಎಸ್‌ನ ಅವರ ಕಾವ್ಯ ಜೀವನದಲ್ಲಿ ಸ್ನೇಹ ವಲಯದವರ, ಆಪ್ತರ, ಮಾರ್ಗದರ್ಶಕರ ಹಾಗೂ ಹಿತೈಷಿಗಳ ಪಾತ್ರ, ಅವರ ಸ್ವಭಾವ, ಪ್ರವೃತ್ತಿಗಳ ಜತೆಗೆ ಕೆಲವು ಕಹಿ ಪ್ರಸಂಗಗಳೂ ಪ್ರಸ್ತುತಗೊಂಡಿವೆ. ಅಲ್ಲದೆ ಕವಿಯ ಕುಟುಂಬ ವಲಯದ ಚಿತ್ರಣವನ್ನೂ ಯಾವುದೇ ರಾಗದ್ವೇಷಗಳಿಗೆ ಒಳಗಾಗದೆ ವಿವರಿಸಲು ಯತ್ನಿಸಿದ್ದೇನೆ. ಹಾಗೇನಾದರೂ ಅಂಥವು ಕಂಡರೆ ಅವನ್ನು ಮನ್ನಿಸಬೇಕೆಂದು ಕೋರಿಕೆ.

'ನೊಂದ ನೋವನ್ನಷ್ಟೇ ಹಾಡಬೇಕೇನು
ಬೇಡವೇ ಯಾರಿಗೂ ಸಿರಿಮಲ್ಲಿಗೆ'

ಎಂಬ ಕೆಎಸ್‌ನ ಅವರ ಕವನಗಳ ಆಶಯದಂತೆಯೇ ಈ ಲೇಖನಸರಣಿ ರೂಪಿತವಾಗಿದೆ.

ಒಬ್ಬ ಮಿತ್ರರು ನಿಮ್ಮ ತಂದೆಯವರ ಬಗ್ಗೆ ಅವರದೇ ಕವನದ ಸಾಲುಗಳ ಮೂಲಕ ಹೇಳಿ ಎಂದಾಗ ಅಂದು ಮತ್ತು ಇಂದೂ ನಾನು ಸ್ಮರಿಸಿಕೊಳ್ಳುವ ಸಾಲುಗಳು:

'ಎಲ್ಲವನ್ನು ಕೊಟ್ಟಿರುವೆ;
ಏನ ಬೇಡಲಿ!
ಜಗವನೆನಗೆ ಬಿಟ್ಟಿರುವೆ
ಏಕೆ ಕಾಡಲಿ!
(ಏನ ಬೇಡಲಿ ಕವನ)

ಮತ್ತೊಮ್ಮೆ ವಿದಾಯದ ವಂದನೆಗಳು.

www.ingramcontent.com/pod-product-compliance
Lightning Source LLC
LaVergne TN
LVHW090409051026
849518LV00006B/2300